மகாராஜாவின் ரயில் வண்டி

மகாராஜாவின் ரயில் வண்டி

அ. முத்துலிங்கம் (பி. 1937)

அ. முத்துலிங்கம் இலங்கையின் கொக்குவில் கிராமத்தில் பிறந்து வளர்ந்தவர். கொழும்பு பல்கலைக்கழகத்தில் விஞ்ஞானப் படிப்பை முடித்தபின், இலங்கையின் சாட்டர்ட் அக்கவுன்டன்ட் படிப்பையும் இங்கிலாந்தின் சாட்டர்ட் மனெஜ்மெண்ட் படிப்பையும் பூர்த்திசெய்து இலங்கையிலும் ஆப்பிரிக்காவிலும் இன்னும் பல நாடுகளிலும் ஐ.நாவுக்காகப் பணிபுரிந்தவர். 2000இல் ஓய்வுபெற்று, மனைவி ரஞ்சனியுடன் கனடாவில் வசிக்கிறார்.

பிள்ளைகள்: சஞ்சயன், வைதேகி. வைதேகியின் மகள்தான் அடிக்கடி இவர் கதைகளில் வரும் அப்ஸரா.

அறுபதுகளில் எழுத ஆரம்பித்து இன்றும் இவருடைய பணி தொடர்கிறது. சிறுகதை, கட்டுரை, நேர்காணல், நாடகம், விமர்சனம், நாவல் என எழுதிவருகிறார்.

அ. முத்துலிங்கம்

மகாராஜாவின் ரயில் வண்டி

காலச்சுவடு பதிப்பகம்

மகாராஜாவின் ரயில் வண்டி ♋ சிறுகதைகள் ♋ ஆசிரியர்: அ. முத்துலிங்கம் ♋ © அ. முத்துலிங்கம் ♋ முதல் பதிப்பு: டிசம்பர் 2001 ♋ திருத்தப்பட்ட இரண்டாம் பதிப்பு: ஜூன் 2004, ஐந்தாம் (குறும்) பதிப்பு: ஜூன் 2021 ♋ வெளியீடு: காலச்சுவடு பப்ளிகேஷன்ஸ் (பி) லிட்., 669 கே. பி. சாலை, நாகர்கோவில் 629001

Maharajavin Rail Vandi ♋ Short Stories ♋ A. Muthulingam ♋ © A. Muthu-lingam ♋ Language: Tamil ♋ First Edition: December 2001 ♋ Reprinted with Corrections: June 2004, Fifth (Short) Edition: June 2021 ♋ Size: Demy 1 × 8 ♋ Paper: 18.6 kg maplitho ♋ Pages: 176

Published by Kalachuvadu Publications Pvt.Ltd., 669 K.P. Road, Nagercoil 629001, India ♋ Phone: 91-4652-278525 ♋ e-mail: publications@kalachuvadu.com ♋ Cover Painting and Designing: V. Chenthil Selvan ♋ Printed at Adyar Students xerox Pvt. Ltd., No. 9, Sunkuraman street, Parrys, Chennai 600001

ISBN: 978-81-87477-14-3

06/2021/S.No. 90, kcp 3046, 18.6 (5) uss

சமர்ப்பணம்

கடல் ஆமையின் வாழ்க்கை விசித்திரமானது. பெண் ஆமைகள் இரவில் நீந்திவந்து கடற்கரை மணலில் குழி பறித்து முட்டைகள் இட்டுவிட்டுப் போய்விடும். அதற்கு பிறகு அவை திரும்பிப் பார்ப்பதேயில்லை.

சூரிய வெப்பத்தில் இந்த முட்டைகள் பொரிக்கும். வெளியே வந்த குஞ்சுகள் நாலா பக்கமும் சிதறி ஓடத் தொடங்கும். இறுதியில் தண்ணீரின் திசை அறிந்து வழி தேடி கடலில் போய் சேர்ந்து கொள்ளும்.

நான் எழுதிக்கொண்டே இருக்கிறேன். எங்கோ ஒரு வாசகர், என் எழுத்தை முற்றிலும் உணர்ந்தவர், காத்திருக்கிறார். என்னுடைய படைப்புகள் எப்படியோ வழி தேடி அவரிடம் போய்ச் சேர்ந்துவிடும். அப்படி நம்பிக்கை.

இந்த நூல் அந்த வாசகருக்கு; அந்த உலகத்துக்கு.

பொருளடக்கம்

முன்னுரை	11
மகாராஜாவின் ரயில் வண்டி	13
நாளை	23
தொடக்கம்	29
ஆயுள்	38
விருந்தாளி	46
மாற்று	55
அம்மாவின் பாவாடை	63
செங்கல்	70
கடன்	76
பூர்வீகம்	85
கறுப்பு அணில்	91
பட்டம்	101
ஐவேசு	106
எதிரி	114
ஐந்தாவது கதிரை	123
தில்லை அம்பலப் பிள்ளையார் கோவில்	132
கல்லறை	142
கொம்புளானா	149
ராகு காலம்	157
ஸ்ட்ரோபரி ஜாம் போத்தலும், அபிஸீனியன் பூனையும்	165

முன்னுரை

ஒரு வாசகருக்கு எழுத்தாளர் கீத் மில்லர் சொன்னது.

ஒரு முறை அவர் தன்னுடைய சிவப்பு வோக்ஸ்வாகன் காரை எடுத்துக்கொண்டு மிருகக்காட்சி சாலைக்குப் போனார். அங்கே வழக்கம் போல பலமணி நேரங்கள் யானைகளின் விளையாட்டை ரசிப்பதில் செலவழித்தார். திரும்பும்போது பார்த்தால் ஒரு யானை அவருடைய காரில் தவறுதலாக உட்கார்ந்துவிட்டது. காரின் முன்பக்கம் நெளிந்து போய்க் கிடந்தது. மானேஜர் ஓடிவந்து மன்னிப்புக் கேட்டார். 'இந்த யானை இப்படித்தான். சிவப்புக் காரைக் கண்டால் மேலே குந்திவிடும். நாங்கள் இன்சூரன்ஸ் செய்திருக்கிறோம். செலவு எவ்வளவு என்று அறிவியுங்கள், செக் அனுப்பிவைப்போம்.'

நல்ல காலமாக என்ஜின் காரின் பின்னால் இருந்தது. அவரும் சரி யென்று திரும்பும்போது நெடுஞ்சாலையில் ஒரு பெரும் விபத்தைக் கண்டார். அதைத் தாண்டிய சிறிது நேரத்தில் பொலீஸ் கார் ஒன்று அவரைத் துரத்திப் பிடித்தது. என்னவென்று விசாரித்தால் பொலீஸ்காரர் 'இன்னொரு காரை இடித்ததுமல்லாமல் தப்பித்து வேறு ஓடுகிறீரா?' என்றார். 'நான் எங்கே விபத்தில் மாட்டினேன்?'

'மாட்டவில்லையா? அப்ப இது என்ன?' என்று நெளிந்துபோன காரைச் சுட்டிக்காட்டினார்.

'அதுவா? அதுவா? அது யானை உட்கார்ந்து நெளிந்துவிட்டது.'

'அப்படியா?' என்று சிரித்துவிட்டு பொலீஸ்காரர், ' வாரும் பொலீஸ் ஸ்டேசனுக்கு' என்றாராம்.

கீத் மில்லர் சொல்கிறார், 'உண்மையான கதைகளை எழுதவேண் டாம், யாரும் நம்ப மாட்டார்கள். உண்மைத் தன்மையான கதைகளை எழுதுங்கள்.'

அப்படித்தான் இந்தக் கதைகளும். எல்லாமே உண்மையான சம்பவங் களை அடிப்படையாகக் கொண்டவை. ஆனால் கணிசமான அளவு கற்பனை வாசம் கலக்கப்பட்டவைதான். கீத் மில்லர் சொன்னதுபோல உண்மைச் சம்பவங்களை எழுதினால் யார் நம்பப்போகிறார்கள்?

நாலு வருடங்களாக எழுதிச் சேர்த்தவை இவை. கணையாழி, காலச்சுவடு, இந்தியா டுடே, ஆனந்த விகடன், சதங்கை, காலம், உயிர் நிழல், அம்மா, சொல் புதிது போன்ற இதழ்களில் வெளியானவை. ஆப்பிரிக்கா, கனடா, பொஸ்னியா, பிரான்ஸ், அமெரிக்கா, பாகிஸ்தான், இலங்கை என்ற உலக நாடுகளின் பின்னணியில் எழுதப்பட்டவை.

வார்த்தைகளே என் கதைகளுக்கு ஆரம்பம். ஒரு நடுநிசியில் அபூர்வ மான ஒரு வார்த்தை வந்து என்னைக் குழப்பிவிடும். அது என்னை வசீகரிக்கும்; சிந்திக்க வைக்கும்; பிறகு ஆட்கொள்ளும். அப்படித்தான் தொடக்கம்.

ஜீன் ஜெனே என்ற பிரபல பிரெஞ்சு எழுத்தாளர் சொல்கிறார்: 'வார்த்தை என்று ஒன்று இருந்தால் அது உபயோகப்படுத்தப்பட வேண்டும். அப்படி இல்லையென்றால் அது கண்டுபிடிக்கப்பட்டிருக்கக்

கூடாது; ஒரு வார்த்தை அரைகுறை வயதாக அழிய நேரிடுவது சோக மானது. உயர்ந்த கலைஞனின் பங்கு எந்த வார்த்தைக்கும் அதன் மதிப்பை உயர்த்துவதுதான்.'

சிலர் வேறு மாதிரி. எனக்குத் தெரிந்த ஒருவர் வித்தியாசமானவர். மைபடாத ஆறு தாள்களை எடுத்துக்கொண்டுபோய் மேசையில் குந்து வார். அப்படியே நிறுத்தாமல் எழுதிக்கொண்டு போவார். பேப்பர் முடியும் போது கதையும் முடிந்துவிடும். 'இது எப்படி?' என்று கேட்டால், 'கதையை அது தொடங்கும்போது ஆரம்பித்து, அது முடியும்போது முடித்துவிட வேண்டும்' என்பார். நானும் புரிந்ததுபோல தலையை ஆட்டுவேன்.

சிறுகதை படைப்பது அவ்வளவு இலகுவான காரியமா?

என்னுடைய நண்பர் ஒருவர் பிறமொழி எழுத்தாளர்கள் கடந்த ஐம்பது ஆண்டுகளில் படைத்த மிகச் சிறந்த கதைகளைத் தமிழில் மொழி பெயர்ப்பதில் ஈடுபட்டிருந்தார். அந்த முயற்சிக்கு உதவுவதற்காக நான் ஒரு 200 வெளிநாட்டுக் கதைகளைப் படிக்கவேண்டி வந்தது. இந்தக் கதைகள் உலகத்துச் சிறந்த எழுத்தாளர்களால் படைக்கப்பட்டு வாசகர் களாலும், விமர்சகர்களாலும் உன்னதமானவை என்று ஏற்றுக்கொள்ளப் பட்டவை. அந்த அற்புதமான குவியலில் இருந்து இருபது கதைகளை மாத்திரம் தெரிவு செய்யவேண்டிய கட்டாயம் எனக்கு.

அந்தத் தொகுப்பில் கதாசிரியர்களைப் பற்றிய குறிப்புகளையும், கதைகளின் பின்னணி பற்றிய ஆசிரியரின் உரைகளையும் பின்னிணைப் பாகக் கொடுத்திருந்தார்கள்.

அவற்றிலிருந்து எனக்கு இரண்டு உண்மைகள் புலப்பட்டன. ஒன்று, அந்தக் கதைகளை எழுதிய ஆசிரியர்களில் பெரும்பான்மையானவர்கள் சிருஷ்டி இலக்கியத்தைப் பாடமாக எடுத்தவர்கள், அதைக் கற்பித்தவர்கள், பட்டறைகளில் பங்கேற்றவர்கள். இரண்டு, எல்லோருமே அந்தக் கதைகளைப் பல மாதங்கள் செலவழித்து உருவாக்கியிருக்கிறார்கள். ஒருவராவது ஒரே அமர்வில் எழுதி முடிக்கவில்லை. ஜும்பா லாகிரி என்ற இளம் எழுத்தாளர், புலிட்ஸர் பரிசு பெற்றவர், தான் அந்தக் கதையைத் திட்டமிடுவதற்காகப் பல மணி நேரங்களை நூலகத்தில் செலவழித்ததாகச் சொல்கிறார். அதை முடிக்க அவருக்கு ஆறு மாத காலம் பிடித்ததாம். இன்னொரு எழுத்தாளர் ஹாஜின், 1999ம் ஆண்டின் National Book Award பெற்றவர், தனக்குக் குறிப்பிட்ட கதையை எழுதுவதற்கு ஒரு வருடகாலம் எடுத்ததாகக் கூறுகிறார்.

இவற்றைப் படித்தபோது எனக்கு மிகுந்த ஆசுவாசம் ஏற்பட்டது. இந்தத் தொகுப்பில் இருக்கும் ஒரு கதையாவது ஒரு மாதத்திற்கும் குறைவான நேரத்தில் எழுதப்படவில்லை. நாலு வருடத்து உழைப்பு இவ்வளவு சொற்பமாக இருப்பதன் காரணம் ஆமை வேகத்தில் செயல்பட்ட என் படைப்பு முயற்சிகள்தான். வேகத்தில் என்ன சாதனை? தரம் தான் முக்கியம். அதை வாசகர்கள்தான் தீர்மானிக்க வேண்டும்.

இதைப் புத்தகமாக கொண்டுவர உற்சாகப்படுத்திய என் நண்பர் களை நினைத்துப் பார்க்கிறேன். மிகச்சிறப்பாக வெளியிடும் காலச் சுவடு பதிப்பகத்தாருக்கு என் நன்றி. நடு இரவுகளில் நான் நடாத்திய ஆரவாரங்களைப் பொறுமையுடன் சகித்த என் அன்பு மனைவியை மறக்க முடியாது.

19 நவம்பர் 2001 பிரியமுடன்

அ. முத்துலிங்கம்

மகாராஜாவின் ரயில் வண்டி

ஒரு விபத்து போலத்தான் அது நடந்தது.

செல்வநாயகம் மாஸ்ரர் வீட்டில் தங்கவேண்டிய நான் ஒரு சிறு அசௌகரியம் காரணமாக இப்படி ஜோர்ஜ் மாஸ்ரர் வீட்டில் தங்க நேரிட்டது. எனக்கு அவரை முன்பின் தெரியாது. அந்த இரண்டு இரவுகளும் ஒரு பகலும் எனது வாழ்க்கையில் மிகவும் முக்கியமான வையாக மாறும். எனது பதினாலு வயது வாழ்க்கையில் நான் கண்டிராத, கேட்டிராத சில விஷயங்கள் எனக்குப் புலப்படும். இன்னும் சில அதிர்ச்சிகளுக்கும் நான் தயாராக நேரிடும்.

ஜோர்ஜ் மாஸ்ரர் பூர்வீகத்தில் கேரளாவில் இருந்து வந்தவர். அவர் கழுத்தினால் மட்டுமே கழற்றக்கூடிய, மூன்று பொத்தான் வைத்த, முழங்கை முட்டும் சட்டையை அணிந்திருந்தார். அவருடைய முகம் பள்ளி ஆசிரியருக்கு ஏற்றதாக இல்லை. வாய்க் கோடு மேலே வளைந்து எப்போதும் சிரிக்க ஆரம்பித்தவர் போலவே காட்சியளித்தார்.

மிஸஸ் ஜோர்ஜை பார்த்தவுடன் கண்டிப்பானவர் என்பது தெரிந்துவிடும். பொட்டு இடாத நெற்றி கடும் வெள்ளையாக இருந்தது. யௌவனத்தில் இருந்து பாதி தூரம்வரை வந்திருந்தாலும் அவருடைய கண்கள் மூக்குக்குக் கீழே தென்படுவதைப் பார்த்துப் பழக்கப் படாதவை. கறுப்புக் கரை வைத்த வெள்ளை சேலை அணிந்திருந்தார். சேலையின் ஒவ்வொரு மடிப்பும் கன கச்சிதமாக உரிய இடத்தை விட்டு நகராமல் அப்படியே நின்றது. நான் அங்கு போனபோது இருவரும் மகளை எதிர்பார்த்துக்கொண்டு வாசலில் நின்றனர்.

மூன்று பெண்கள் தூரத்தில் வந்தார்கள். எல்லோரும் ஒரே மாதிரியான சீருடை போன்ற ஒன்றை அணிந்திருந் தார்கள். இருந்தும் அவர்களில் இந்தப் பெண் அவள் உயரத்தினால் நீண்ட தூரம் முன்பாகவே தெரிந்தாள். அவள் அசையும்போது இடைக்கிடை அவள் இடை தெரிந்தது; மீதி மறைந்தது. கிட்ட வந்தபோது அவள் கண்கள் தெரிந்தன. அவை அபூர்வமாக ஓர் இலுப்பைக்

கொட்டையைப் பிளந்ததுபோல இரு பக்கமும் கூராக இருந்தன. கழுத்திலோ காதிலோ வேறு அங்கத்திலோ ஒருவித நகையுமில்லை. ஆனால் மூக்கிற்குக் கீழே, மேல் உதட்டில் ஒரு மரு இருந்தது. இது அவள் உதடுகள் அசையும்போதெல்லாம் அசைந்து எங்கள் பார்வையை அவள் பக்கம் திருப்பியது. அப்படியே அவள் உடம்பை அவதானிக்கும் ஆர்வத்தையும் கூட்டியது. இது ஒரு நூதனமான தந்திரமாகவே எனக்குப்பட்டது.

ரொஸலின் என்று அவளை எனக்கு அறிமுகப்படுத்தினார்கள். அலுப்பாக, கண்களை நிமிர்த்திப் பார்த்தாள். அந்த முகம் பதின் மூன்று வயதாக இருந்தது. ஆனால் உடல் அதை ஒத்துக்கொள்ளாமல் இன்னும் அதிக வயதுக்கு ஆசைப்பட்டது.

என்னுடைய முதலாவது அதிர்ச்சி அந்த வீடுதான். அது எனக்குப் பரிச்சயமற்ற பெரும் வசதிகள் கொண்டது. என்னிலும் உயரமான ஒரு மணிக்கூடு ஒவ்வொரு மணிக்கும் அந்த தானத்தை ஞாபகம் வைத்து அடித்தது. விட்டுவிட்டு சத்தம் போடும், நான் முன்பு தொட்டு அறியாத ஒரு குளிர்பெட்டி இருந்தது. தொங்கும் சங்கிலியைப் பிடித்து இழுத்தால் பெரும் சத்தத்தோடு தண்ணீர் பாய்ந்து வரும் கழிவறை இருந்தது. வாழ்நாள் முழுக்க பராமரித்தாலும் ஒரு பூ பூக்காத செடிகளைத் தொட்டிகளில் வைத்து வளர்த்தார்கள்.

எனக்கு ஒதுக்கப்பட்ட அறை அவசரமாகத் தயாரிக்கப்பட்டது. அலுமாரியும் மேசையும் ஒரு பக்கத்தை அடைத்தன. நிறையப் புத்தகங்களும் வெற்றுப் பெட்டிகளும் ஒன்றன்மேல் ஒன்றாக அடுக்கி வைக்கப்பட்டிருந்தன. அலுமாரிக்குள் அனுமதி கிடைக்காத உடுப்பு கள் வெளியே காத்திருந்தன. படுக்கையில் மடிப்பு கலையாத வெள்ளை விரிப்பும், அநீதியாக இரண்டு தலையணைகளும் கிடந்தன. அந்த அறையைத் தொட்டுக்கொண்டு மூன்று கதவுகள் கொண்ட ஒரு குளியலறை இருந்தது. மூன்று பேர் மூன்று வாசல்கள் வழியாக அதற்குள் வரமுடியும். ஆனபடியால் மிகக் கவனமாக உள் பூட்டுகளைப் போடவும், பிறகு ஞாபகமாகத் திறக்கவும் தெரிந்திருக்க வேண்டும். குளியல் தொட்டி வெள்ளை நிறத்தில் இருந்து பழுப்பு நிறமாக மாறுகிறதா அல்லது பழுப்பு நிறத்தில் இருந்து வெள்ளை நிறமாக மாறுகிறதா என்பதைச் சொல்ல முடியவில்லை. அதில் நீண்டமுடி ஒன்று தண்ணீரில் நனைந்து நெளிந்துபோய் கிடந்தது. இன்னும் பல பெண் சின்னங்களும், அந்தரங்க உள்ளாடைகளும் ஒளிவில் லாமல் தொங்கின.

இரண்டாவது அதிர்ச்சி முத்தம் கொடுக்கும் காட்சி. அந்தப் பெண் அடிக்கடி முத்தம் கொடுத்தாள். சும்மா போகிற தாயை இழுத்து அவள் கன்னத்திலே முத்தம் பதித்துவிட்டுப் போனாள். சிலவேளை பின்னுக்கிருந்து வந்து அவளைக் கட்டிப் பிடித்து ஆச்சரியப்பட வைத்தாள். சிலமுறை கன்னத்தில் தந்தாள்; சிலமுறை நெற்றியில் கொடுத்தாள். தாயும் அப்படியே செய்தாள். சில நேரங் களில் அப்படிக் கொடுக்கும்போது என்னைச் சாய்வான கண்களால்

பார்த்தாள். அந்த சமயங்களில் நான் என்ன செய்ய வேண்டுமென்பது எனக்குத் தெரியவில்லை.

நான் முதல் முறையாக அந்நியர் வீட்டிலே தங்கியிருந்தேன். அதிலும் அவர்கள் கத்தோலிக்கர்கள். அவர்கள் பழக்கவழக்கங்கள் அப்படியாயிருக்கலாம் என்று யோசித்தேன். ஆனாலும் கூச்சமாக இருந்தது. என் கண்களை இது சாதாரணமான நிகழ்ச்சி என்று நினைக்கும் தோரணையில் வைக்கப் பழக்கிக்கொண்டேன்.

சாப்பாடு மேசையில் பரிமாறப்பட்டதும் நான் அவசரமாகக் கையை வைத்துவிட்டேன். பிறகு பிரார்த்தனை தொடங்கியபோது அதை இழுத்துக்கொண்டேன். கடைசியில் 'ஆமென்' என்று சொன்ன போது நான் கலந்துகொள்ளத் தவறிவிட்டேன். அதற்கு இந்தப் பெண் என்னை ஒரு மாதிரியாகப் பார்த்தாள்.

அன்று இரவு நடந்ததும் விநோதமான சம்பவமே. பழக்கப்படாத அறை; பழக்கப்படாத கட்டில், பழக்கப்படாத ஒலிகள். வெகு நேரமாக நித்திரை வரவில்லை.

மெல்ல என்னுடைய கதவு திறக்கும் ஒலி. ஒரு மெழுகுவர்த்தியைப் பிடித்தபடி இந்தப் பெண் மெள்ள நடந்து வந்தாள். வந்தவள் என் பக்கம் திரும்பிப் பாராமல் நேராகப் பெட்டிகள் அடுக்கி வைத்திருக்கும் திசையில் போய் நின்றுகொண்டு அமெரிக்காவின் சுதந்திரச் சிலை போல மெழுகுத்திரியை உயர்த்திப் பிடித்தாள். நான் திடீரென்று எழுந்து உட்கார்ந்தேன்.

'பயந்திட்டியா?' இதுதான் அவள் என்னுடன் பேசிய முதல் வார்த்தை. நானும் அவள் பக்கத்தில் நின்று என்னவென்று பார்த்தேன். அந்த மரப்பெட்டிக்குள் ஐந்து பூனைக்குட்டிகள் ஒன்றன்மேல் ஒன்றாக மெத்துமெத்தென்று கண்களை மூடிக் கிடந்தன. ஒவ்வொன்றாகக் கையிலே எடுத்துப் பூங்கொத்தை ஆராய்வதுபோல பார்த்தாள். அவள் கைச்சூடு ஆறும் முன்பு நானும் தொட்டுப் பார்த்தேன். புது அனுபவமாக இருந்தது.

'மூன்று நாட்கள் முன்புதான் குட்டிபோட்டது. இரண்டு இடம் மாறிவிட்டது. தாய்ப் பூனை இந்த ஜன்னல் வழியாக வரும், போகும். பார்த்துக்கொள்' என்றாள். அதற்கு நான் மறுமொழி சொல்லவில்லை. காரணம் நான் அப்போது அவளுடைய முதலாவது கேள்விக்கு எழுத்துக்கூட்டிப் பதில் தயாரித்துக்கொண்டிருந்ததுதான்.

சற்று நேரம என்னையே பார்த்துக்கொண்டு நின்றவள், எனக்கு மிகவும் பரிச்சயமானவள்போல ரகஸ்யக் குரலில், 'இந்தப் பூனை குட்டியாக இருந்தபோது ஆணாக இருந்தது. திடீரென்று ஒரு நாள் பெண்ணாக மாறிக் குட்டி போட்டுவிட்டது' என்றாள். பிறகு இன்னும் குரலை இறக்கி, 'இந்தக் கறுப்புக் குட்டிக்கு மாத்திரம் நான் பெயர் வைத்துவிட்டேன். அரிஸ்டோட்டல்' என்றாள்.

'ஏன் அரிஸ்டோட்டல்?'

'பார்ப்பதற்கு அப்படியே அரிஸ்டோட்டல் போலவே இருக்கிறது. இல்லையா?'

இவ்வளவுக்கும் அவள் என் பக்கத்தில் நெருக்கமாக நின்றாள். அவளுடைய துயில் உடைகள் சிறு ஒளியில் மெல்லிய இழை கொண்டதாக மாறியிருந்தன. கேசம் வெப்பத்தைக் கொடுத்தது. அவளிலே இருந்து வந்த இரவு வாசனை முற்றிலும் புதியதாக இருந்தது. என் விரல்கள் அவளுடைய அங்கங்களின் எந்த ஒரு பகுதியையும் சுலபமாகத் தொடக்கூடிய தொலைவில் இருந்தன. ஆள்காட்டி விரலை எடுத்துத் தன் வாயில் சிலுவைபோல வைத்து சைகை காட்டியபடி மெதுவாக நகர்ந்து கதவைத் திறந்து போனாள். அவள் போன திசையில் கழுத்தை மடித்து வைத்துப் படுத்தபடி கனநேரம் காத்திருந்தேன்.

காலை உணவு வெகு அவசரத்தில் நடந்தது. அவர்கள் எல்லோரும் மிக நேர்த்தியாக உடுத்தியிருந்தார்கள். மிஸஸ் ஜோர்ஜிடம் இருந்து ஒரு மெல்லிய மயக்கும் வாசனைத் திரவிய நெடி வந்தது. இரவு ஒன்றுமே நடக்காததுபோல ஒரு பூனையாகவே மாறிப்போய் ரொஸலின் உட்கார்ந்திருந்தாள். மயில் தோகை போன்ற உடையும், கறுப்பு காலணியும், நீண்ட வெள்ளை சொக்ஸ"ம் அணிந்திருந்தாள்.

அவள் வேண்டுமென்றே சாவதானமாக உணவருந்தினாள். மேசையில் நாம் இருவருமே மிஞ்சினோம். ஒருவருமில்லாத அந்தச் சமயத்திற்குக் காத்திருந்தவள்போல திடீரென்று என் பக்கம் திரும்பி, ரகஸ்யத்திற்காக வரவழைத்த குரலில், 'என் அப்பாவிடம் ஒரு ரயில் வண்டி இருக்கிறது' என்றாள்.

'ரயில் வண்டியா?' என்றேன்.

'ரயில் வண்டிதான். பதினாலு பெட்டிகள்.'

'பதினாலு பெட்டிகளா?'

'இதுதான் திருவனந்தபுரத்துக்கும் கன்னியாகுமரிக்கும் இடையில் ஓடும் ரயில் வண்டி. காலையில் ஆறுமணிக்குப் புறப்பட்டு மறுபடியும் இரவு திரும்பி வந்துவிடும்.'

'ரயில் வண்டியை ஏன் உங்க அப்பா வாங்கினார்?'

'வாங்கவில்லை, ஸ்டுபிட். திருவனந்தபுரம் மகாராஜா இந்த லைனை என்னுடைய தாத்தாவுக்கு அவருடைய சேவையை மெச்சி பரிசாகக் கொடுத்தாராம். அவருக்குப் பிறகு அப்பாவுக்குக் கிடைத்தது. அவருக்குப் பிறகு அது எனக்குத்தான்.'

அவளுக்குப் பிறகு அது யாருக்குச் சொந்தமாகும் என்று தீர்மானமாவதற்கிடையில் ஜோர்ஜ் மாஸ்ரர் திரும்பிவிட்டார். அப்படியே அவசரமாக எல்லோரும் மாதா கோயிலுக்குப் புறப்பட்டதில் அந்த சம்பாஷணை தொடர முடியாமல் அந்தரத்தில் நின்றது.

ஒரு பதினாலு வயதுப் பையன் எவ்வளவு நேரத்துக்குத் தனக்கு ஒதுக்கப்பட்ட அறைக்குள் அடைந்துகொண்டு வாசிக்க ஒன்றுமில்லாமல் டேவிஸ் என்ற ஆங்கிலேயர் எழுதிய Heat புத்தகத்தைப் படித்துக் கொண்டிருக்க முடியும். அவர்கள் திரும்பி வந்த சத்தம் கேட்டு வெகு நேரமாகிவிட்டது. துணிவை வரவழைத்துக்கொண்டு மெதுவாக என் அறைக் கதவை நீக்கி எட்டிப் பார்த்தேன். ஒருவருமில்லை.

வெளி வராந்தாவுக்கு நான் வந்தபோது அடியில் ஈரமான ஒரு நீளமான கடதாசிப் பைக்குள் அவள் கையை நுழைத்து ஏதோ ஒன்றை எடுத்து வாய்க்குள் போட்டு மென்றுகொண்டிருந்தாள். அவளுடைய கை புற்றுக்குள் பாம்பு நுழைவதுபோல உள்ளே போவதும் வருவதுமாக இருந்தது. பெயர் தெரியாத உருண்டையான ஒன்று அவள் வாய்க்குள் விழுந்தது.

பையை என்னிடம் நீட்டினாள். அவள் முடிச்சு மணிக்கட்டு என் முகத்துக்கு நேராக வழுவழுவென்று இருந்தது. அநாமதேயமான உணவுப் பண்டங்களை நான் உண்பதில்லை. வேண்டாம் என்று தலை அசைத்தேன். ஐஸ் கட்டி வேணுமா என்று திடீரென்று கேட்டாள். என் பதிலுக்குக் காத்திராமல் தானாகவே சென்று குளிர் பெட்டிக் கதவைத் திறந்து ஆகாய நீலத்தில் சிறு சிறு சதுரங்கள் கொண்ட ஒரு பிளாஸ்டிக் பெட்டியைத் தூக்கிக்கொண்டு வந்தாள். வில்லை வளைப்பதுபோல அதை வளைத்தபோது ஐஸ்கட்டிகள் விடுபட்டு துள்ளி மேலே பாய்ந்தன. அவள் அவற்றை ஒவ்வொன்றாகப் பிடித்து வாயிலே போட்டாள். தன் கையினால் ஏந்தி தண்ணீர் சொட்ட எனக்கும் ஒன்று தந்தாள். பிறகு நறுக்கென்று கடித்தாள்.

திரும்பி இரண்டு பக்கமும் பார்த்து, குளிர்பெட்டி கேட்காத தூரத்தில் இருக்கிறது என்பதை நிச்சயித்துக்கொண்டு, மெதுவாகப் பேசினாள். ‘இந்த தண்ணி கேரளாவில் இருந்து வந்தது. அரை மணியில் ஐஸ் கட்டி போட்டு விடும். இங்கே இருக்கிற தண்ணி சரியான ஸ்லோ. இரண்டு நாள் எடுக்கும்’ என்றாள்.

நானும் அவளைப் போல நறுக்கென்று கடித்தேன். பற்கள் எல்லாம் கூசி சிரசில் அடித்தன. தண்ணீர் பல் நீக்கலால் வழிந்து வெளியே வந்தது. என்னையே சிரிப்பாகப் பார்த்துக்கொண்டிருந்தவள், ‘உனக்கு ஐஸ் கட்டி சாப்பிட வராது’ என்றாள்.

அவளைப் பார்த்தேன். ஓர் ஆணைப்போல ஆடை தரித்திருந்தாள். சரி நடுவில் தைத்து வைத்த கால் சட்டை போன்ற பாவாடை. அவள் மேலாடை இரண்டு நாடாக்கள் வைத்துப் பொருத்தப்பட்டு, தோள்களையும், கழுத்துக் குழிகளையும் மறைப்பதற்கு முயற்சி எடுக்காததாக இருந்தது. அவளுடைய தோள் எலும்புகள் இரண்டு பக்கமும் குத்திக்கொண்டு நின்றன.

அப்பொழுது பார்த்து ஜிவ்வென்று இலையான் ஒன்று பறந்து வந்து அவளையே சுற்றியது. தானாகவே பிரகாசம் வீசும் பச்சை

இலையான். உருண்டைக் கண்கள். தோள் மூட்டில் இருக்க முயற்சித்த போது உதறினாள். நான் பொறுக்க முடியாமல் கையை வீசினேன். நட்டுவைத்த கத்தி போன்ற தோள்மூட்டில் கை பட்டதும் தராசு போல அது ஒரு பக்கம் கீழே போனது.

மறுபடியும், மிகக்கூர்மையான கண்கள் மட்டுமே கண்டுபிடிக்கக் கூடிய உள் வளைந்த அவளுடைய முழங்கால்களில் அது போய் இருந்தது. நான் மீண்டும் கையை ஓங்கியதும் சிரிக்கத் தொடங்கினாள். சுற்று முடிவடையாத சக்கரம்போல அது நீண்டுகொண்டே போனது. மனது பொங்க நானும் சிரித்தேன். அந்தக் கணம் கடவுள் எப்படியும் அதற்கு ஒரு தடை கொண்டுவந்துவிடுவார் என்று எனக்குப் பயம் பிடித்தது. அப்படியே நடந்தது. வேலைக்காரப் பெண் வந்து அம்மா கூப்பிடுவதாக அறிவித்தாள்.

அந்த ஞாயிறு நாலு மணிக்கு நடந்த தேநீர் வைபவமும் மறக்கமுடியாதது. பெரிய ஆலாபனையுடன் இது வெளித்தோட்டத்தில் ஆரம்பமானது. மஞ்சளும் பச்சையும் கலந்த பெரிய பழங்களைத் தாங்கி நின்ற ஒரு பப்பாளி மரத்தின் கீழ் இது நடந்தது. தூரத்தில் இரண்டு பனை மரங்களில் கட்டிய நீளமான மூங்கில்களில் இருந்து வயர் இறங்கி வந்து ஜோர்ஜ் மாஸ்ரருடைய பிரத்தியேகமான வாசிப்பு அறை ரேடியோவுக்குப் போனது.

மிஸஸ் ஜோர்ஜ் எல்லோருக்கும் அளவாகத் தேநீரைக் கோப்பைகளில் ஊற்றித் தந்தார். மெல்லிய சீனி தூவிய நீள்சதுர பிஸ்கட்டுகள், ஒரு பீங்கான் தட்டில் வைத்து வழங்கப்பட்டன. அவை கடித்த உடன் கரைந்துபோகும் தன்மையாக இருந்தன.

திடீரென்று ஜோர்ஜ் மாஸ்ரர் மகளைப் பார்த்து கிதார் வாசிக்கும்படிப் பணித்தார். ‘ஓ, டாடி’ என்று அவள் அலுத்துவிட்டு, அதைத் தூக்கிவந்தாள். கால்மேல் கால் போட்டு கிடங்குபோல பதிந்து கிடக்கும் பிரம்பு நாற்காலியில் அசௌகரியம் தோன்ற உட்கார்ந்து, கிதாரை மீட்டிக்கொண்டு பாடினாள். அவளுடைய ஸ்கர்ட் மேற்பக்கமாக நகர்ந்து சூரியன் படாமல் காப்பாற்றப்பட்ட உள் தொடையின் வெள்ளையான பாகத்தை கண் பார்வைக்குக் கொண்டுவந்தது. ‘என் கண்களில் நட்சத்திரம் விழ அனுமதிக்காதே’ என்று தொடங்கியது அந்த நீண்ட பாடல். Love blooms at night, in day light it dies *(காதல் இரவில் மலர்கிறது; பகலில் மடிந்துவிடுகிறது)* என்ற வரிகள் எனக்காகச் சேர்க்கப்பட்டதுபோல தோன்றின. இசைக்கு முற்றிலும் பொருத்தமில்லாத ஒரு புறாவின் குரலில் அவள் பாடியது ஒரு வித தடையையும் காணாமல் நேராக என் மனதில் போய் இறங்கியது.

இப்படி ஓர் அந்நியோன்யமான குடும்பத்தை நான் என் வாழ்நாளில் கண்டதில்லை. மிஸஸ் ஜோர்ஜ் குறுக்கே போட்ட தாவணியைப் பனை ஓலை விசிறி மடிப்பு போல அடுக்கி தோள்பட்டையில் ஒரு வெள்ளி புரூச்சினால் குத்தியிருந்தார். ரொஸலினுடைய

கண்கள் முன்பு பார்த்ததிலும் பார்க்க நீளமாகத் தெரிந்தன. முகத்தில் இன்னும் பிரகாசம் கூடியிருந்தது. ஜோர்ஜ் மாஸ்ரர் கைகளை உரசியபடி எதிர் வரப்போகும் நல்ல உணவுகளைப் பற்றிய சிந்தனையில் உற்சாகமாகப் பேசினார். அவர்கள் செய்ததைப் போல நானும் உணவு மேசையைச் சுற்றி அமர்ந்துகொண்டேன். 'ஜெபம் செய்வோம்' என்று அவர் ஆரம்பித்தார்.

'எங்கள் ஆண்டவராகிய யேசு கிறிஸ்துவே, உமது அளவற்ற கிருபையினால் நேற்றையைப்போல இன்றும் எங்களுக்குக் கிடைத்த ரொட்டிக்காக இங்கு பிரசன்னமாயிருக்கும் நாங்கள் நன்றி செலுத்துகிறோம். அதேபோல இந்த ரொட்டிக்கு வழியில்லாதவர்களுக்கும் வழிகாட்டும். பாரம் இழுப்பவர்களுக்கு இளைப்பாறுதல் தருபவரே, எங்கள் பாரங்களை லேசானதாக்கும். எங்களுடன் இன்று சேர்ந்திருக்கும் சிறிய நண்பரை ரட்சிப்பீராக. அவர் எதிர்பார்ப்புகள் எல்லாம் சித்தியடையட்டும். உம்முடைய மகிமையை நாம் ஏறெடுத்துச்செல்ல ஆசீர்வதியும். ஆமென்.'

சரியான இடத்தில் நானும் 'ஆமென்' என்று சொன்னேன். முதன்முறையாக என்னையும் ஜெபத்தில் சேர்த்தது எனக்குப் பெரும் மகிழ்ச்சியைத் தந்தது. நான் ஆமென் சொன்னபோது குறும்பாகப் பார்த்துவிட்டு அவள் கண்களை இழுக்காமல் அந்த இடத்திலேயே வைத்துக்கொண்டாள்.

ஆனால் இப்படி அருமையாக ஆரம்பித்த இரவு மிக மோசமானதாக முடிந்தது.

சாப்பாட்டு மேசையைச் சுற்றி இருக்கும் நேரங்களில் சம்பாஷணை மிக முக்கியம். அது முழுக்க சுத்தமான ஆங்கிலத்திலேயே நடந்தது. ஒரு வார்த்தை தமிழோ, மலையாளமோ மருந்துக்கும் இல்லை. அவளோ ஆற்றிலும் வேகமாகக் கதைப்பாள். என்னுடையதோ இருட்டில் நடப்பதுபோல தயங்கித் தயங்கி வரும். ஆகவே வார்த்தை சிக்கனத்தைப் பேணவேண்டிய கட்டாயம் எனக்கு. அப்படியும் பேசும் பட்சத்தில் வார்த்தைகளுக்கு முன்பாக மூச்சுக்காற்றுகள் வந்து விழுந்தன.

இன்னுமொன்று. பீங்கான் தட்டையே பார்த்துக்கொண்டு சாப்பிடுவது இங்கே தடுக்கப்பட்டிருந்தது. சாப்பாட்டு வகைகள் மேசையில் பரவியிருந்தபடியால் 'இதைத் தயவுசெய்து பாஸ் பண்ணுங்கள்', 'அந்த ரொட்டியை இந்தப் பக்கம் நகர்த்துங்கள்' என்று சொல்லியபடியே சாப்பிடுவார்கள். இதுவும் எனக்குப் புதுமையே.

அவியல் என்ற புதுவிதமான பதார்த்தத்தின் சுவையில் நான் மூழ்கியிருந்தேன். அப்போது ஜோர்ஜ் மாஸ்ரர் ஏதோ ஆங்கிலத்தில் கேட்டார். அதற்கு அவள் சிறு குரலில் பதில் சொன்னாள். அந்த வார்த்தைகளின் முக்கியத்துவம் முன்பே தெரிந்திருக்காததால் நான் காதுகொடுத்துக் கவனிக்கத் தவறிவிட்டேன்.

திடீரென்று தட்டையான வெள்ளைக்கூரை அதிரும்படி ஜோர்ஜ் மாஸ்ரர் கத்தினார். நான் நடுங்கிவிட்டேன். கிளாஸில் தண்ணீர் நடனமாடியது. அவள் சற்று முன்பு குறும்பாக வீசிய கண்களைத் தாழ்த்தி, பிளேட்டைப் பார்த்தபடியே இருந்தாள். கண் ரப்பைகளில் ஒன்றிரண்டு முத்துக்கள் சேர்ந்து ஜொலித்தன.

மிஸஸ் ஜோர்ஜ் நிலைமையைச் சமாளிக்கக் கண்களால் சாடை காட்டிப் பார்த்தாள். முடியவில்லை. அப்படியும் ஜோர்ஜ் மாஸ்ரர் முகத்தில் கோபம் சீறியது. சாந்தம் வருவதற்குப் பல மணி நேரங்கள் எடுத்தன.

அன்றிரவு நான் வெகுநேரம் புரண்டுகொண்டிருந்தேன். காற்றின் சிறு அசைவுக்கும் கதவு திறக்கிறதா என்பதை உன்னிப்பாகக் கவனித்தேன். திறக்கவில்லை.

எப்படியோ அயர்ந்து பின்னிரவில் திடீரென்று விழிப்பு ஏற் பட்டது. கண்ணுக்கு இருட்டு இன்னும் பழக்கமாகவில்லை. காது களைக் கூர்மையாக வைத்துக்கொண்டேன். ஒரு கிசுகிசுப்பான பெண்குரல் 'கொஞ்சம் முயற்சி செய்யுங்கள், ப்ளீஸ்' என்றது. ஆண்குரல் ஏதோ முனகியது. மறுபடியும் நிசப்தம். சிறிது நேரம் கழித்து அதே பெண்குரல் 'சரி, விடுங்கள்' என்றது எரிச்சலுடன். பிறகு வெகு நேரம் காத்திருந்தும் ஒன்றும் கேட்கவில்லை.

சொன்னபடி அதிகாலையிலேயே செல்வநாயகம் மாஸ்ரர் வந்து விட்டார். பதிவு வேலைகளைச் சீக்கிரமாகவே கவனித்து எனக்கு செபரட்டினம் விடுதியில் இடம் பிடித்துத் தந்தார். எல்லோரும் அது சிறந்த விடுதி என்று ஒத்துக்கொண்டார்கள். எனக்கு ஒதுக்கப் பட்ட அறைக்கு இன்னும் இரண்டு மாணவர்கள் வருவார்கள் என்றார். உடனேயே ஒரு அந்நிய நாட்டு சைனியம்போல நான் எல்லைகளைப் பிடித்து வைத்துக்கொண்டேன்.

நான் பெட்டியை எடுக்க திரும்பவும் ஜோர்ஜ் மாஸ்ரர் வீட்டுக்குப் போனபோது அது திறந்திருந்தது. ஒரு வேலைக்காரப் பெண் வெளி மேடையில் ஒரு பெரிய மீனை வைத்து வெட்டிக்கொண்டிருந் தாள். அதன் கண்கள் பெரிதாக ஒரு பக்கமாகச் சாய்ந்து என்னையே பார்த்தன. ஆனால் அவள் என் பக்கம் திரும்பவில்லை.

என் அறைக்கதவு கொஞ்சம் நீக்கலாகத் திறந்திருந்தது. என்றாலும் நான் அங்கே பழகிக்கொண்ட முறையில் ஆள்காட்டி விரலை மடித்து டக்டக் என்று இருமுறை தட்டிவிட்டு உள்ளே நுழைந்தேன். படுக்கை அப்படியே கிடந்தது. என்னுடைய பெட்டியும் புத்தகப் பையும் வைத்த இடத்திலேயே இருந்தன. அவற்றைத் தூக்கிய பிறகு இன்னொருமுறை அறையைச் சுற்றிப் பார்த்தேன். என் வாழ்நாளில் இனிமேல் எனக்கு இங்கே வரும் சந்தர்ப்பம் கிடைக்காது என்பது தெரிந்தது.

திடீரென்று ஒரு ஞாபகம் வந்து மரப்பெட்டியை எட்டிப் பார்த்தேன். நாலு குட்டிகளே இருந்தன. தாய்ப் பூனை மறுபடியும் குட்டிகளைக் காவத் தொடங்கிவிட்டது. கறுப்புக் குட்டி போய் விட்டது. மற்ற நாலும் தங்கள் முறைக்காகக் காத்திருந்தன. அவை மெத்தென்றும், வெதுவெதுப்புடனும் இருந்தன. ரொ–ஸ–லி–ன் என்று சொல்லியபடியே ஒவ்வொரு அட்சரத்துக்கும் ஒரு குட்டியைத் தொட்டு வைத்தேன்.

திரும்பும் வழியிலே அவள் பேசிய முதல் வார்த்தை ஞாபகம் வந்தது. 'பயந்திட்டியா?' எப்படி யோசித்தும் கடைசி வார்த்தை நினைவுக்கு வர மறுத்தது.

மழைவிட்ட பிறகும் மரத்தின் இலைகள் தலைமேலே விழுந்து கொண்டிருந்தன. பிரம்மாண்டமான தூண்களைக் கட்டி எழுப்பிய அந்தப் பள்ளிக்கூடத்திலும், அதைச் சுற்றியிருந்த கிராமங்களிலும், அதற்கப்பால் இருந்த நகரங்களிலும் வாழும் அவ்வளவு சனங்களிலும் எனக்கு, என் ஒருவனுக்கு மட்டுமே அந்தக் கறுப்புப் பூனைக்குட்டியின் பெயர் அரிஸ்டோட்டல் என்பது தெரியும். அந்த எண்ணம் மகிழ்ச்சியைத் தந்தது.

அவளைப்பற்றி அறியும் ஆசையிருந்தது. ஆனால் எனக்கிருந்த கூச்சத்தினால் நான் ஒருவரிடமும் விசாரிக்கவில்லை. யாரிடம் கேட்பது என்பதையும் அறியேன். நான் மிகவும் சிரமப்பட்டு இடம்பிடித்த யாழ்ப்பாணம் அமெரிக்கன் மிஸன் பள்ளிக்கூடத்தில் அவள் படிக்கவில்லை என்பதை விரைவில் கண்டுபிடித்துவிட்டேன். ரொஸலின் என்ற அவளுடைய அற்புதமான பெயரை Rosalin என்று எழுதுவதா அல்லது Rosalyn என்று எழுதுவதா என்ற மிகச் சாதாரண விஷயத்தைக்கூட நான் அறியத் தவறிவிட்டேன்.

வெகு காலம் சென்று அவள் கேரளாவில் இருந்து கோடை விடுமுறையைக் கழிக்க வந்திருந்தாள் என்றும், பிறகு படிப்பைத் தொடருவதற்குத் திரும்பப் போய்விட்டாள் என்றும் ஊகித்துக் கொண்டேன். வழக்கம்போல மிகவும் பிந்தியே இந்த ஊகத்தையும் செய்தேன்.

நான் புதிதாகச் சேர்ந்த அந்தப் பள்ளிக்கூடத்தில் வேதியியல் ஆசிரியன் வில்லியம்ஸின் கொடுங்கோலாட்சி நடந்துகொண்டிருந்தது. மெண்டலேவ் என்ற ரஸ்யன் செய்த சதியில் நாங்கள் தனிமங்களின் பட்டியலை மனப்பாடம் செய்யவேண்டும் எனறு அடம்பிடித்தான். அப்பொழுது 112 தனிமங்கள் இல்லை; 92 தான். இருந்தும் அவற்றை என்னால் மனனம் செய்ய முடியவில்லை. எடையில் குறைந்தது ஹைட்ரஜின் என்பதோ, கூடியது யூரேனியம் என்பதோ ஞாபகத்தில் இருந்து வழுக்கியபடியே இருந்தது. முன்பாகவே பேர் வைத்து பின்னால் கண்டுபிடிக்கப்பட்டது ஜெர்மேனியம் என்பது என் நினைவுக்கு வர மறுத்தது. இப்படி இரண்டு வருடங்கள் அவன்

முழு அதிருப்தியாளனாகவே இருந்தான். இரக்கப்பட்டோ, அல்லது பெருந்தன்மையாக மறந்தோ எனக்கு E-க்கு மேலான ஒரு மதிப் பெண்ணை இவன் தர முயற்சிக்கவில்லை. இந்தக் கொடுமைகளின் உச்சத்தினால் இரண்டொருமுறை நான் படுக்கமுன் ரொஸலினை நினைக்காமல் இருந்ததுகூட உண்டு.

இது நடந்து மிகப் பல வருடங்கள் ஓடிவிட்டன. பல தேசங்கள் சுற்றிவிட்டேன். பல வரைபடங்களைப் பாடமாக்கினேன். பல முகங்களை ரசித்தேன். பல காற்றுக்களை சுவாசித்தேன். பல கதவுகளைத் திறந்தேன்.

ஆனாலும் சில சமயங்களில் கடித்தவுடன் கரையும், மெல்லிய சீனி தூவி மொரமொரவென்று ருசிக்கும், ஒன்பது சிறு துளைகள் கொண்ட நீள்சதுர பிஸ்கட்டை சாப்பிடும்போது ஒரு கித்தாரின் மணம் வருவதை என்னால் தவிர்க்க முடியாமல் இருக்கிறது.

நாளை

அந்த இடம் ஒரு கணத்தில் பரபரப்பானது. 'எழுந்திரு, எழுந்திரு' என்று பெரியவன் அவசரப்படுத்தினான். சின்னவன் சோர்வினால் கண்ணயர்ந்திருந்தான். அவனை அந்நிலையில் விட்டுவிட்டு ஓடுவதற்கு இவனுக்கு மனம் வரவில்லை.

தூரத்தில் வாகனங்கள் நிரையாக வருவதாக ஒருவன் கூறினான். அவனை நெருக்கி விசாரித்தபோது அவன் தான் பார்க்கவில்லையென்றும் இன்னொருத்தன்தான் பார்த்ததாகவும் சொன்னான். சனங்கள் ஒவ்வொரு திசையில் ஓட ஆரம்பித்தனர். தங்களுக்கு வேண்டிய மாதிரி வரிசை செய்து நின்றார்கள்; பிறகு ஆர்வமிழந்து வரிசையைக் குலைத்தார்கள்.

மறுபடியும் குரல் எழும்பியது. யார் முதலில் கண்டது? உண்மையில் வாகனங்கள் வருகின்றனவா? பொய் சொல்லுவதற்கு இது நல்ல சமயமல்ல! எந்த திசையில் இருந்து வாகனங்கள் வருகின்றன? நன்றாகப் பார்த்துச் சொல்லுங்கள்.

அந்த தொக்கையான மனுஷி நாலு பிள்ளையையும் இழுத்துக்கொண்டு முன்னேறினாள். அவள் கைகளில் பெரிய பாத்திரங்கள் இருந்தன. அவள் எல்லாவற்றையும் முன்கூட்டியே யோசித்துப் போதிய ஏற்பாடுகளுடன் வந்திருந்தாள்.

பெரிய பட்டாளம் போனதுபோல அவள் போன பின் பின்னால் நல்ல இடைவெளி தோன்றியது. அந்த இடைவெளியை நோக்கி ஓடுமுன் அது விரைவில் மூடிக்கொண்டது.

அப்போது ஹெலிகொப்டர்கள் சுழன்று சுழன்று பறந்தன. அவற்றிலே பொருத்தியிருந்த துப்பாக்கிகள் மௌனமாக அசைந்தன. காற்றாடி சுழலும்போது 'சாவு, சாவு' என்று சொல்வது போலத் தோன்றியது. பெரியவன் தன் பெற்றோரை ஒரு கணம் நினைத்துக் கொண்டான். இப்பொழுது எல்லோருக்கும் வாகனங்கள் வந்துவிட்டன என்பது நிச்சயமாகத் தெரிந்தது.

அவன் அணிந்திருந்த தொளதொள ஓவர்கோட்டைப் பற்றியபடி சின்னவன் ஓடினான். எங்கே அவன் தன்னைவிட்டுப் போய்விடுவானோ என்ற பயம் அவன் முகத்தில் தெரிந்தது. அவன் மூக்குக்குக் கீழே சளி காய்ந்துபோய் இருந்தது. அது மூன்று நாளாக அவன் சருமத்துடன் ஒட்டிக்கொண்டுவிட்டது.

பெரியவன் கையிலே ஒரு நெளிந்துபோன டின் இருந்தது. அதை அவன் கெட்டியாகப் பிடித்திருந்தான். டின்னிலிருந்த ஓட்டைகளையும் அவன் அடைத்திருந்தான். அவனுக்கு வயது பதினொன்றுக்கு மேலே இருக்காது. சின்னவனுக்கு ஆறு வயது சொல்லலாம். அந்த இரண்டு சிறுவர்களும் ஜனக்கூட்டத்தில் பெரிய அலையில் எத்துண்ட இரண்டு சிறிய இலைகள்போல அங்குமிங்கும் தத்தளித்தார்கள்.

கடைசியில் பெரிய தடித்த உருவம் ஒன்று வந்தது. கீழோரிடம் அதிகாரம் செய்து பழக்கப்பட்ட முகம். கறுப்பு நிறத்தில் அளவுக்கதிகமான ஓவர்கோட், பெல்ட், தொப்பியுடன் அவன் இருந்தான். கையிலே சிறு தடியை வைத்து உருட்டிக்கொண்டிருந்தான். தடித்த குரலில் அடிக்கடி ஏதோ கூறினான். அவன் என்ன சொன்னான் என்பது புரியவில்லை. ஆனால் அந்தப் பெரிய கூட்டம் அவனுடைய சொல்லுக்குக் கட்டுப்பட்டது.

இருந்தாற்போல ஒரு சன வெள்ளம் வந்து அடித்தது. அந்த அலையில் பெரியவன் தன் கைப்பிடியைச் சிறிது தளர்த்திவிட்டான். சனக்கூட்டம் தள்ளிக்கொண்டே போனது. சின்னவன் ‘அண்ணா, அண்ணா’ என்று கத்தும் சத்தம் கேட்டும் அவனால் திரும்ப முடியவில்லை. சனத்திரள் அப்படியே அவனை இழுத்துக்கொண்டு போய்விட்டது. இப்பொழுது சின்னவனுடைய அலறல் அவனுக்குக் கேட்கவில்லை.

சின்னவன் அதே இடத்தில் நிற்காமல் அழுதபடியே அண்ணனைத் தேடி ஓடினான். இருவரும் இப்படி தேடிக்கொண்டே எதிர்த் திசையில் சென்றார்கள். அப்பொழுது ஓர் அதிகாரி வந்து இவனுடைய கையைப் பிடித்து இழுத்து ஒரு கூடாரத்தின் முன்பு நிறுத்தினார். இவன் அங்கேயே அழுதபடி ஓர் அரை மணிநேரம் காத்திருந்தான்.

இறுதியில் அந்த அதிகாரி அவன் அண்ணனுடன் வந்தார். இவன் ஓடிப்போய் அண்ணனைக் கட்டிக்கொண்டான். அவன் தலைமயிரை இழுத்துக் கொஞ்சினான். தலையிலே சன்னம் பட்ட தழும்பு தெரிந்தது. அதில் மயிர் முளைக்காமல் பெரிய வட்டமாக இருந்தது. பெரியவன் கண்களில் கண்ணீர். அதை ஒருவரும் அறியாதவாறு தன் புஜத்தினால் மெல்லத் துடைத்துக்கொண்டான்.

ஒழுங்கில்லாமல் பல புது வரிசைகள் இப்போது உண்டாகின. பெரியவன் ஓடிப்போய் ஒரு வரிசையிலே நின்றுகொண்டான். அடிக்கடிப் பின்னுக்குத் திரும்பிப் பார்த்தான். வரிசையிலே புது

ஆட்கள் சேரச்சேர இவனுக்கு நிம்மதியாக இருந்தது. எல்லோரும் பெரியவர்களாக இருந்தார்கள். இவன் அவர்களுடைய இடுப்பு அளவுக்குத்தான் இருந்தான். அவர்கள் ஆவேசமாக இடிபடும்போது இவன் இடையிலே நசிபடாமல் இருக்க முயற்சித்தான்.

அவன் அடிக்கடி திரும்பி சின்னவனை எச்சரிக்கை செய்தான். சின்னவன் வரிசையில் நிற்காமல் வேலி ஓரத்தில் குந்திக்கொண்டிருந் தான். அங்கே வேறு சிறுவர்களும், சில கிழவர்களும் படுத்துக் கிடந்தார்கள். சின்னவன் கிழவர்களை எல்லாம் சுற்றிவந்து மேற் பார்வை பார்த்தான்.

ஒரு சிறுமி துணிப்பொம்மை ஒன்றை அணைத்துக்கொண்டி ருந்தாள். அந்தப் பொம்மைக்குச் சிவப்புத் தலைமயிரும் பெரிய கறுத்த விழிகளும் இருந்தன. இவன் கிட்டப்போய் அதை ஆசையோடு பார்த்தான். அந்தப் பெண்ணுக்கு அது பிடிக்கவில்லை. பொம் மையைத் தூக்கிக்கொண்டு விலகி ஓடிவிட்டாள். இவனுக்கு ஏமாற்ற மாக இருந்தது.

வரிசை இப்பொழுது நகரத் தொடங்கியிருந்தது. இன்றைக்குக் கட்டாயம் இறைச்சி கிடைக்கும் என்று சின்னவனிடம் சொல்லி யிருந்தான். இப்பொழுது ஒரு வாரமாக இதைச் சொல்லி ஏமாற்றி யாயிற்று. இனி அவன் தாங்கமாட்டான். இன்றைக்குக் கிடைத்தால் நல்லாக இருக்கும் என்று பெரியவன் யோசித்துக்கொண்டான்.

வரிசையின் முடிவு எங்கே என்று திரும்பிப் பார்த்தான். அது தெரியவில்லை. நீண்டுகொண்டே போனது. சந்தோஷமாக இருந்தது. அவனுக்கு முன்னால் ஓர் இருபதுபேர் மட்டுமே இருந்தார்கள். அவனது முறை விரைவில் வந்துவிடும்.

மெல்லிய பனிக்காற்று வீசத்தொடங்கியது. அது பெருக்காமல் இருந்தால் சரி. சூரியன் விடுப்பில் போய்விட்டதுபோல அன்று வெளியே வரவே இல்லை. ஓட்டை விழுந்த காலணிகள் எதிர்ப்புச் சக்தியை இழந்துவிட்டன. இறுக்கிப் பிடித்த ஓவர் கோட்டை ஊடுருவிக் குளிர் அவன் வயிற்றைக் குறிவைத்தது.

அவன் தாயாரின் தோற்றமுள்ள ஒரு மனுஷி தலையிலே ஸ்கார்ப் கட்டியிருந்தாள். பெரிய கூடைகளிலே இருந்து ரொட்டியை எடுத்து விநியோகம் செய்தாள். அவள் கைவிரல்களின் நகப்பூச்சுகூட அவன் தாயாரையே நினைவூட்டியது. அவள், பக்கத்திலே நின்றவனுடன் நாகரிகமான அங்க அசைவுகளுடன பேசினாள். அவளை அவனுக்கு மிகவும் பிடித்திருந்தது. பக்கத்துக்காரன், வேலையிலே மிக்க கவனத் துடன் சுடச்சுட சூப் அள்ளி ஊற்றிக்கொண்டிருந்தான். ரொட்டியை வாங்கிய பிறகு சூப்பை டின்னிலோ, பிளேட்டிலோ பெற்றுக்கொண் டார்கள். சிலர் உடனேயே அதை ருசித்தபடி நகர்ந்தார்கள்.

பெரியவன் ஒரு ரொட்டியை வாங்கி ஓவர் கோட்டின் உள் பக்கட் டில் வைத்துக்கொண்டு டின்னை நீட்டினான். பதிவு அட்டையைக்

கேட்டான் ஒரு மீசை வைத்தவன். இவன் கொடுத்தான். 'ஏய், இங்கே வா! இங்கே வா! எப்படி உள்ளே வந்தாய்? இது இங்கே செல்லாதே' என்றான். இவன் சூப் வாங்கும் இடத்துக்கு நகர்ந்துவிட்டான். மீசைக்காரன் அட்டையைத் திருப்பிக் கொடுத்து விட்டு, 'இனிமேல் இங்கே வராதே' என்றான்.

பெரியவனின் கண்கள் சூப் கொடுப்பவன் மேலேயே இருந்தது. அவன் அள்ளி ஊற்றும்போது இறைச்சித் துண்டுகள் இருக்கின்றனவா என்று கூர்மையாக அவதானித்தான்.

இவனுக்கு முன்னால் நின்ற பெரியவர், 'நண்பரே! ஆழத்தில் இருந்து கலக்கி ஊற்று' என்றார். அவனும் அப்படியே செய்தான். இவன் முறை வந்தது. இவனும், 'நண்பரே! அடியில் நல்லாய் கலக்கி ஊற்றுங்கள்' என்றான். அந்த நல்ல மனிதனும், 'உன் விருப்பப்படியே, சிறிய நண்பரே!' என்று சொல்லியபடி ஆழமாகக் கலக்கி வார்த்தான். பேணி நிறைந்தது. பெரியவன் நன்றி கூறிவிட்டு உற்சாகமாகத் துள்ளி ஓடினான்.

ரொட்டியை மூன்று பகுதிகளாகப் பிரித்தான். ஒரு பகுதியைக் கோட்டில் மறைத்து வைத்தான். மறுபகுதியைத் தம்பியிடம் தந்து மற்றதைத் தான் எடுத்துக்கொண்டான். அவசரமாக சூப்பிலே ரொட்டியைத் தோய்த்து சாப்பிட்டார்கள். சூப்பிலே ஒரு இறைச்சியும் இல்லை.

'அண்ணா! நீ என்னை ஏமாற்றிவிட்டாய். இறைச்சி இன்றைக்குக் கிடைக்கும் என்று சொன்னாயே? ஐந்து மைல் தூரம் நடந்தது இதற்குத்தானா? என் கால் எல்லாம் வலிக்கிறது' என்றான். 'பொறுத்துக்கொள் தம்பி. ஏதோ பொல்லாத காலம்; நாளைக்குக் கட்டாயம் கிடைக்கும்; பயப்படாதே' என்றான்.

இன்னும் இரண்டு மணி நேரமே சூரிய ஒளி இருக்கும். விரைவிலே திரும்பவேண்டும். கம்பி வலை ஓட்டையிலே முதலில் தம்பி புகுந்து வெளியே வந்தான். அந்த ஓவர்கோட்டை இவன் கழற்றி ஓட்டை வழியாகத் தம்பியிடம் எறிந்தான். பின்பு சுலபமாக இவனும் வெளியே வந்துவிட்டான்.

நெடுஞ்சாலையில் நூறு மீட்டருக்கு இரண்டு ராணுவ வீரர் வீதம் காவல் நின்றார்கள். தானியங்கி துப்பாக்கிகளுடன் அவர்கள் நேராக நின்றதை இந்த சிறுவர்கள் ஆர்வத்தோடு பார்த்தார்கள். அவர்கள் உடுப்பும், தோரணையும் ஒருவித பயத்தைத் தோற்றுவித்தது. அதிலே ஒருவன் சிவப்பாக, நெடுப்பாக இருந்தான். மற்றவன் ஏதோ யோசனையில் சிகரெட் பிடித்துக்கொண்டிருந்தான்.

அந்த ராணுவ வீரர்களை அணுகினார்கள். இவர்கள் வெகு சமீபமாக வருமட்டும் அந்த வீரர்கள் கவனிக்கவில்லை. இவர்களைக் கண்டதும் ஒருவன் துள்ளி எழுந்தான். சிறுவர்கள் பயந்துபோனார்

கள். அந்த ராணுவ வீரன் பேசியது இவர்களுக்குப் புரியவில்லை. அந்த பாஷை சுத்தமாகவும், எஜமானத்தனம் கொண்டதாகவும் இருந்தது. இராணுவத்துக்கு ஏற்ற பாஷையாகவும் பட்டது.

பெரியவன் இரண்டு விரல்களை உதட்டிலே வைத்து சிகரெட் என்று சைகையில் சொன்னான். இராணுவ வீரன் என்ன நினைத் தானோ, ஒரு புது சிகரெட்டை எடுத்து நிலத்திலே வீசினான். சிறுவன் அதை எடுத்துக்கொண்டு ஓடினான்.

ஒரு புதருக்குப் பக்கத்தில் அவர்கள் தங்கிச் சிறிது இளைப்பாறி னார்கள். பெரியவன் சிகரெட்டைப் பற்ற வைத்து இழுத்தான். சின்னவன் தனக்கும் வேண்டும் என்றான். அதற்கு 'நீயும் என்னைப் போல பெரியவன் ஆனதும் பிடிக்கலாம். இப்ப நல்ல பிள்ளையாம்' என்று ஆறுதல் கூறினான். சின்னவன் அந்த நியாயத்தை ஏற்றுக் கொண்டான்.

ஒரு நீண்ட தடியை எடுத்துத் துப்பாக்கிபோல பிடித்தபடி சின்னவன் நேராக நடைபோட்டான். இருட்டும்போது அவர்கள் கராஜ் கிட்ட வந்துவிட்டார்கள். சின்னவன் கையை நீட்டி 'அதோ, அதோ' என்று காட்டினான். அந்த நாய் மறுபடி வந்து நின்றது. மெலிந்து எலும்பும் தோலுமாய் இருந்தது. அதுவும் அகதி நாய்தான். பதிவு கார்ட் இல்லாத நாய். நிலத்தை முகர்ந்து பார்த்தபடி தயங்கித் தயங்கி வந்தது.

'அண்ணா, அந்த நாய்க்கு ஒரு பேர் வைப்போமா?' என்றான் சின்னவன். 'வேண்டாம். பேர் வைத்தால் அதுவும் எங்கள் குடும்பம் ஆகிவிடும்.' பையில் இருந்த ரொட்டியை எடுத்து சரி பாதியாகப் பிய்த்து ஒரு பகுதியை அந்த நாயிடம் கொடுத்தான். அது அந்த ரொட்டியைத் தூக்கிக்கொண்டு நொண்டி நொண்டி ஓடியது.

கராஜ் வெளியே பெரிய பூட்டுப்போட்டுப் பாதுகாப்பாக இருந்தது. பெரியவன் பின்பக்கம் போய் பலகையை நீக்கினான். இரண்டு பேரும் உள்ளே நுழைந்த பிறகு பலகையை நேராக்கினார்கள்.

உள்ளே கந்தலும், வியர்வையுமாக ஒரே வாடை. இருட்டில் கண்கள் பழகுவதற்குச் சிறிது நேரம் எடுத்தது. பெரிய அட்டைப் பெட்டிகளை இழுத்துப் பழைய கம்பளிகளைப் போட்டு சரியாக்கிய பின்பு சிறியவன் அலுப்பு மேலிடப் படுத்துக்கொணடான். பெரியவன் மீதியான ரொட்டித் துண்டைப் பத்திரப்படுத்தி வைத்துக்கொண்டான். அடுதத நாள் அதிகாலை சிறியவன் பசியில் அழும்போது அது பயன்படும்.

பெரியவன் பெட்டி விளிம்பில் சாய்ந்தபடி இருந்தான். சின்னவன் தூங்கிவிட்டான்போலும். திடீரென்று அவன் எழும்பி அனுங்கியபடி ஊர்ந்து ஊர்ந்து வந்தான். அண்ணனைக் கட்டிக்கொண்டான். 'அண்ணா, அண்ணா நீ என்னைவிட்டுப் போக மாட்டியே, போக மாட்டியே!' என்று அழுதான்.

பெரியவன் அவனை இறுக்க அணைத்தான். 'இல்லை, என் கூடப்பிறந்தவனே, உன்னை விட்டு ஒரு நாளும் போக மாட்டேன்' என்றான். அந்தக் குரலில் இருந்த உறுதி சின்னவனுக்கு நம்பிக்கை தருவதாக இருந்தது.

பெரியவன் அப்படியே வெகுநேரம் தூங்காமல் இருந்தான். அடுத்த நாளுக்கு வேண்டிய ஆலோசனைகள் அவனுக்கு நிறைய இருந்தன. நாளைக்கு 'கஞ்ச்' முகாமுக்குப் போகலாம் என்று தீர்மானித் தான். அது பெரிய முகாம். பத்து மைல் தூரத்தில் இருந்தது. அங்கே கட்டாயம் இறைச்சி கிடைக்கும்.

அப்படித்தான் அவன் கேள்விப்பட்டிருந்தான்.

தொடக்கம்

இருபத்தியொன்பதாவது மாடியில் இருப்பதில் சில வசதிகள் இருந்தன. மற்ற கட்டிடங்கள் உயரம் குறைந்தவை. என்னுடைய அலுவலகம் உச்சியில் இருந்தது. சுற்றிவரக் கண்ணாடி ஜன்னல்கள். உலகத்தை ராஜ்யம் ஆளுவது போன்ற ஒரு பிரமையை அது கொடுக்கும்.

நிலம் நித்திரை கொள்வதில்லை என்று சொல்வார்கள். ஆனால் வானம் விழித்திருப்பதில்லை. இரவு நேரங்களில் வேலை செய்ய நேரிடும்போது மிகவும் ரம்மியமாக இருக்கும். விளக்குகளை அணைத்துவிட்டு, இருளின் நடுவில் மௌனமாக இருந்துகொண்டு பார்க்கும்போது நட்சத்திரங்களிடையே மிதப்பதுபோலத் தோன்றும். மழைக்காலங்களில் என்னவென்றால் மின்னலும், இடி முழக்கமும் அதிசயமாகக் கீழேயிருந்து மேலே வரும்.

பறவைக் கூட்டங்களைப் பார்ப்பது இன்னொன்று. சம உயரத்தில் இருந்தே அவற்றைத் தரிசிக்கலாம். சில பறவைகள் திறந்திருக்கும் ஜன்னல் வழியாக மிகவும் சுதந்திரமாக உள்ளே நுழையும். இறக்கைகளைத் தொய்ய விட்டு ஒரு சுற்று வந்து மீண்டும் செட்டையடித்துத் திரும்பிவிடும். அவை அப்படி அடிக்கடி வந்து போவது அந்த இடம் தங்களுக்குச் சொந்தமானது என்பதை உறுதிப்படுத்தவே என்று நான் எண்ணிக்கொள்வேன். அந்த எண்ணம் எனக்கு மகிழ்ச்சியாகவே இருக்கும்.

இது தவிர வேறு சில காட்சிகளையும் காணலாம். எதிரில் இருக்கும் கட்டடத்தின் இருபதாவது மாடியில் இருவர் வேலை செய்தனர். ஓர் ஆணும் ஒரு பெண்ணும். அவர்கள் ஒருவர்மீது ஒருவர் ஆசைப்பட்டவர்களாகத் தெரிந்தார்கள்.

அவள் அடிக்கடி ஏடுகளை எடுத்துக்கொண்டு வருவாள். அவன் அவற்றைப் பார்ப்பான். அவளையும் பார்ப்பான். விலக்கப்பட்ட அங்கங்களில் விழிவைப்பார்கள்; தடுக்கப்பட்ட இடங்களைத் தடவுவார்கள். அங்குமிங்கும் பார்த்துவிட்டு அவதியாக உதடுகளை உரசிக்கொள்வார்கள்.

பிறகு அவள் பைல் கட்டுகளைத் தூக்கிக்கொண்டு ஒன்றும் தெரியாதமாதிரி வெளியே போவாள். இவன் பெருமூச்சு விட்டுக் கொண்டு அவளுடைய அடுத்த வரவுக்காகக் காத்திருப்பான். வேலை சலிக்கும்போது இந்த இளம் காதலர்களைப் பார்த்துக் கொஞ்சம் பரவசப்படலாம்.

ஆனால் அதற்கு இப்போது அவகாசம் இல்லை. இன்று நடக்க இருக்கும் ஒரு முக்கியமான கூட்டத்தில் மிகவும் பாரதூரமான முடிவுகளைச் சொல்லும் அறிக்கையைச் சமர்ப்பிக்க வேண்டும். பதினொரு பக்கங்கள் கொண்ட இந்த அறிக்கை தக்க ஆதாரங்களும், ஆணித்தரமான முடிவுகளும் கொண்டது. இதை அறிமுகப்படுத்தும் ஆரம்ப உரை எப்படி இருக்கவேண்டும் என்ற சிந்தனையில் இருந்தேன்.

கடந்த ஆறுமாத காலமாக இந்த ஆலோசகர் பணி என்னை அலைக்கழித்தது. நேற்றுத்தான் முடிந்தது. நானும் என்னுடைய பெண் உதவியாளர் கொஸாமரும் நேரம்போவது தெரியாமல் வேலை செய்தோம். கட்டுரையைச் செவ்வையாக்கி, சுத்தம் செய்து முடிக்கும் போது இரவு பத்து மணியாகிவிட்டது.

பிரசங்கத்துக்கு வேண்டிய வரைபடங்கள், ஸ்லைடுகள் மற்றும் உபகரணங்கள் எல்லாவற்றையும் அடுக்கியாகிவிட்டது. நகல்களையும், பிற்சேர்க்கைகளையும் ஒழுங்குபடுத்தி அவரவர் இருக்கைகளின் முன்பு கொஸாமர் வைத்துவிட்டாள். எல்லா சொற்பொழிவாளர் களுக்கும் ஏற்படும் ஆரம்பத் தயக்கம் எனக்கும் இருந்தது. அந்த யோசனையில் மூழ்கியிருந்தேன்.

மூன்றாவது முறையாகத் தொலைபேசி ஒலித்தது. இந்தத் தடவை யும் என்னுடைய ஐந்து வயது மகள்தான் பேசினாள். அண்ணன் மேல் மீண்டும் புகார் கொடுத்தாள். அது மிகவும் நீண்ட பட்டியலைக் கொண்டிருந்தது. ஓர் ஏழு வயதுப் பையனால் அரைமணி நேரத்துக் கிடையில் இவ்வளவு உற்பாதங்களை உற்பத்திசெய்ய முடியுமா என்று அது என்னை யோசிக்கவைத்தது.

என் மனைவி வேலைக்குப் போய்விட்டாள். பிள்ளைகள் இரண்டு பேருக்கும் பள்ளி விடுமுறை. அவர்களுக்கு விலக்கு தீர்ப்பது இன்று என் வேலையாகிவிட்டது. பணிப்பெண்ணை அழைத்து என் கஷ்டத்தைத் தெரிவித்து, பிள்ளைகளை இன்னும் கண்டிப்புடன் பார்த்துக்கொள்ளும்படி கூறினேன்.

அப்போது பார்த்து கொஸாமர் உள்ளே எட்டிப்பார்த்தாள். சமயமறிந்து வந்துவிடுவாள். புன்சிரிப்புத் தேவதை. அவள் முகம் சுளித்தோ, மூக்கைச் சுருக்கியோ நான் பார்த்ததில்லை.

ஆப்பிரிக்காவில் secretary பறவை என்று ஒரு பறவை இருக்கிறது. அதன் கொண்டையில் இரண்டு பென்சில் செருகி வைத்ததுபோல இருக்கும். அது நடக்கும்போது தலையை நிமிர்த்தி ஒருவித செருக் குடன் நடக்கும்.

கொஸாமரைப் பார்த்தபோது அந்தப் பறவையைப் போலவே இருந்தாள். விநோதமான உடையணிந்து இன்னும் விநோதமான தலை அலங்காரம் செய்து வந்திருந்தாள். இரண்டு முள்ளம் பன்றி முள்கள் அவள் கொண்டையில் நீட்டிக்கொண்டு நின்றன. ஒரு சாயலில் யப்பானியப் பெண்ணின் பாவனையாகவும் தோன்றியது. மிக உயரமாகவும் ஒல்லியாகவும் காட்சியளித்தாள். பாதங்களைச் சிறுசிறு அடிகளாக வைத்து விரைந்து நடந்தாள்.

'கொஸாமர், என் இனியவளே! எனக்கு ஓர் உதவி செய்வாயா?'

'சொல்லுங்கள், காத்திருக்கிறேன்' என்றாள்.

'என் பிள்ளைகளிடம் இருந்து இனிமேலும் தொலைபேசி வந்தால் நீ இரண்டே இரண்டு கேள்விகள் கேட்கவேண்டும். ஒன்று, வீடு எரிகிறதா? இரண்டு, யாராவது காலை முறித்துக்கொண்டார்களா? இரண்டுக்கும் இல்லை என்று பதில் வந்தால் தொலைபேசியைத் துண்டித்துவிடு. எனக்கு இனிமேலும் தொந்தரவு தரவேண்டாம்.'

அவள் முறுவலித்தபடியே சரி என்றாள். சுழல் கதிரைபோல ஒற்றைக்காலில் சுழன்று திரும்பினாள். குதி உயர் காலணியில் இப்படி லாவகமாக இவள் சுழன்று திரும்புவாள். ஒரு முறைதானும் தடுக்கி விழுந்ததில்லை.

கடந்த இரண்டு மணித்தியாலங்களாக ஒரு தொலைபேசியும் வரவில்லை. ஆனபடியால் வீடு பத்திரமாக இருக்கிறது. கால்களும் சேமமாக இருக்கின்றன என்று நம்பலாம்.

உலகில் உள்ள கம்பனிகள் எல்லாம் ஒரு பொருளை அல்லது சேவையை வாங்கி பிறகு விற்கும் அல்லது உற்பத்தி செய்து விற்கும். ஆனால் இந்த நிறுவனம் அதற்கு விதிவிலக்கு. இது ஒரு படி மேலேபோய் அந்தக் கம்பனிகளையே வாங்கி விற்கும் தொழிலைச் செய்தது.

இதற்கு வேண்டிய மூலதனத்தில் முக்கியமானது அயோக்கியத் தனம். இதன் அடித்தளமே தர்ம விரோதமாகச் செயல்படுவதுதான். இது தவிர வஞ்சகம், சூழ்ச்சி போன்ற குணாம்சங்களும் வரவேற்கத் தக்கவை.

மீதியான மூலதனம் வாடிக்கையாளர்களிடம் இருந்தே கிடைக்கும். மனிதனுக்கு மிக இயல்பான மௌடீகம்தான் இதற்கு ஆதாரம். மக்களிடையே மௌடீகம் ஏராளமாக இருந்ததால் வியாபாரமும் ஏராளமாகப் பெருகியது.

முறைகேடான வழியில் பணம் சம்பாதித்தவர்களுக்கு இது சொர்க்கம். அவர்கள் பணம் எல்லாம் வெள்ளாவி வைத்து (money laundering) வெளியே வந்தது. மீண்டும் புரண்டது. இப்படி இந்த நிறுவனம் கொடிகட்டிப் பறந்தது.

ஆனால் சமீபத்தில் ஒரு மதலை கம்பனியை வாங்கியபோது ஒரு சிறிய தவறு நேர்ந்துவிட்டது. அது இந்த நிறுவனத்தை அதல பாதாளத்துக்கு இழுத்துச் சென்றது.

கருங்குழி (black hole) என்று சொல்வார்களே, அதுதான். போட்ட முதலீடெல்லாம் போன இடம் தெரியவில்லை. இருந்ததையும் அடித்துக்கொண்டு போனது இந்த பால்குடி மறவாத கம்பனி.

ஆனைக்கும் அடி சறுக்கும் என்ற கதைதான். இதை எப்படிச் சொல்லப் போகிறேன். நம்பமாட்டார்கள். ஒரு தகுந்த மேற்கோள் காட்டி என் பேச்சை ஆரம்பித்தால் நன்றாயிருக்கும். ஆப்பிரிக்காவில் ஒரு பழமொழி வழக்கில் இருக்கிறது. 'எலி பிடிக்கப் போகிறவன் எலியைப் போலவே சிந்திக்க வேண்டும்' என்று.

இன்று வரும் சபையினர் எல்லாம் தகுதி வாய்ந்தவர்கள். இருபது பேருக்கு மேலிருக்கும் அந்தக் கூட்டத்தில் சிலரிடம் நான் மிகுந்த எச்சரிக்கையாக இருக்கவேண்டும். மீதிப்பேர் தலையாட்டிக்கொண்டு பின்னே போகும் பேர்வழிகள்தான்.

இன்று காலை வந்திருந்த குரல் அஞ்சல் தகவல்களில் முக்கிய மானது அலிசாலா பின் ஒஸ்மான் கூட்டத்திற்கு வருகிறார் என்பது தான். இவருடைய கேள்விகளில் பள்ளம் இருக்கும். விழுந்துவிடாமல் சமாளிக்கவேண்டும்.

இவர் ஓர் அராபியர். சொந்தமாக ஜெட் விமானம் வைத்திருக்கி றார். சாட்டிலைட் போல உலகை வலம் வருவார். கண்கள் அம்புலன்ஸ் விளக்குகள் போலப் பளிச்சிடும். எந்த நேரமும் இவர் கைகளும், முகமும் வேர்த்துக் கொட்டியபடியே இருக்கும். மிகக் கோபமான மூக்கு. இன்னும் கோபமான உதடுகள். இவர் மூச்சை விடும்போது பத்தாயிரம் டொலர் சம்பாதித்துவிடுவார். திரும்பி உள்ளே இழுக்கும் போது இன்னொரு பத்தாயிரம் டொலர் சம்பாதித்துவிடுவார் என்று சொல்வார்கள். இவர் யாருக்காகவோ காத்திருந்தார் என்று சரித்திரம் இல்லை.

இரவு நேரமானதும் பற்பல பறவைகளும் மரத்திலே வந்து ஒதுங்குவதுபோல வயோதிகம் வந்ததும் பலவிதமான நோய்களும் உடம்பிலே வந்து தங்கிவிடும். மிசேல் பூனே வயோதிகர். பெயர் தெரிந்ததும், தெரியாததுமான பல வியாதிகள் அவர் கைவசம் இருந்தன. உருளைக்கிழங்குகளை எடுத்துவிட்ட உருளைக்கிழங்கு சாக்குபோல அவர் உடம்பு சுருங்கி இருக்கும். தேகம் பூராவும் சர்க்கரை. அதனால் அவர் தான் குடிக்கும் கோப்பியில் சர்க்கரை சேர்த்துக்கொள்வதில்லை. ஆனால் அவருடைய மூளை வெகு சுறுசுறுப்பாக இயங்கக்கூடியது. ஒட்டைச்சிவிங்கி இரை மீட்பதுபோல மிக நிதானமாகவும், ஆறுதலாகவும் பேசுவார். இவர் ஒரு வசனம் பேசி முடிக்குமுன் மெதுவாக நகர்ந்து சிறுநீர் கழித்துவிட்டு மீண்டும் வந்து உட்கார்ந்துவிடலாம்.

குளோரியா பாண்ஸ் என்ற பெண்மணி. பாரிய யாக்கைக்கு உடமையானவர். என்ன காரணமோ அவரைக் காணும்போதெல்லாம் 'யாப்பருங்கலக்காரிகை' எனக்கு ஞாபகத்துக்கு வரும். எவ்வளவு சிரமப்பட்டுத் தயாரித்த ஆண்டறிக்கையையும் ஒரு கேள்வியில் தூக்கி எறியும்படி செய்துவிடுவார்.

ஓலாண்டோ. இரண்டாயிரம் டொலருக்குக் குறைந்த ஆடைகளை அணிவதில்லையென்ற விரதம் பூண்டவர். ஆடம்பரப் பிரியர். முன் தலைமயிர் உதிர்த்துப் பிடரி மயிர் சிலும்பி நிற்கும். 'வேரி மயிர் பொங்க' இவர் ஆங்கிலத்தை அட்சரம் அட்சரமாக உச்சரிப்பார். யோசனையான ஆள். ஒரு மணி பேச வேண்டியதை ஒரு நிமிடத்தில் சொல்லிவிடுவார். ஒரு வசனத்தை ஒரு வார்த்தையில் வடிப்பார். அவர் பேச்சு புதிராக இருக்கும். யாராவது பின்னால் வந்து அரும்பதவுரை, பொழிப்புரை, தெளிவுரை, விளக்கவுரை, விசேடவுரையென்று செய்தால்தான் உண்டு.

'உண்மை எப்போதும் வெல்லும், உன் பக்கம் திறமையான வக்கீல் இருந்தால்' என்பது தெரிந்ததே. ஆனபடியால் நல்ல வாதத் திறமையோடு இந்த அறிக்கையை அவர்கள் முன்பு வைக்கவேண்டும். அப்பொழுதுதான் வெற்றி கைகூடும்.

காற்றுக் கூடுதலாக இருந்தாலும் வறட்சியாக இருந்தது. நீளமாயிருந்த கண்ணாடி ஜன்னலைச் சாத்திவிட்டு தண்ணீர் குடிக்கக் கிளம்பினேன். எங்காவது நடந்துபோனால் ஆறுதலாக இருக்கும். மூளைக்கும் கொஞ்சம் இடைவெளி தேவைப்பட்டது.

தண்ணீர் ஊற்றுப்பக்கம் போனேன். இந்த ஊற்று இடது கைப் பழக்கக்காரர்களுக்காகச் செய்யப்பட்டு இருக்கவேண்டும். அதனுடைய குமிழ் இடது பக்கம் இருந்தது. வலது கைக்காரனான எனக்கு அது வசதியாக இல்லை.

இடது பெருவிரலால் தம் பிடித்து அமுக்கியபோது தண்ணீர் சீறிக்கொண்டு மேலெழுந்தது. அதற்கு லாவகமாக வாயைத் திறந்து பருகவேண்டும். மூன்றங்குலம் வாயைத் திறந்து முப்பத்தியேழு பாகைக் கோணத்தில் பிடிக்கவேண்டும். இதற்கு நீண்ட பயிற்சியும், நிதானமான யோசனையும் அவசியம். மிகவும் சங்கடமான அப்பியாசம். வாய், முகம், தலைமயிர், கழுத்து என்று எல்லா அங்கங்களையும் நனைத்த பிறகுதான் தாகசாந்தி செய்யலாம்.

எவ்வளவு முயன்றும் இந்தக் கலை எனக்குக் கைவரவே இல்லை. இதில் தேறுவதற்கிடையில் எண்சீர்க் கழி நெடில் ஆசிரிய விருத்தப் பாவை இயற்றப் பழகிவிடலாம்போல பட்டது.

அறைக்குத் திரும்பினேன். ஆனால் அங்கே எனக்கு வேறுவிதமான ஒரு சம்பவம் நடப்பதற்குக் காத்திருந்தது.

கதவை இழுத்துச் சாத்திவிட்டு மறுபடியும் என் அறிக்கையை விரித்துப் பாயிரம் பாடும் முயற்சியில் இறங்கினேன். அப்பொழுது

படீரென்று ஒரு சத்தம். நான் பார்த்துக்கொண்டிருக்கும்போதே அந்தப் பறவை ஐம்பது மைல் வேகத்தில் வந்து என் ஜன்னல் கதவில் மோதி விழுந்தது. பூ இதழ்கள் உதிர்வதுபோல அதன் இறகுகள் உதிர்ந்தன. அது மோதிய இடத்தில் கண்ணாடியில் வட்டமாக, வெண்மையான அடையாளம் பதிந்தது.

ஜன்னலைத் திறந்து மாடத்தில் இறங்கினேன். பறவைகள் பறந்து தான் நான் பார்த்திருக்கிறேன். படுத்துப் பார்த்ததில்லை. இந்தப் பறவை படுத்திருந்தது. அதைக் கையில் எடுத்தேன். சிறு துடிப்பிருந்தது. உடம்பின் சூடு இன்னும் தணியவில்லை. மிருதுவாக இருந்தது. காம்பில்லாத ஒரு பூவைத் தூக்குவதுபோல லேசான கனம் கனத்தது.

அந்தச் சத்தம் கேட்டு கொஸாமர் வந்துவிட்டாள். அவள் கண் களில் அச்சமும் வருத்தமும் தெரிந்தது. மெதுவாகக் கிட்டவந்து தொட்டுப் பார்த்தாள்.

‘இறந்துவிட்டதா?’

மெள்ள தலையசைத்தேன். பறவையின் துடிப்பு அடங்கி உஷ்ணம் ஆறத் தொடங்கியிருந்தது. அது என்ன குற்றம் செய்தது? யாருக்கும் ஒரு தீங்கிழைக்கவில்லையே! மூடியிருந்த ஜன்னலைக் காற்றுவெளி என்று நினைத்து வந்து மோதிவிட்டது.

‘இது என்ன பறவை என்று தெரியுமா?’

‘இந்த ஊர்ப்பறவை அல்ல. வரத்துப் பறவை. கழுத்தைப் பார். பகட்டான நிறம். ஆண் பறவைதான். பெண் என்றால் நிறம் மங்கலாயிருக்கும். இதற்கு முன்பு ஒரு முறை இந்தப் பறவையைப் பார்த்திருக்கிறேன். திறந்திருந்த ஜன்னல் வழியாக இது என் அறைக்கு வந்திருந்தது. சிறகுகளை விரித்து அடித்து ஒரு வட்டம் போட்டது. என்னுடைய நண்பன் இது. இப்படி இதற்குத் துரோகம் செய்து விட்டேன்.’

‘துரோகமா? என்ன துரோகம்?’

‘சற்று முன்புதான் சாளரத்தைச் சாத்தினேன். பறவை தவறுதலாக எங்களிடம் வந்துவிட்டது என்று நாங்கள் நினைக்கிறோம். உண்மை யில் நாங்கள் அல்லவோ அதன் பாதையில் கட்டடங்கள் எழுப்பி யிருக்கிறோம்.’

‘சரி, இனி என்ன செய்வது? உங்களுக்கு நேரமாகிறது. நீங்கள் கூட்டத்திற்குப் புறப்படுங்கள். நான் இதைக் கிளீனரிடம் சேர்ப்பித்து விடுகிறேன்.’

நான் அதற்கு உடன்படவில்லை. அந்நியமான ஊருக்கு வந்து விட்ட அகதிப் பறவை அது. ஒரு பாவமும் அறியாதது. தனித்துப் போய் இறந்து கிடக்கிறது.

அதைக் கைக்குட்டையில் ஏந்தி எடுத்துக்கொண்டு இருபத்தி யொன்பது மாடிகள் கீழே போய் அடக்கம் செய்யும்போதுதான் அதைப் பார்த்தேன். நீல நிறமான அதன் வலது காலில் ஒரு வளையம்.

அலுமினியத்தில் செய்த அந்த வளையம் பளபளத்தது. இதை எப்படி நான் முன்பே பார்ப்பதற்குத் தவறினேன். என் மனம் பிங்கோ ஆட்டத்தில் கடைசிக் கட்டத்திற்குக் காத்திருப்பதுபோல படபட வென்று அடித்துக்கொண்டது. அந்த வளையத்தை மெள்ளக் கழற்றி வைத்துக்கொண்டேன்.

கொஸாமர் என்னுடைய பேச்சுக்கு வேண்டிய வரைபடங்களை அரங்கத்துக்கு எடுத்துச் சென்றுவிட்டாள். என் வரவை எல்லோரும் எதிர்பார்த்து இருப்பதாகவும் அறிவித்தாள். காலணிக்குள் குறுணிக் கல் புகுந்துவிட்டதுபோல கால் மாறியபடியே நின்றாள். அவஸ்தைப் பட்டாள். விரைவில் செல்லவேண்டும் என்று என்னை அவதிப் படுத்தினாள்.

ஆனால் அதற்கு முன் எனக்கு ஒரு சிறு வேலை பாக்கி இருந்தது.

வளையத்தை எடுத்து உற்றுப் பார்த்தேன். 'மொஸ்கோ பறவை மையம், செயல் எண் Z 453891' என்று எழுதியிருந்தது. கம்புயூட்டரில் வையவிரிவலையை விரித்தேன். அந்த வளையத்தில் எழுதியிருந்தபடி மொஸ்கோ மையத்தைத் தேடினேன். கிடைக்கவில்லை.

பறவைகளின் தாய் தரவுத்தளம் கோர்னெல் பல்கலைக்கழகத்தில் இருந்தது. அதில் என் முயற்சியைத் தொடங்கினேன். பல வாசல்கள் திறந்தன. மூடின. வழி விசாரித்தபடி மொஸ்கோ மையத்துக்கு வந்து கதவைத் தட்டினேன். பதிவு இலக்கம் என்ற கேள்விக்குத் தயங்காமல் Z 453891 என்று பதிந்தேன்.

அப்பொழுது அந்தப் பறவையின் ஜாதகம் விரிந்தது. Saker Falcon. ஐந்து வருடங்களுக்கு முன்பு அந்த வளையம் மாட்டப் பட்டிருந்தது. சில வருடங்களுக்கு முன்பு அராபியாவில் காணப் பட்டது. பலமுறை மொஸ்கோவுக்கும், ஆபிரிக்காவுக்கும் இடையில் பிரயாணம் செய்திருந்தது. குளிர்கால ஆரம்பத்தில் வந்து அது முடிய போய்விடும். இன்று என் கையில் மரணமடைந்து கிடந்தது.

வலையை மடித்தேன். வளையத்தை மேசையில் வைத்தேன். இந்தப் பறவை இன்ன நாள், இன்ன தேதி, இந்த இடத்தில் மரணமடைந்தது என்று குறிப்பு எழுதினேன். என் குறிப்புடன் அந்த வளையத்தை மொஸ்கோ மையத்துக்கு அனுப்பிவிடும்படி கொஸாமரைக் கேட்டுக்கொண்டேன்.

என் கட்டுரையைக் கையில் எடுத்தேன். பேச்சிற்கு அத்தியாவசிய மான மற்ற உபகரணங்களையும் சேகரித்துக்கொண்டேன். அந்த நீண்ட கட்டடத்தில் ஒரு தொங்கலில் இருந்து மறுதொங்கலில் அமைந்திருந்த கலந்தாய்வுக் கூடத்திற்கு விரைந்தேன்.

பேச்சை எப்படித் தொடங்குவது என்பதை நான் இன்னும் தீர்மானிக்கவில்லை. அதற்கு நேரமுமில்லை. இனியும் தாமதிக்க முடியாது.

நான் கதவை முழங்கைகளினால் தள்ளித் திறந்துகொண்டு உள்ளே நுழைந்தேன். எதிர்பார்த்தபடி அங்கே இருபது பேர்களுக்கு

மேலே கூடியிருந்தனர். என்னைக் கண்டதும் அங்கிருந்தோர் தங்கள் அதிருப்தியைத் தங்கள்தங்கள் தகுதிக்கு ஏற்றவாறு வெளிப்படுத்தினர்.

சில நாற்காலிகள் நகர்ந்தன. சிலர் அசைந்து கொடுத்தனர். பாதி குடித்த கோப்பிக் கோப்பைகள் மேசையிலே ஆடின. சிகரெட் பிடிக்கக்கூடாது என்ற அறிவித்தலையும் மீறி யாரோ புகைத்திருந்தார்கள். அந்த மணம் அறையிலே சூழ்ந்திருந்தது.

என் தாமதத்திற்கு மன்னிப்பு கேட்பேனென்று சிலர் எதிர்பார்த்தார்கள். 'சீமாட்டிகளே, சீமான்களே' என்று வழக்கமான சம்பிரதாயத்துடன் பேச்சை ஆரம்பிப்பேன் என்று சிலர் நினைத்தனர். இன்னும் சிலர் காலை வணக்கம் கூறுவேன் என்று காத்திருந்தார்கள்.

மாறாக நான் ஒன்றுமே செய்யவில்லை. பேச்சு மேடையில் அஞ்சலி செய்வதுபோல சில விநாடிகள் அசையாது நின்றேன். விரித்த சிறகுடன் வேகமாக வந்து கண்ணாடியில் மோதி இறந்து போன அந்தப் பறவையே என் ஞாபகத்திற்கு வந்தது.

என் உரையைத் தொடக்கினேன்.

'ஒரு பறவை இன்று வழி தவறிவிட்டது. சில நிமிடங்கள் முன்பு. வெறும் வெளி என்று நினைத்து அது என் ஜன்னல் கண்ணாடியில் வந்து ஐம்பது மைல் வேகத்தில் மோதியது. தட்சணமே உயிர் பிரிந்துவிட்டது.

'அதை இப்போதுதான் அடக்கம் செய்துவிட்டு வருகிறேன்.

'வளைந்த மூக்கும் வெள்ளைத் தலையும் கொண்ட பறவை. சாம்பல் நிறமான செட்டைகள் யாரையும் வசீகரிக்கும் தன்மை உடையவை. இந்தக் கைகளில் விரிந்து அனாதரவாகக் கிடந்தது. அதன் உடம்புச் சூடு ஆறுமுன்பே அது அடக்கம் செய்யப்பட்டு விட்டது.

'இந்த நிறுவனத்தின் தோட்டத்தில், ஒரு அடி ஆழத்தில், அது உறங்குகிறது. ரோஜாப் பதியனுக்கும், அந்தூரியத்திற்கும் இடையில் மரண வாசகம் எழுதாத ஒரு கல்லறையில் அது கிடக்கிறது.

'இந்தப் பறவையை Saker Falcon என்பார்கள். ருஸ்யாவின் வடகிழக்கு மூலையில் இருந்து குளிர்கால ஆரம்பத்தில் இது புலம் பெயரும். தெற்கு ஆப்பிரிக்கா வரைக்கும் பறந்து வந்து வசந்தம் வரும் வேளைகளில் திரும்பிவிடும்.

'ஐயாயிரம் மைல்கள் இதற்கு ஒரு பொருட்டல்ல. சூரியனையும் நட்சத்திரங்களையும் வைத்துத் திசையறிந்து செல்லும். சரி கணக்காக வந்து கணக்காகத் திரும்பிவிடும்.

'அப்பேர்ப்பட்ட வல்லமை படைத்த பறவை இன்று ஒரு சிறிய தவறு செய்தது. திரும்ப வேண்டிய ஒரு சிறு திருப்பத்தில் திரும்ப மறந்துவிட்டது. அதனால் அது இறக்க நேரிட்டது. இனி அது தனக்குச் சொந்தமான ருஸ்யா நாட்டின் வடபகுதிக்குத் திரும்பவே போவதில்லை.'

தொடக்க உரையை முடித்துவிட்டு அறிக்கையைக் கையில் எடுத் தேன். சபையோரின் முகங்களைப் பார்த்தேன். அந்த முகங்களை மறைத்த இருள் விலகுவதுபோல பட்டது. நான் என்ன சொல்ல வருகிறேன் என்பது அவர்களுக்கு விளங்கியது போலவும் இருந்தது. நான் என்னுடைய உரையை இனிமேல் படிக்கவேண்டிய அவசியமே இல்லை. அப்படித்தான் நினைக்கிறேன்.

ஆயுள்

(இந்தக் கதையில் ஓர் ஆண் பாத்திரம் உண்டு. பெண் பாத்திரமும் இருக்கிறது. ஆனால் இது காதல் கதை அல்ல. இன்னொரு பாத்திரமும் வரும். அதைப் பற்றிய கதை. ஏமாற வேண்டாம் என்பதற்காக முன்கூட்டியே செய்த எச்சரிக்கை இது.)

பெயர்	ஆயுள்
மே இலையான்	ஒரு நாள்
பழ இலையான்	ஒரு மாதம்
வண்ணத்துப்பூச்சி	ஒன்றரை வருடம்
தவளை	இரண்டு வருடம்
நாய்	15 வருடம்
சிங்கம்	30 வருடம்
ஒட்டைச்சிவிங்கி	36 வருடம்
மனிதன்	65 வருடம்
கிளி	70 வருடம்
கடல் ஆமை	100 வருடம்

அவனை யாத்திரிகன் என்று சொல்ல முடியாது. யாத்திரிகன் என்றால் அவனுடைய பயணத்துக்கு ஓர் இலக்கிருக்கும். இது இலக்கில்லாத பயணம். அவன் தேசாந்திரி. தேசம் தேசமாகச் சுற்றி வருபவன். அவன் பயணங்களுக்கு ஓர் ஒழுங்குமுறை கிடையாது. நியமம் இல்லை. அவன் சந்தோசம் அதில்தான் இருந்தது. காற்றிலே எத்தப்படும் கடுதாசிபோல கால்கள் போன போக்கில் அவன் பயணம் நிர்ணயமானது.

அவன் ஒரு வீதி மனிதன். நடத்தல் அவனுக்கு விருப்பமானது. நடந்துகொண்டே இருப்பான். தூரம் என்பது ஒரு பொருட்டில்லை. நிற்கும்போதுதான் அவனுக்கு ஆயாசம் ஏற்படும். மறுபடியும் நடக்கத் தொடங்கி விடுவான்.

அவனுடைய அம்மா சொல்லுவாள், ஒருநாள் அவன் தள்ளுவண்டியில் இருந்து தானாகவே இறங்கிக்கொண்டானாம். அதைத் தள்ளியபடியே சிறிது தூரம் நடந்தான்.

அவளுக்கு ஆச்சரியம். கால்களைக் கண்டுபிடித்த அந்தக் கணத்துக்குப் பிறகு அவன் தள்ளுவண்டியில் திரும்ப ஏறவேயில்லையாம்.

வாகனங்களில் ஆட்கள் பிரயாணம் செய்வது அவனுக்கு வியப்பளிக்கும். பள்ளிக்கூடத்திற்கு நடந்துதான் போனான்; வந்தான். விளையாட்டுகளில்கூட அவனுக்கு விருப்பம் இருந்ததில்லை. ஓடுவது கூட பிடிக்காது. அது கால்களை மறுதலிப்பதுபோல என்பான். கால்களை அழுத்தமாகப் பூமியில் பதித்து நடக்கவேண்டும் என்பது தான் அவன் விருப்பம். அப்படித்தான் செய்தான்.

பள்ளிக்கூட ஆசிரியர் ஒரு நாள் கேட்டார், 'உனக்கு எதிர் காலத்தில் என்னவாக விருப்பம்?' என்று. 'நான் இறக்க விரும்புகிறேன். இறந்து மறுபடியும் சிலந்தியாக பிறக்க வேண்டும்' என்றான். ஆசிரியர் திகைத்துவிட்டார். ஏன் என்ற கேள்விக்கு அவன் இப்படி பதில் கூறினான்.

'வனவிலங்குகளை எனக்குப் பிடிக்கும். அவை சுதந்திரமாக நடந்து திரியும். இரை தேடும், இனப்பெருக்கம் செய்யும், தூங்கும், பயங்கொள்ளும். என்ன உவப்பான வாழ்க்கை!

'பறவைகளுடைய பரப்பு இன்னும் பெரியது. எல்லை கிடையாது. சிறகடித்துப் பறக்கும், பாடும், பல வர்ணங்களில் மயக்க வைக்கும். அவற்றினுடைய சாகஸத்தைப் பார்த்தபடியே இருக்கலாம். அவை எனக்கு மிகவும் பிடிக்கும்.

'ஆனால் சிலந்தி. அது வித்தியாசமானது. தன் வாய் நீரில் நூல் செய்து தொங்கும் ஒரே ஜீவன். அந்த நூலில் ஊஞ்சலாடிய படியே பொறுமையோடு காத்திருக்கும். அது உணவைத் தேடிப் போவதில்லை. உணவு அதைத் தேடி வரும். என்ன உன்னதமான வாழ்க்கை. அதுதான் எனக்கு மிகமிகப் பிடிக்கும்.'

வாலிபனானதும் அவன் புறப்பட்டான். நாலு வருடங்களாக நடந்துகொண்டிருந்தான். கிரேக்கத்தில் இருந்து வெளிக்கிடும்போது மூன்று மொழிகள் அவனுக்குத் தெரிந்திருந்தன. எகிப்து, பாரசீகம், ஆப்கானிஸ்தான் என்று பல தேசங்களை அவன் கடந்துவிட்டான். இப்போது பன்னிரெண்டு மொழிகள் கைவந்தன. இனி எதிர்ப்படும் மொழிகளை இன்னும் சுலபமாக அவன் கற்றுக்கொள்வான். அவன் கால்கள் நகர்ந்துகொண்டேயிருக்கும். இன்று இருக்கும் பூமியில் அவன் மறுநாள் இருக்கப் போவதில்லை.

அவன் முதுகில் ஒரு மூட்டை இருந்தது. மிக அத்தியாவசியமான பொருட்கள் மட்டுமே அந்தப் பொதியில் இருந்தன. கம்பளிப் போர்வை, அங்கி, நித்திரைப்பை, சமையல் சாமான் என்று. ஒரு பிளாஸ்டிக் குடுவையில் தண்ணீர் பிடித்து வைத்திருந்தான். அந்த மூட்டையில் அது தொங்கிக்கொண்டு ஆடியது. சூரிய ஒளி படும் போது அது பளிச் பளிச்சென்று அடித்தது.

இந்துகுஷ் மலைச்சிகரங்களை அணைத்தபடி கிடக்கும் ரம்பூர் பள்ளத்தாக்கைப்பற்றி அவன் நிறையவே கேள்விப்பட்டிருக்கிறான். அநாதி காலமாக இங்கே பழங்குடியினர் அந்நிய குறுக்கீடுகள் இல்லாமல் வாழ்ந்து வந்திருக்கிறார்கள். அலெக்ஸாந்தர் படை யெடுத்து வந்தபோது இந்தப் பள்ளத்தாக்கைப் பார்த்துப் பிரமித்து நின்றானாம். அவனுடைய படைவீரர்களில் சிலர் திரும்ப மறுத்து இங்கேயே தங்கிவிட்டதாகவும் கதைகள் இருந்தன.

பன்னிரெண்டாயிரம் அடி உயரத்தில் அது ஒரு தொட்டில்போல மிதந்துகொண்டிருந்தது. மலைச்சிகரங்களில் வெண்ணிற மேகங்கள் அலை அலையாகப் படிந்திருந்தன. பெரும் இரைச்சலுக்கிடையில் தோன்றும் மோனம் போல இடைக்கிடை பச்சை பிரதேசம் காணப் பட்டது. பனிக்காலம் வருமுன் இந்தப் பசும்புற்கள் தங்கள் கடைசி முகத்தைக் காட்டிக்கொண்டிருந்தன. இந்தச் சூழ்நிலையின் எழில் அவன் மனதைச் சொக்க வைத்தது.

மதங்கள் பிறக்க முந்திய ஒரு காலம். ஆதிமனிதன் இயற்கையுடன் ஒன்றி வாழ்ந்துகொண்டிருந்தான். விலங்குகள் சில வீட்டு மிருகங்கள் ஆகின. பூமி அணைத்தது. ஆகாயம் காத்தது. நதி ஓடியது. பனி பெய்தது. காற்று வீசியது. ஊழி முதலாக வரும் இந்த நியதியில் ஒரு மாற்றமுமில்லை. இந்த மலைவாசிகள் அப்படித்தான் வாழ்ந்து கொண்டிருந்தார்கள்.

பனிதான் நிரந்தரமானது. தண்ணீர் பனியின் மாறுவேடம்தான். சிலுசிலுவென்று தண்ணீர் ஓடிக்கொண்டிருந்தது. பனி உருகி வழிந்த நீர். அவன் குனிந்து அந்த பிளாஸ்டிக் குடுவையில் அதை நிரப்பி னான். திவலைகள் சிதறின. சூரிய ஒளியில் அவை தகதகவென்று பிரகாசித்தன. வாயிலே ஊற்றியபோது குளிர்ந்து அவன் களைப்பை நீக்கியது.

இளம்பெண்கள் சிலர் சிரித்தபடி ஒருவரை ஒருவர் இடித்துக் கொண்டும், கைகளைப் பின்னிக்கொண்டும் வந்தார்கள். இவன் செய்த காரியத்தை வியப்புடன் நோக்கினர். அந்நியர்கள் அங்கே வருவதில்லை. ஆனபடியால் அந்நியர்களைப் பற்றிய பயமும் அவர் களுக்கில்லை. அவனுடைய கண்களும், உடையும், கேசமும் அவர் களுக்குப் புதினமாக இருந்தது. ஆனால் அவன் செய்த காரியம்தான் இன்னும் விநோதமாகப்பட்டது.

அவன் கையிலே வைத்திருந்த பிளாஸ்டிக் குடுவையைக் கண் கொட்டாமல் பார்த்தார்கள். அவர்கள் அதை முன்பின் பார்த்த தில்லை. சுரைக்குடுவையைப் பார்த்திருக்கிறார்கள்; தோல் பையைப் பார்த்திருக்கிறார்கள். ஆனால் இப்படி ஓர் அதிசயத்தைக் கண்டதில்லை.

தண்ணீர் மொள்ளும்போது உள்ளே அது தண்ணீரைக் காட்டியது. சூரிய ஒளியில் நீர் தளும்பும்போது ஜாலம் செய்தது.

அவர்கள் கைநீட்டி ஜாடை செய்து அந்தக் குடுவையை யாசித்தார்கள். அவன் நீட்டினான். ஒருவர் மாறி ஒருவர் தண்ணீரைப் பருகினார்கள். பருகிவிட்டு குடுவையைப் பார்த்தார்கள். அங்கே நீர் குறைந்திருந்தது. கலகலவென்று சிரித்தபடியே குடுவையைத் திருப்பிக் கொடுத்துவிட்டு அவர்கள் போய்விட்டார்கள்.

அதில் ஒருத்தி சாத்தியமில்லாத முகத்தைக் கொண்டிருந்தாள். மலைப்பனி போன்ற உடம்பு. மேடிட்ட மேலுதடுகள். பிராயம் பதினாலுகூட இருக்காது. மை பூசாத கண்களால் உதாசீனமான பார்வை பார்த்தாள். உலகத்திலேயே அற்பமான உடமைகள் கொண்ட இந்த ஆதிவாசிப்பெண் இவன் பார்வையை அலட்சியப் படுத்திவிட்டு தன்பாட்டுக்குப் போய்க்கொண்டிருந்தாள்.

என்ன விசித்திரம்! இவன் மனது அவள் பின்னால் சென்றது. [இங்கே காதல் தொடங்கிவிட்டது என்று நீங்கள் நினைக்கலாம். இதிலே காதல் வளராது. ஏமாற்றம்தான் வளரும். இது இரண்டாவது எச்சரிக்கை. இனியும் தொடரவேண்டிய அவசியமில்லை.]

தன் வழக்கத்துக்கு விரோதமாக அவன் அந்தக் கிராமத்தில் தங்கிவிட்டான். அசாதாரணமான பனிச்சிகரங்களின் வனப்பும், ஆயிரமாயிரம் ஆண்டுகள் ஒருவித மாற்றமுமில்லாமல் இயற்கையுடன் ஒன்றி வாழும் அந்தப் பழங்குடியினரிடம் ஏற்பட்ட லயிப்பும்தான் முக்கிய காரணம்.

ஹொன்ஸாகூல் இன்னொரு காரணம். அதுதான் அவளுடைய பெயர்.

ஆண்கள் ஆட்டுமந்தைகளைப் பார்த்தார்கள். பெண்கள் வயலில் வேலை செய்தார்கள். தேனடைகளில் தேன் எடுத்தார்கள். அவர்கள் ஆசை அடங்கியவை. தேவைகள் சுருங்கியவை. ஆனால் கேளிக்கைகளுக்கு மாத்திரம் குறைவில்லை. விழாக்காலங்களில் ஆட்டமும் பாட்டுமாக சிறுபிள்ளைகளின் உற்சாகத்தோடு கலந்து கொண்டார்கள்.

வேகமும் யந்திர வாழ்க்கையும் அவனுக்குப் பிடிக்காது. இந்த மலைவாசிகள் இயற்கையை பலவந்தம் செய்யாமல் வாழ்ந்து கொண்டிருந்தார்கள். இங்கே சத்துருக்கள் இல்லை; ஆகவே சமரும் இல்லை. ஆலைகள் இல்லை; அதனால் ஆற்றில் கழிவுகள் இல்லை; ஆகாயத்தை மறைக்கும் நச்சுப்புகையும் இல்லை. உண்மையான பூமியின் மணம் இங்கே அவனுக்குக் கிடைத்தது. எல்லாமே மண்ணில் மறைந்தது; துளிர்த்தது; கிளைவிட்டது; மீண்டும் மறைந்தது.

இறந்தவர்களைக்கூட இங்கே எரிப்பதில்லை; புதைப்பதுமில்லை. சின்ன மரப்பெட்டிகளில் வைத்து மரண பீடத்தில் ஏற்றிவிடுவார்கள். அது அப்படியே மழையில் நனைந்து, வெயிலில் உலர்ந்து இயற்கையாகிக் காற்றில் கலந்துவிடும். அதுவும் அவனுக்குப் பிடித்திருந்தது.

இலையுதிர் காலத்தின் ஆரம்பத்தில் மெல்லிய குளிர் பரவியிருந்த ஒரு நாள் ‘உச்சோ’ விழாவின் மும்முரத்தில் அவன் மறுபடியும்

அவளைக் கண்டான். மலையிலிருந்து இடையர்கள் ஆட்டுப்பால் வெண்ணெய்க் கட்டிகளைக் கூடைகூடையாகச் சுமந்து வந்து மரக் குதிரை மேடையில் அர்ப்பணம் செய்தார்கள். சிலர் நாணல் குழல் வாத்தியத்துக்கு நாட்டியமாடினார்கள். ஆண்களின் இந்த ஆட்டத்தில் கலக்காமல் பெண்கள் கூட்டம் சற்றுத் தள்ளி நின்று வேடிக்கை பார்த்துக் கொண்டிருந்தது.

கறுப்புத் தேவதைபோல அவள் இருந்தாள். ஆட்டு மயிரில் செய்த கறுப்புக் கம்பளி உடையால்கூட அவள் அழகை மறைக்க முடிய வில்லை. தலைமுடியில் கிரீடம்போல பல வண்ண இறகுகளைச் செருகியிருந்தாள். கருமணியும் செம்மணியுமாகப் பல மாலைகள் அவள் கழுத்தைச் சுற்றியிருந்தன. உதடுகள் கர்வமாக இருந்தன. கால் களைச் சாயவைத்து, உயரம் குறைந்த தோழியின் தோள்பட்டையில் தன் முகவாயை வைத்து, உடல் பாரத்தைச் சமன் செய்து நின்றாள்.

சித்திரம்போல் அசையாது அப்படியே கணநேரம் நின்றாள். அவளைப் பார்க்கும்தோறும் அவளுடன் எப்படியாவது பேசிவிட வேண்டும் என்ற ஆர்வம் அவனுள் அதிகரித்தது. அவனுக்குத் தெரிந்த சொற்ப கலாசுமுன் பாஷை போதுமானதென்று அவனுக்குப் பட்டது. தருணம் பார்த்திருந்தான்.

பாஷாலி என்பது மாதவிலக்குக் குடிசை. அது ஆற்றின் ஓரத்தில் கிராமத்தை விட்டுத் தள்ளி இருந்தது. ஆண்கள் அணுக முடியாத இடம். மூன்று நாட்கள் காத்திருந்தான். ஒரு நாள் அதிகாலையில் மரப்பாவைகளை அணைத்தபடி அவள் பாஷாலியிலிருந்து வெளியே வந்தபோது இவன் திடுமென எதிர்கொண்டான்.

முடிவு பெறாத நித்திரைகள் அவள் கண் மடல்களை அழுத்தின. அவள் ஆச்சரியம் காட்டவில்லை. மாறாக இவன்தான் அவளுக்கும் சேர்த்து ஆச்சரியப்படவேண்டியிருந்தது.

சில விநாடிகள் நகர்ந்தன. நிசப்தம் அங்கே கடுமையாகியது. மனதுக்குள் ஒவ்வொரு வார்த்தையாகப் பொறுக்கி அடுக்கினான். சிந்தனை நேராகச் சிறிது நேரம் சென்றது.

'பனிப்பெண்ணே, நான் உன்னை மணக்க ஆசை கொண்டிருக்கி றேன். உன் வார்த்தையைச் சொல்வாய்' என்றான்.

'போய்விடு. உன் அம்மாவிடம் போ' என்றாள்.

இவன் திடுக்கிட்டுவிட்டான். அவள் சொன்ன வார்த்தைகளை இன்னொருமுறை அடுக்கிப் பார்த்தான். அப்படித்தான் வந்தது. அவள் பேசிய சொற்கள் இவனுடைய மொழிப்பயிற்சிக்குள் அடங்கித் தான் இருந்தன. கலாஷ் பெண்கள் வசவு மொழியில் வல்லவர்கள் என்பதும் சடுதியில் ஞாபகத்துக்கு வந்தது. அவள் இன்னொரு விசை தன்னை வசையமாட்டாளா என்று ஆசைப்பட்டான்.

தயங்காமல் இரண்டாவது முயற்சியில் இறங்கினான்.

'மலைவாசியே, நான் அந்நியன் என்று யோசிக்காதே. நான் உன்னை நேசமாகக் காப்பாற்றுவேன்.'

அவள் அப்போது ஒரு காரியம் செய்தாள். அவனை வயிற்றில் இருந்து கால் பாதம்வரை உன்னிப்பாக நோக்கினாள். அவள் பார்வையே அவனுக்குக் கூச்சம் தந்தது.

'உன் கால்கள் இறுக்கமாகத்தான் இருக்கின்றன. உன் கைகளைக் கீழே விட்டு சொறிந்துகொள்' என்றாள்.

இம்முறை அவனுக்குத் தன் மொழி ஞானத்தில் சந்தேகம் ஏற்பட வில்லை. அடுத்து என்ன செய்யலாம் என்று அவன் தீர்மானிப் பதற்குள் அவள் அவசரமில்லாத நடையில் அவனைத் தாண்டிப் போனாள்.

சூட்டோடு சூடாக அவளுடைய தகப்பனாரிடம் போவதற்கு முடிவு செய்தான். தெம்பு முறிந்துபோன கிழவர் அவர். இரண்டு நாடியுடனும், ஒரு முற்றுப்பெறாத தாடியுடனும் இருந்தார். அவரிடம் தன் விருத்தாந்தத்தைக் கூறி சம்மதம் கேட்டான். அவர் யோசனை களுக்கு அப்பாற்பட்டு காணப்பட்டார். சீரில்லாத பற்களைக் காட்டி தன் இசைவைத் தெரிவித்தார். ஆனால் அதிலும் ஒரு சிக்கல் இருந்தது. அவர்கள் வழக்கப்படி இந்த ஏற்பாட்டிற்கு ஹொான் ஸாகூலும் சம்மதிக்க வேண்டும் என்று சொல்லிவிட்டார்.

அவன் கால்கள் மறுபடியும் பரபரத்தன. மழைக்காலம் விரைவில் வரப்போகும் அறிகுறிகள் தெரிந்தன. தேசாந்திரிக்கு எதிரி மழை. குளிர்காலத்திற்கு வேண்டிய கம்பளி உடைகள் அவனிடத்தில் இருந்தன. வெயில்காலத்துக்கு வெறும் உடம்பும், மர நிழலும் போதுமானது. ஆனால் மழைக்காலம் வந்துவிட்டால் தேசாந்திரி சஞ்சரிப்பது கஷ்டமாகிவிடும்.

பெரிய மழைத்துளி ஒன்று மேகத்தில் இருந்து பிரிந்து புவியீர்ப்பில் அசைக்கமுடியாத நம்பிக்கை வைத்துக் கீழ்நோக்கி வந்தது. இவன் புஜத்தில் விழுந்தது. பரபரப்பானான்.

கலாஷ் பெண்கள் மணம் முடித்தாலும் பள்ளத்தாக்கை விட்டு வெளியே வரமாட்டார்கள் என்று அவள் தகப்பனார் கூறியிருந்தார். அவன் மனம் ஒரு முடிவும் எடுக்க முடியாமல் தத்தளித்தது.

புறப்படுமுன் மறுபடியும் அவளை ஒரு முன்மதிய நேரத்தில் சந்தித்தான். அவன் மூச்சு காற்றுப் படும் தூரத்தில் அவள் நின்றாள். அவள் கண் ரப்பை மயிர்களைக் கூட இவன் எண்ணக்கூடியதாக இருந்தது. வந்த நாளில் இருந்து சேர்த்து வைத்திருந்த ஒரு புன்ன கையை வெளியே விட்டான்.

அவனுடைய பிளாஸ்டிக் குடுவையில் நீர் நிரம்பியிருந்தது. அதை அவளிடம் நீட்டினான். மறுப்பு பேசாமல் அவள் அதை ஆசையுடன் வாங்கி அருந்தினாள். குழந்தை பால் குடிப்பதுபோல கண்மூடி அதைச் சுவைத்துச் சுவைத்துக் குடித்தாள். அந்தக் குவளையின் பளபளப்பிலும் நேர்த்தியிலும் மனதைப் பறிகொடுத்தாள்.

‘மலை மங்கையே! இதை நீயே வைத்துக்கொள், என் ஞாபகமாக. நான் போகிறேன். திரும்பி வரும்போது உன்னை மணப்பேன். ஆனால் இங்கேயே உன்னோடு தங்கிவிடுவேன்’ என்றான்.

அப்போது வசவில்லாத ஒரு வாய்மொழி முதன்முறையாக அவளிடமிருந்து வெளியே வந்தது.

‘நிச்சயமாக’ என்றாள் அவள்.

‘நிச்சயம்.’

‘திறமான நிச்சயம்.’

‘திறமான நிச்சயம்.’

அவன் மூட்டையைக் காவிக்கொண்டு திரும்பிப் போகும்போது கால்களை நிலத்திலே பதித்து வைத்தான். ஆனால் அவை பதிய வில்லை. தன்னையே கேட்டுக்கொண்டான். இவள் என்ன பதில் சொன்னாளா அல்லது கேள்வி கேட்டாளா? ‘திறமான நிச்சயம்’ என்று சொல்கிறாளே! அவன் தனக்குள்ளே இன்னொரு முறை சிரித்துக்கொண்டான்.

[முன்பே சொன்னேன். நீங்கள் நம்பவில்லை. இது காதல் கதை அல்ல. இவ்வளவு தூரம் வந்துவிட்டீர்கள். மேலும் வருவதற்குப் பிரியமில்லாவிட்டால் இங்கேயே இறங்கிக்கொள்ளலாம்.]

ஹொான்ஸாகூல் அந்தக் குடுவையை மாடாவில் வைத்தாள். அதையே பார்த்துக்கொண்டிருந்தாள். காற்றைப்போல திசையில் லாமல் சுற்றிக்கொண்டிருக்கும் அவன் வருவான் என்ற நம்பிக்கை அவளுக்கு குறைந்துகொண்டு வந்தது.

நிச்சயம் வருவேன் என்று கூறியவன் இரண்டு உச்சோ விழாக்கள் கண்டும் திரும்பவில்லை. இதற்கிடையில் ஹொான்ஸாகூலை மணக்க பல மலை மேய்ப்பர்கள் ஆர்வம் காட்டினார்கள். அவர்கள் வழக்கப் படி ஹொான்ஸாகூல் அதில் ஒருவனைத் தெரிவு செய்ய வேண்டும். அப்படியே தாழ்ந்த கண்களும், தகுதியில் குறைந்த மீசையும் கொண்ட ஒருவனை அவள் மணந்துகொண்டாள். அந்த மணம் ஓர் ஆறுமாத காலமே நீடித்தது. ஒரு பனிக்காலத்தின் ஆரம்பத்தில் தன் மணத்தை முறித்துக்கொண்டு தனிக்குடிசை ஒன்றுக்கு வந்து சேர்ந்தாள், ஹொான்ஸாகூல்.

காலம் கரைந்தது. ஆறுகள் கடினமாகின, ஓடின, மறுபடியும் உறைந்தன. ஒரு நாள் அவளுடைய தகப்பனார் இறந்தார். அவருடைய சடலம் மரணபீடம் ஏறியது.

இன்னும் பத்து வருடங்கள் பறந்தன. ஒரு காலத்தில் அவளை மணமுடித்து சொற்ப சுகம் தந்த கணவனும் இறந்துபோனான். அவனுடைய சடலமும் மரணபீடம் ஏறியது.

அவள் காத்திருந்தாள். கறுப்பு கம்பளி உடை நைந்து தொங்க கல்லும், மண்ணும், மரச்சுள்ளிகளும் சேர்த்துக்கட்டிய அந்த இருண்ட

குடிசையில் கிடந்தாள். அவன் விட்டுச்சென்ற அந்தக் குடுவை அந்த மாடத்தில் வைத்த இடத்திலேயே பல வருடங்களாகியும் அசையாமல் அப்படியே கிடந்தது.

இன்னும் பல மரணிப்புகள் நிகழ்ந்தன.

தட்சணாயணத்தில் ஒரு சில நாட்கள் சூரியனுடைய முதல் வெளிச்சம் கல் நீக்கல் வழியாக வந்து சரி கணக்காக அந்தக் குடுவையின் மீது விழும். அந்த ஒளியில் அது பிரகாசிக்கும்.

மறுபடியும் உத்தராயணத்தில் ஒரு சில நாட்கள் சூரியனுடைய ஒளி தெறிக்கும். அவள் அப்போதுகளில் அவனை நினைத்துக் கொள்வாள்.

ஒரு நாள் அவளும் இறந்துபோனாள்.

நூறு வருடங்கள் கழிந்தன. உலகத்து ஜீவராசிகள் அத்தனையும் மடிந்து மண்ணோடு மண்ணாகி மறைந்து போயின.

அவற்றின் இடத்தை முற்றிலும் புது ஜீவராசிகள் நிரப்பின.

மரண பீடத்தில் கிடந்த பிணங்கள் எல்லாம் எலும்பும் ஓடுமாக மாறின. மழையிலே நனைந்து, காற்றிலே காய்ந்து எத்துண்டு மறைந்தன.

ஹொன்ஸாகூலின் குடிசையும் சிதிலமானது. தட்சணாயணத்திலும், உத்தராயணத்திலும் ஓரிரு நாட்கள் ஒளிபட்டு வாழ்ந்த அந்தக் குடுவையும் இல்லை. அதுவும் எங்கோ மண்ணில் புதைந்து விட்டது.

அதனுடைய ஆயுள் நானூறு வருடம். ஒரு நூறு வருடம்தான் இப்போது கழிந்திருந்தது. ஹொன்ஸாகூலின் காத்திருப்புக்குச் சாட்சி யாக இருந்த அந்தப் பாத்திரம் மட்டும் அந்தச் சூழலில் இன்னும் அழியாமல் கிடந்தது. அது மண்ணோடு மண்ணாகி முற்றிலும் அழிந்துபோவதற்கு இன்னும் முன்னூறு ஆண்டுகள் இருந்தன.

அது மாத்திரம் நிச்சயம்.

திறமான நிச்சயம்.

விருந்தாளி

- கொஞ்சம் தண்ணீர் கொண்டுவரட்டும், உங்கள் கால் களைக் கழுவி, மரத்தடியில் சாய்ந்து கொண்டிருங்கள்.
- நீங்கள் உங்கள் இருதயங்களைத் திடப்படுத்தக் கொஞ்சம் அப்பம் கொண்டுவருகிறேன்; அப்புறம் நீங்கள் உங்கள் வழியே போகலாம்.
- மாட்டு மந்தைக்கு ஓடி, ஒரு நல்ல இளங்கன்றைப் பிடித்து வேலைக்காரன் கையிலே கொடுத்தான்; அவன் அதைச் சீக்கிரத்தில் சமைத்தான்.
- வெண்ணெயையும், பாலையும், சமைப்பித்த கன்றையும் எடுத்து வந்து அவர்கள் முன்பாக வைத்து அவர்கள் அருகே நின்றுகொண்டிருந்தான்; அவர்கள் புசித்தார்கள்.

ஆதியாகமம் : 18

ஆப்பிரிக்காவில் இருந்தபோது எனக்கு ஒரு விநோத மான சம்பவம் நேர்ந்தது. நான் வசித்தது செக்பீமா எனப்படும் ஒரு குக்கிராமத்தில். இங்கே எனக்காக மரத்திலான ஒரு வீட்டை ஒதுக்கியிருந்தார்கள். அத்தியா வசியமான தேவைகள் மாத்திரம் கொண்ட அடக்க மான வீடு அது. கூரைகூட மரத்தினால் ஆனதுதான். இந்த முழு வீடும் பெரிய மரத் தாங்கிகளில் ஏறி உட்கார்ந்திருந்தது.

இதன் சமையலறையும் வெளிவீடும் ஆப்பிரிக்க விதிகளின்படி சற்று தூரத்தில் இருந்தன. என்னுடைய சமையல்காரன், தோட்டக்காரன், வேலைக்காரன் எல்லோரும் இங்கே வசித்தார்கள். இதைத் தவிர ஒரு வாகன ஓட்டியும், மூன்று காவல்காரர்களும் வந்து வந்து போனார்கள். இப்படி அந்தக் கிராமத்தின் அரைவாசி ஜனத்தொகை என் ஒருவனைப் பராமரிப்ப தையே முக்கிய தொழிலாக ஏற்றுக்கொண்டிருந்தது. என்னுடைய வருகையினால் அந்தக் கிராமத்துப் பொரு ளாதாரமும் ஒரு சுற்று பருத்திருந்தது என்றுதான் நினைக்க வேண்டும்.

என் வீட்டுக்குச் சிறிது தள்ளி ஒரு பள்ளிக்கூடம் இருந்தது. காலையும் மாலையும், சிறுவர்களும் சிறுமி களும் சொக்கலட் கலர் சீருடையில் கூட்டம் கூட்ட

மாகப் போவதைக் காணலாம். ஆசிரியர்கள் இங்கே கடுமையான தண்டனைகளை வழங்கினாலும் இந்தப் பாலர்கள் எப்போதும் மலர்ந்த முகத்துடனேயே இருப்பார்கள்.

என்னைக் காணும்போதெல்லாம் ஓடிவந்து 'இந்தியாமான்' 'இந்தியாமான்' என்று கத்திக் கையசைத்துவிட்டுப் போவார்கள். நானும் பதிலுக்குச் சிரித்தபடி 'ஆப்பிரிகாமான்' என்று சொல்லிக் கையை ஆட்டுவேன். இங்கே கறுப்பாக இல்லாத எவரும் வெள்ளையர்; வெள்ளையர் அல்லாதவர் 'இந்தியாமான்' தான்.

சில நேரங்களில், துணிவு பெற்ற சில சிறுவர்கள் வீட்டினுள்ளே புகுந்துவிடுவார்கள். என்னிடம் நிலைக்கண்ணாடி என்ற தகுதி பெறாத நீண்ட கண்ணாடி ஒன்று இருந்தது. தயங்கித் தயங்கி வரும் சிறுவர்கள் கண்ணாடியில் தங்கள் பிம்பங்களைப் பார்ப்பார் கள். பின்னால் நிற்பவர்கள் முன்னால் வந்தவர்களை முட்டுவார்கள். பிம்பங்கள் கொடுக்கும் சக்தி கண்ணாடியில் தீர்ந்துவிடுமுன் பார்த்து விடவேண்டும் என்பதுபோல இடித்துத் தள்ளுவார்கள். தங்கள் முறை வந்ததும் பல்லை இளித்து சரி பார்ப்பார்கள். இரண்டு பல் போன சிறுவன் கையினால் வாயைப் பொத்திச் சிரிப்பை அடக்கியபடி விலகி ஓடுவான். 'கண்ணாடி சீக்கிரத்தில் மங்கப் போகிறது; நாளைக்கு வாருங்கள்' என்று நான் சொல்லும் வரைக்கும் அவர்கள் போகவே மாட்டார்கள்.

என் வீட்டுக்குக் குழாய் வசதி கிடையாது. மழைக்காலங்களில் வரும் தண்ணீரைச் சேமிக்கும் விதமாக மேலே தொட்டிகள் கட்டி வைத்திருந்தார்கள். இந்த ஊர்ப் பெண்கள் நிமிர்ந்த நடையுடன் காலையிலும் மாலையிலும், தண்ணீருக்கும் விறகுக்குமாக அலைவதைக் காணலாம். ஆப்பிரிக்க பெண்களின் அறுபது சதவீதம் உழைப்பு இதற்குச் செலவாகிறது என்று சொல்லும் புள்ளி விபரங்கள் உண்மையென்றுதான் பட்டது.

ஒருநாள் ஒரு பிழை செய்தேன். சும்மா ஜீப்பில் வரும்போது பெரிய டிரம் ஒன்றில் தண்ணீர் பிடித்து வந்து இந்தக் கிராமத்து மக்களுக்குக் கொடுத்தேன். அன்று அந்தத் தண்ணீரைப் பங்கு போடு வதில் பெரும் போர் நிகழ்ந்தது. இரண்டு பெண்கள் தலை மயிரைப் பிடித்துக்கொண்டு வீதியிலே புரண்டு வன விலங்குகள்போல அடித்துக்கொண்டார்கள். அதற்குப் பிறகு இலவசமாகப் புண்ணியம் சம்பாதிக்கும் காரியத்தை நான் நிறுத்திவிட்டேன்.

ஜெர்மன் கம்பனி ஒன்று இந்தக் கிராமத்து வழியாக பெரிய ரோடு போட்டது. அதை அரசாங்கத் தரப்பில் மேற்பார்வையிடு வதற்கு நான் நியமிக்கப்பட்டிருந்தேன். ரோட்டு வேலைகள் மழைக் காலங்களில் நின்றுவிடும். மற்ற நேரங்களில் இரவும் பகலுமாகத் தொடரும். நான் வேலையும் வீடும் என்று நேரத்தைக் கழித்தவாறு இருந்தேன்.

என்னை இந்த நேரங்களில் மிகவும் வாட்டியது தனிமைதான். எவ்வளவுதான் வேலை, புத்தகங்கள், இசை என்று மூழ்கியிருந்தாலும்

மகாராஜாவின் ரயில் வண்டி ๑๛ 47

இந்தத் தனிமை என்பது மனிதனைச் சில வேளைகளில் பெரிதும் வதைத்துவிடும்.

இந்த வேதனைகளில் இருந்து எனக்குச் சில சமயங்களில் விடுதலை கிடைக்கும். எதிர்த்து இருந்த மலை உச்சியில் ஓர் ஐரிஷ் பாதிரியார் இருந்தார். அந்தப் பக்கத்தில் மிகவும் பிரபலமானவர். நிறையப் படித்தவர். நீண்ட வெண் தாடியோடு அந்தக் கிராமத்து மக்களுக்கு அவ்வப்போது கருணையோடு பல சேவைகள் செய்பவர்.

அவருடைய இருப்பிடத்துக்கு நான் சில சமயம் போவேன். அநேகமான சனிக்கிழமை மாலை வேளைகளை இவர் என்னுடன் கழிப்பார். நீலநிற மோட்டார் சைக்கிளில் 'டுப் டுப்' என்று ஒலியெழுப்பியபடி அவர் வரும்போது ஊர்ச் சிறுவர்கள் எல்லாம் பின்னாலேயே ஓடிவரும் காட்சி மறக்கமுடியாதது.

இவர் வரும் நாட்களில் என் பொழுது இனிதே போகும். பைபிளை மனப்பாடம் செய்த இவர் பழைய ஏற்பாட்டில் இருந்து அடிக்கடி அழகான கதைகளை எடுத்துச் சொல்வார். ஆனாலும் தமிழிலே பேசவேண்டும் என்ற என் ஆவல் வரவர அதிகரித்தபடியே இருந்தது.

இவர் வருகையில் எனக்கு ஒரு சிறிய சங்கடம் இருந்தது. இவருக்கு வைனில் மோகம் அதிகம். அதுவும் சாதாரண வைன் அல்ல. தேர்ந்தெடுத்த சுவை கூடிய வைன். சுவை நுட்பமான நாக்கு கொண்டவர். ஒவ்வொரு வைனையும் சுவைத்து அதன் நிறை குறைகளை விளக்குவார். இதன் காரணமாக அவர் வரும் சமயங்களில் எப்படியும் பட்டணத்தில் இருந்து வருபவர்களிடம் சொல்லி நல்ல வைன் வாங்கி வைத்திருப்பேன்.

இப்படி ஒரேயொரு நண்பரை அறிந்த அந்த தேசத்தில் ஒருநாள் நான் அலுவலகத்தில் இருந்து திரும்பும்போது ஓர் அதிசயம் காத்திருந்தது.

என்னுடைய சமையல்காரனின் மனைவி கால்களை மடக்கி உட்கார்ந்திருந்தாள். அவளுடைய சிறிய மகளின் தலை அவள் முழங்கால்களுக்கு இடையில் கெட்டியாகப் பிடிக்கப்பட்டிருந்தது. அந்தச் சிறு பெண்ணின் முகம் கோணலாகிப்போக அவள் தலை மயிரை இழுத்து அந்தத் தாய் சிறுசிறு புழுக்கள்போல பின்னிக்கொண்டு இருந்தாள். என்னைக் கண்டதும் அந்தச் சிறுமி பறித்துக் கொண்டு 'ஹொரேமா பீகாமா', 'ஹொரேமா பீகாமா' என்று கத்தியபடியே ஓடிவந்தாள். என்னுடைய ஜீப் அந்த நேரம் என் வீட்டுக்குப் போகும் பாதையில் திரும்பிக்கொண்டிருந்தது. ஜீப்பை நிறுத்தி விசாரித்தபோது எனக்கு ஒரு விருந்தாளி வந்திருக்கிறார் என்ற விபரம் தெரியவந்தது.

எனக்கு ஆச்சரியம். நான் வேகமாக வந்து பார்த்தால் வீட்டு முன் விறாந்தையில் ஒருவர் முதுகில் மாட்டிய பையுடன் நின்று கொண்டிருந்தார். அவருக்கு இரு பக்கத்திலும் என்னுடைய காவல்

காரர்கள் துவாரபாலகர்களாக அவர் தப்பியோட எத்தனிப்பார் என்பதுபோல அவரைக் காவல் காத்துக்கொண்டிருந்தார்கள்.

என்னைக் கண்டதும் அவர் கையெடுத்துக் கும்பிட்டு வணக்கம் தெரிவித்தார். அவருடைய காலில் இருந்து தலைவரை புழுதி படிந்திருந்தது. தலை மயிர், சிறு தாடி எல்லாம் செம்மண் நிறமாக மாறியிருந்தது. அவர் நெடுந்தூரத்தில் இருந்து வந்திருக்கவேண்டும். சொக்ஸ் அணியாத பாதத்தில் மாட்டியிருந்த காலணிகள் ஓட்டை விழுந்து அவருடைய பெருவிரல் பருமனைக் காட்டுவதாக இருந்தன.

'உங்களைப் பற்றி நிறையக் கேள்விப்பட்டிருக்கிறேன். இன்றுதான் சந்திக்க முடிந்தது' என்றார்.

காலணிகளை வெளியே கழற்றி வைத்து, பாதங்களைக் கழுவியதும் அவருக்கு ஒரு புத்துணர்ச்சி பிறந்ததுபோல தெரிந்தது. உள்ளே வந்து சாய்ந்து உட்கார்ந்தார். பிறகு எங்கள் சம்பாஷணை வெகு நேரம் தொடர்ந்தது. எல்லா விஷயத்திலும் அவர் அனுபவப்பட்ட வராகத் தெரிந்தார். என்றாலும் தாமதமாகவும், அடக்கமாகவும் பேசினார். மிகவும் சிரமப்பட்டு அவரிடம் நான் கறந்த விருத்தாந்தம் இதுதான்.

அவருடைய பெயர் ஜெகன். சிலோனை விட்டுப் புறப்பட்டு கப்பலில் சேர்ந்தபோது அவருக்கு வயது இருபது. அதற்குப் பிறகு வந்த இனக் கலவரங்களால் அவர் திரும்பிப் போவதற்கு வாய்ப்பே கிடைக்கவில்லை. அவருக்கு இருந்த ஒரே ஒரு சகோதரரும், தகப்பனா ரும் போரில் இறந்துவிட்டார்கள். தாயைத் தேடும் முயற்சியில் தோற்றுவிட்டார். தாயார் இருக்கிறாரா இல்லையா என்பதுகூட அவருக்குத் தெரியாது.

ஐந்து வருடங்களுக்கு முன்பு கப்பல் வேலையை விட்டுவிட்டார். இவ்வளவு காலமும் சேமித்த பணத்தை வைத்து இவரும் இத்தாலிய நண்பர் ஒருவரும் ஒரு கம்பனி ஆரம்பித்தார்கள். ஆப்பிரிக்க மரங் களை வெட்டி ஏற்றுமதி செய்வது. நன்றாகத் தொடங்கிய வியாபாரம் படு தோல்வியில் முடிந்தது. கடன் தலைக்கு மேல் போய்விட்டது. கையிலே ஒன்றும் மிச்சமில்லை.

இப்பொழுது பக்கத்து நாடான லைபீரியாவில் இருக்கும் ஒரு நண்பரைத் தேடிப் போய்க்கொண்டிருக்கிறார். அங்கே போய் ஏதாவது பிஸினஸ் செய்து முன்னுக்கு வந்துவிடலாம் என்ற நம்பிக்கை. நல்ல தொடர்புகள் கிடைத்தால் ஒரு சில வருடங்களில் லட்சங்கள் சம்பாதித்துவிடலாம் என்றார். விசா இல்லாதபடியால் கள்ள வழியில் போவதற்கு ஏற்பாடுகள் செய்திருந்தார். கடைசி பஸ் தவறிவிட்டது. ஒரு நாள் இரவு தங்கிப் போவதற்காக என்னிடம் வந்திருந்தார்.

முந்திபிந்தி எனக்கு விருந்தாளிகள் வந்தது கிடையாது. அழகான தமிழில் பேசினார். அவர் பேசுவதைக் கேட்டுக்கொண்டே இருக்க வேண்டும்போலப் பட்டது.

எனக்கு ஒரு வேலைக்காரன் இருந்தான். அவனுடைய பெயர் சனூசி. நான் சொல்லும் வேலைகளைக் காட்டிலும் சொல்லாத வேலைகளைச் செய்வதிலே விசேஷ பிரியம் காட்டுவான். இருபது வயதான இவனுக்கு இரண்டு மனைவிகள். வாரத்துக்கு ஒரு கடிதம் எனக்கு எழுதுவான். இடது பக்கத்தில் பெரிய உருண்டையான எழுத்துக்களில் தொடங்கி வலது பக்கத்தில் குறுணியாக முடிப்பான். எல்லாம் சம்பள உயர்வு கேட்டுத்தான். காரணம் கேட்டால் ஒரு புஃலா பெண்ணைக் காதலிப்பதாகச் சிரித்தபடி சொல்கிறான். ஒருமுறை என் வீட்டில் தீப்பிடித்தபோதும் இதே மாதிரித்தான் சிரித்தான். என்னுடைய முடிவுகள் இவனுக்குத் திருப்தி தருவ தில்லை. விரைவில் என்னைப் பணி நீக்கம் செய்துவிடுவான் என்று எதிர்பார்த்திருந்தேன்.

அப்படிப்பட்ட சனூசிக்கு அன்று என்ன செய்வதென்றே தெரிய வில்லை. இங்கும் ஓடினான்; அங்கும் ஓடினான். ஒரு விருந்தாளியைச் சமாளித்த முன் அனுபவம் இல்லாததால் இன்னது செய்யவேண்டும் அல்லது செய்யாமல் விடவேண்டும் என்பது தெரியாமல் தடுமாறி னான். கைகளினால் எனக்கு சைகை காட்டினான். கண்களினால் பேசினான். ஆனால் நான் இவையொன்றையும் கவனிக்கவில்லை.

எனக்கு வந்த முதல் விருந்தாளியின் பேச்சில் மயங்கிப்போய் இருந்தேன். அவருக்கு வயது முப்பத்தைந்து இருக்கலாம். அவர் ரசனையும் என் ரசனையும் ஒன்றுபோலவே பட்டது. ஆனால் உற்சாகமில்லாத, எதையோ இழந்துவிட்ட குரலில் பேசினார்.

அங்கே கம்பனி ஜெனரேட்டர் ஒரு நாளைக்கு நாலுமணி நேரம்தான் வேலைசெய்யும். மாலை ஆறுமணிக்குத் தொடங்கினால் இரவு பத்துமணியளவில் நின்றுவிடும். அன்று, என்னுடைய விருந் தாளியைக் கௌரவிக்கும் முகமாக இரவு ஒரு மணிவரை அது வேலை செய்தது. நாங்கள் இருவரும் நேரம் போவது தெரியாமல் பேசிக்கொண்டிருந்தோம்.

அந்தக் காலத்தில் என்னிடம் இரண்டு பெரிய உருளைகள் கொண்ட ரேப் ரிக்கார்டர் ஒன்று இருந்தது. இரண்டு பேர் அதைப் பிடித்துத் தூக்கவேண்டும். அவ்வளவு பெரியது. காருகுறிச்சி சபைகளில் வாசித்த நாதஸ்வர இசையை நான் ஒலிப்பதிவு செய்து வைத்திருந் தேன். சபையின் ஆரவாரம், கைதட்டல்கள் எல்லாம் அதில் பதிவாகியிருந்தன. அப்படிப்பட்ட இசையைக் கேட்கும்போது கிடைத்த நிஜத்தன்மையில் நான் என்னை மறப்பது சுலபமாகவிருக்கும்.

அன்று அந்த இசைப் பதிவில் 'சக்கனிராஜா' வரும் பகுதியைப் போட்டேன். கண்களை மூடிக்கொண்டு அவர் அதை ரசித்தார். இன்னொரு தடவை கேட்க விரும்பினார். மீண்டும் போட்டேன்.

அந்த ஆப்பிரிக்க காட்டில், ஒரு நடு நிசியில், மின் விளக்குகள் எரியும் ஒரேயொரு தனி வீட்டில், எங்கள் இருவருக்காகவும் காரு குறிச்சி இன்னொரு முறை கரகரப்பிரியாவை வாசித்தார். அந்த

வாசிப்பு முன்பு வாசித்ததிலும் பார்க்க இன்னும் மெருகு கூடியிருந்தது. நண்பரின் கண்களில் பெரிய உருண்டையாக நீர் ஒன்று திரண்டு பட்டென்று விழுந்தது.

பிறகு பேச்சு இலக்கியத்துக்குத் திரும்பியது. ஓர் உருதுக் கவிதையை நான் சொன்னேன்.

நீ அங்கே
நான் இங்கே
பெண்ணே!
இரவு நகர்கிறது
வீணாக.

இந்தக் கவிதையை வெகுவாக ரசித்தவர் திடீரென்று மௌனமாகிவிட்டார். இவருடைய கடல் பிரயாணங்களில், தாய்லாந்திலோ, துருக்கியிலோ சந்தித்து இவருக்காகக் காத்திருக்கும் ஒரு பெண்ணின் ஞாபகம் வந்திருக்கலாம். மழைக்கால மேகம்போல அவருடைய முகம் கறுத்துவிட்டது.

என் சமையல்காரனுடைய பெயர் கமாறா. அவனுக்குத் தேக பலத்தில் இருக்கும் நம்பிக்கை செய்முறையில் இல்லை. எல்லா சமையல் வேலைகளையும் பலத்தினால் சாதிக்கப் பார்ப்பான். ஊறுகாய் போத்தல் மூடியைக் கள்ளன் இரவில் வந்து அபகரித்துவிடுவான் என்பதுபோல இறுக்கப் பூட்டிவிடுவான். ஒரு யானை பலத்தைச் சேகரித்தால் ஒழிய இதைத் திறக்க முடியாது. ஐந்து நிமிடத்தில் ஒரு தேங்காயைக் கையினால் உடைத்து, கத்தியினால் சுரண்டி சம்பல் போட்டுவிடுவான். இவனுக்காக நான் வாங்கிவந்த துருவலை இன்னும் தொடாமல் துருப்பிடித்துப்போய்க் கிடந்தது.

அன்று உணவு பரிமாறியபோது இரவு மணி பதினொன்றாகிவிட்டது. கமாறாவுக்கு எங்கள் சமையல்களில் உபயோகிக்கும் பலசரக்கு பற்றிய அறிவு கொஞ்சமும் கிடையாது. ஆனால் என்னுடைய அயராத உழைப்பாலும், இடைவிடாத முயற்சியாலும் பெருஞ்சீரகத்துக்கும், பெருங்காயத்துக்கும் அவனுக்கு வித்தியாசம் தெரிந்திருந்தது. வெள்ளைப்பூண்டு எங்கே போடவேண்டும், வெந்தயம் எங்கே தூவவேண்டும் என்பதையும் மனப்பாடம் செய்துவிட்டான். ஆனால் கடுகுக்கும் மிளகுக்கும் உள்ள வேறுபாடு மாத்திரம் என்ன செய்தும் அவனுக்குத் தெரியவில்லை. நான் ஊரை விடுமுன் இதை எப்படியாவது அவனுடைய மண்டைக்குள் ஏற்றிவிடவேண்டும் என்ற தீர்மானத்தில் இருந்தேன்.

அன்று கமாறாவுக்கு என்ன நடந்ததோ, எங்கிருந்து ரோஷம் வந்ததோ தெரியவில்லை. அபாரமாகச் சமைத்திருந்தான். சுடச்சுட அப்பம் சுட்டு அடுக்கியிருந்தான். வெந்தயக் குழம்பு அளவான வெந்தயம் போடப்பட்டு மிளகாய்ச் சிவப்பில் நல்ல மணம் வீசியது. ஆப்பிரிக்க முறைப்படி வைத்த இறைச்சிக்கறி துண்டு துண்டாக

எண்ணெய்யில் மிதந்தது. ஆனால் சம்பலின் மகிமையைக் கூற இயலாது. அளந்தெடுத்துக் கலந்ததுபோல உறைப்பும், புளிப்பும், உப்புச்சுவையும் கூடித் தன்னிகரற்று விளங்கியது.

வந்த விருந்தாளி கடந்த பதினைந்து வருடங்களாக தான் இப்படியான உணவை உண்டதில்லை என்று சொன்னார். அவர் கண்களில் நீர் சுரந்தது. அதைத் துடைக்கக்கூட கை எடுக்காமல் ஆவலாக உண்பதில் கருத்தாகவிருந்தார். அவர் புசிப்பதையே கண்வெட்டாமல் பார்த்துக்கொண்டிருந்தேன்.

அப்பொழுது ஒரு சம்பவம் நடந்தது.

சனூசியைப் பார்த்து வைன் கொண்டுவரும்படி சைகை செய்தேன். அவன் காலைத் தேய்த்தபடி நின்றான். கீழே பார்த்தான்; மேலே பார்த்தான். ஆனால் அசைய மறுத்துவிட்டான். இன்னொருமுறை சமிக்ஞை கொடுத்தேன். அவன் பொறுக்காமல் உள்ளே போய் ஒரு வைன் போத்தலைத் தூக்கிக்கொண்டு வந்து பட்டென்று வைத்தான். அது நான் சொன்ன உயர்ரக வைன் இல்லை; சாதாரண வைன். அதைத் திருப்பி அனுப்பிவிட்டு சனூசியை முறைத்துப் பார்த்தேன். அப்பொழுது அவன் அரைமனதுடன் அசைந்தசைந்து போய் நான் குறிப்பிட்ட வைனைக் கொண்டுவந்தான். அது டேவிட் பாதிரி யாருக்காக நான் பிரத்தியேகமாகப் பட்டணத்திலிருந்து அதிக விலை கொடுத்து வரவழைத்த சிவப்பு வைன். பத்து வருடம் வயதாக்கப்பட்ட கபர்னெ சாவினொன். சனூசியின் புத்தியில் எனக்கு வந்த விருந்தாளி இந்த உயர்ந்த ரக வைனுக்குத் தகுதியற்றவர் என்று பட்டிருக்க வேண்டும்.

ஆனால் நான் அந்த வைனை விருந்தாளிக்காகக் கொண்டுவரச் சொல்லவில்லை. எனக்கு அதை அருந்தவேண்டும்போல இருந்தது. அன்று என் மனம் அளவில்லாத சந்தோஷத்தில் மிதந்தது. இந்த நிலையில் அனுபவிக்கக்கூடியது அந்த வைன் ஒன்று மட்டுமே என்று எனக்குப்பட்டது.

அதைத் திறந்து நானும் நண்பரும் பருகினோம். ஓர் இசையின் உச்சம் போல, கவிதையின் தொடக்கம்போல் அது இருந்தது. ஊற்றுப்போல நாக்கிலே பட்டு ஒரு காற்றுப்போல மறைந்தது. அது கொடுத்த சுவை மாத்திரம் நாக்கிலேயே தங்கியது; நாசியிலேயே நின்றது.

என் நண்பர் கிறங்கிப்போய் விட்டார். ஒரு வார்த்தைதானும் பேசவில்லை. எப்பொழுது தூங்கினோம் என்பதும் ஞாபகத்தில் இல்லை.

திடீரென்று விழிப்பு ஏற்பட்டபோதுதான் என் வீட்டில் ஒரு விருந்தாளி தங்கியிருக்கும் ஞாபகம் வந்தது. மணியைப் பார்த்தேன். ஒன்பது மணியை நெருங்கிக்கொண்டிருந்தது. என்னுடைய விருந் தாளி காலை எட்டு மணி பஸ்ஸைப் பிடிக்கவேண்டும் என்று சொல்லியிருந்தார்.

அவசரமாகப் படுக்கை அறையிலிருந்து வெளியே வந்தேன். அவர் சாப்பாட்டு மேசையில் குனிந்தபடி இருந்தார். காலை உணவை முடித்ததற்கான அறிகுறிகள் தென்பட்டன. தலையைப் பிடித்தபடி பெரும் யோசனையில் ஆழ்ந்துபோய் இருந்தார். கமாறாவும், சனூசி யும் இவரைப் பார்த்தவாறு செய்வதறியாது எட்டத்தில் நின்றனர்.

அவர் புழுதி எல்லாம் போக சுத்தமாகக் குளித்திருந்தார். தலை வாரி ஒழுங்காக இருந்தது. ஆனால் உடுப்பு அதே உடுப்புதான். என்னிடம் சொல்லிவிட்டுப் போவதற்காகக் காத்திருந்தார். அதைப் பார்க்க என் மனது கரைந்தது. ஒரு புது வாழ்க்கையைத் தொடங்க முன்பின் அறியாத ஒரு நாட்டுக்கு இன்னும் சில நிமிடங்களில் புறப் படுவதற்கு இருந்தார். பஸ் கட்டணத்திற்குக் கூட காசு இருக்குமோ தெரியவில்லை. அதைக் கேட்பதற்கும் எனக்குக் கூச்சமாக இருந்தது.

என்னிலும் வயது கூடியவர் என்னைக் கண்டதும் எழுந்து நின்றார். ‘உங்களிடம் சொல்லிவிட்டுப் போவதற்காகக் காத்திருந்தேன். நீங்கள் செய்த உதவியை என்றும் நினைவில் வைத்திருப்பேன். எத்தனையோ வருடங்களுக்குப் பிறகு எங்கள் ஊர் சாப்பாடு உங்கள் புண்ணியத்தில் கிடைத்தது; மிகவும் நன்றி’ என்றார். அவர் நாக்குத் தழுதழுத்தது.

‘அநியாயமாக உங்களைத் தாமதிக்க வைத்துவிட்டேன். பஸ்ஸைத் தவற விட்டுவிட்டீர்களே!’ என்றேன். ‘அதனாலென்ன, பத்து மணி பஸ்ஸை பிடித்துவிடலாம்’ என்றார்.

பனி உருகியதுபோல காற்று பளிங்குத்தன்மையோடு இருந்தது. முதுகுப் பையைக் காவியவாறு என்னுடைய விருந்தாளி படிகளில் இறங்கினார். சனூசியிடமும் கமாறாவிடமும் சொல்லிக்கொண்டார். இன்னொருமுறை என் கைகளைப் பாசமுடன் குலுக்கி விடைபெற் றார். ஒருவித ஏக்கத்துடனும் விருப்பமின்மையுடனும் ஓர் ஆதிவாசி மனிதன்போல தோள்களை ஒடுக்கி முன்னே குனிந்து நடக்கத் தொடங்கினார். நான் வாசலில் நின்று பார்த்துக்கொண்டிருந்தேன். எனக்குப் பக்கத்தில் கமாறாவும் சனூசியும் நின்றார்கள்.

சிறிது தூரம் சென்றவர் எதையோ நினைத்துக்கொண்டதுபோல திடீரென்று திரும்பி வந்தார். என் மனம் பதைத்தது. நான் நினைத்தது சரியென்று தோன்றியது. பஸ் கட்டணத்தை அவர் கேட்காமலே கொடுத்திருக்கலாம். இந்த நல்ல மனிதரின் மனம் வேதனைப்பட அனுமதித்துவிட்டோமே என்று நொந்துகொண்டேன்.

என்னிடம மிகக் கிட்ட வந்தவர் சொன்னார் ‘இதுதான் உங் களைப் பார்ப்பது கடைசித் தடவை என்று எண்ணுகிறேன். இனிமேல் இதைச் சொல்வதற்கு சந்தர்ப்பமும் கிடைக்காது. பல வருடங் களுக்குப் பிறகு உங்கள் தயவில் ஓர் உயர்ரக வைனைப் பருக முடிந்தது. முகம் தெரியாத எனக்கு நீங்கள் செய்த இந்த மரியாதை மிக அதிகமானது. என் நிதி நிலைமையில் இப்படியான வைனை நான் இனிமேல் அருந்துவது சாத்தியமில்லை. சாகும்வரை இதை மறக்கமாட்டேன்’ என்றார்.

நான் திகைத்துவிட்டேன். தன் உலகத்து உடமைகளையெல்லாம் ஒரு முதுகுப் பையில் காவி வந்த இவருக்கு வயதாகிய வைனின் சுவை நுட்பம் தெரிந்திருந்தது. ஏதோ பதில் கூறுவதற்காக வாயைத் திறந்தேன். அதைக் கேட்காமல் அவர் குதிக்காலில் திரும்பிவிட்டார்.

அந்தச் சனிக்கிழமை காலை, அவர் முழுச் சூரியனை நோக்கி, பெருவிரல்கள் தெரியும் காலணிகளைப் போட்டுக்கொண்டு நடந்து போனார். அந்த உருவம் கறுப்பாகும் வரை நாங்கள் அங்கே நின்றோம்.

நான் பின்னும் ஐந்து ஆண்டுகள் ஆப்பிரிக்காவில் வசித்தேன். அந்த வருடங்களில் என்னைத் தேடி ஒரு விருந்தாளிகூட வந்த தில்லை. என் ஆப்பிரிக்க சரித்திரத்தில் என்னிடம் வந்த ஒரேயொரு விருந்தாளி அவர்தான்.

ஜெகன் என்ற பெயரில் வந்த இந்த விருந்தாளி, தன் முழுப் பெயரையும் சொல்ல மறந்துவிட்டவர், ஓர் இரவு மறக்க முடியாத சந்தோஷத்தை எனக்குத் தந்தவர், லட்சாதிபதியாகும் கனவுகளுடன் கள்ள வழியாக அயல் நாடு சென்றவர், அதற்குப் பிறகு என்ன ஆனார் என்பது கடைசிவரை எனக்குத் தெரியாமலே போய்விட்டது.

மாற்று

ஆப்பிரிக்கப் பாதை கண்டுபிடித்த சில மாதங்களில் இது நடந்தது. இந்த இருண்ட கண்டத்தில் என்னவும் நடக்கலாம் என்று என்னை மிகவும் தயாரித்திருந்தார்கள். எப்படிப்பட்ட தயாரிப்புகளும் சில வேளைகளில் பற்றாமல் போய்விடும். ஆனாலும் நான் போதிய தைரியம் இருப்பதுபோலக் காட்டுவது என்ற தீர்மானத்தில் இருந்தேன்.

நாலுநாள் வயது கொண்ட பாம்புக் குட்டிகள்போல அவள் தன்னுடைய கேசத்தைத் தனித்தனியாக சுருட்டியும், பின்னியும் விட்டிருந்தாள். அவள் சாயும் போது அவையும் சாய்ந்தன; நிமிரும்போது அவையும் நிமிர்ந்தன. பாம்புக் குட்டிப் பின்னல்கள் அவள் தோளைத் தொடப் பயந்ததுபோல ஒரு மரியாதையான தூரத்தில் நின்றன. நீளமான கறுப்பு உதடுகளை மெல்லத் திறந்து 'வணக்கம்' என்று சுத்தத் தமிழில் உச்சரித்து எனக்குத் திகைப்பூட்டினாள். என் இரண்டு கன்னங்களிலும் பறவை தொட்டதுபோல சின்னச் சின்ன முத்தம் சரிசமமாக வைத்து உள்ளே அழைத்துச் சென்றாள். இது எல்லாம் என் நண்பனுடைய சதி என்பதை நான் பின்னால் தெரிந்துகொண்டேன்.

என் முழங்கால்கள் ஆடுவதை மறைப்பதற்கு என் தயாரிப்புகள் உதவவில்லை. அதிகமான துணிச்சலை வரவழைத்துக்கொண்டு அவளிடம் பேச்சுக் கொடுத்தேன். என்னுடைய வயதுதான் அவளுக்கு இருக்கும். அவள் பேச்சு சுபாவமாகவும் சிநேகமாகவும் இருந்தது.

'பாம்புக்குட்டி கேசப் பெண்ணழகியே, குடிப்பதற்கு ஏதாவது பானம் இருக்கிறதா?' என்று கேட்டேன். 'என்னிடம் பல பானங்கள் உண்டு. எது வேண்டும்?' என்றாள். ஆனால் அவள் பானம் எதுவும் தயாரிக்கும் அறிகுறிகள் தென்படவில்லை. ஆயிரம் வருடங்கள் என்னுடன் பழகியவள்போல சர்வ சாதாரணமாக என் முன்னே மண்டியிட்டு பின் கால்களை மடித்து உட்கார்ந்தாள். என்னை உற்றுப்பார்த்துக்கொண்டே தலையைப் பின்னால் எறிந்தாள். அவள் கண்களின் ஆழம் என்னைத் திக்குமுக்காட வைத்தது.

'வசதியின்மைக்குப் பழக்கப்பட்டவள் நான்' என்றாள் திடீரென்று. ஒவ்வொரு நிமிடத்தையும் நிறைத்து இவள் ஏதாவது செய்தபடியே இருந்தாள். இப்பொழுது இவள் தன் உடம்பை மூன்றாக மடித்து விட்டாள். என் முழங்கால்களை மிருதுவாகத் தொட்டாள்; அப்படியும் நடுக்கம் தணியாமல் இன்னும் அதிகமாகியது.

பஞ்சி முறித்தபடி எழும்பி நின்றாள். ஒரு வீச்சில் சுழன்று திரும்பியபோது அவளுடைய மேலங்கி கழன்றுவிட்டது. முகத்தில் அடித்தது அந்த வயிறுதான்; சுண்டிவிட்டதுபோல இருந்தது. இதில் எறும்பு ஊர்ந்தால் ஊதலாம்; கிள்ளிப் பிடிக்க முடியாது. அப்படி இறுக்கமாக இருந்தது.

தொலைபேசிகள் தூங்குவதில்லை. ஆப்பிரிக்காவின் அகாஸியா மரங்களால் மறைக்கப்பட்ட அந்த விடுதியில் ஒரு தொலைபேசி இருந்தது. அதனுடைய ஒலி ஏணி 1-10 என்று இருக்கும். இந்த டெலிபோன் ஒலியை நாலில் பொருத்தியிருந்தார்கள். காதுக்கு இனிமையான ஒலி தருவதற்கு இது பழக்கப்பட்டிருந்தது. பனிக்குளிர் அடிக்கும் காலத்தில் கணப்பை மூட்டிவிட்டு பத்து அடி தூரத்தில் போர்வையால் மூடிக்கொண்டு இருக்கும்போது கிடைக்கும் சுகம் போல இந்த டெலிபோன் அடிப்பது காதுக்கு இதமாக இருக்கும்.

இந்தியா, இலங்கை, அமெரிக்கா, கனடா, ஜேர்மனி, பிரான்ஸ், இங்கிலாந்து என்று டெலிபோன்கள் இரவு நேரங்களில் நலமானதும், துக்கமானதுமான செய்திகளைச் சுமந்தபடியே வரும். எங்கள் எதிர் காலங்களை நிர்ணயிக்கும் இந்தக் கருவியைச் சுற்றி இருந்து நானும், விடுதி நண்பர்களும் மணிக்கணக்காக சம்பாஷிப்போம்.

ஒரு நாள் நடு நிசி என்னைத் தேடி ஒரு செய்தி வந்தது. எனக்கு ஒரு தேசம் கிடைத்துவிட்டது. ஜேர்மனி என்று சொன்னார்கள். அன்று முழுக்க நான் தூங்கவில்லை. சந்திர மண்டலத்தின் இருண்ட பகுதியில் இருந்து பேசுவதுபோல அப்பாவின் குரல் அடைத்துப் போய் ஒலித்தது. அம்மா வளையல் இல்லாத கைகளைத் தூக்கி ஆட்டி விடை கொடுத்தாள். பின்னாத நீண்ட கூந்தலுடன் மகேஸ்வரி தோன்றினாள். தன் கைக்குட்டை எங்கே என்று விசாரித்தாள். என் நினைவுகள் முன்னும் பின்னும் சுழன்றன. அவற்றிலே கணிசமான பகுதியைப் பாம்பு கேசப் பெண் பறித்துக்கொண்டாள்.

அன்று இருள் ஒருவிதமான சுவாலை வீசிக்கொண்டு பிரிந்தது. ஆகாயத்தில் இருந்து கஞ்சத்தனமாக மழை நீர் விழுந்துகொண்டிருந்தது. சில விழுமுன் ஆவியாகித் திரும்பவும் பிறந்த வீட்டுக்குப் போயின.

விமானம் ஒரு மணி நேரம் தாமதம் என்று சொன்னார்கள். இளம் பெண் ஒருத்தி திடீரென்று திரும்பினாள். பாம்பு கேசக்காரி போல உயரமாக இருந்தாலும் முகம் வேறாகத் தெரிந்தது. ஒரு மந்திரவித்தைபோல அந்தப் பெண் திடீரென்று தோன்றலாம் என்று மனது அங்கலாய்த்தது. இந்த ஆசை வந்த பிறகு இருக்கைகளில்

அமர்ந்தவர்களையும், தடுப்புக்கு அப்பாலிருந்து வரும் பயணிகளையும் பார்க்கக் கூடுமான வசதியான ஓர் இருக்கைக்கு மாறினேன்.

வெள்ளைச் சீருடை அணிந்த இருவர் தடுப்பைக் கடந்து வந்தார்கள். தங்களுக்குள் ஏதோ பேசிக்கொண்டே பயணிகளை உற்றுப் பார்க்கும் வேலையைச் செய்தார்கள். என்னிடம் ஞானக்கண் இருந்தது; ஞானப் பல் இருந்தது; ஆனால் ஞானக் காது மாத்திரம் இல்லை. அவர்கள் ரகஸ்யக் குரலில் பேசியது எனக்குக் கேட்காமல் போய்விட்டது. நான் அவசரமாகக் கண்களைத் தாழ்த்திப் பயண அட்டையை சரிபார்த்தேன். சிறிது நேரம் கடத்திவிட்டு மறுபடியும் திரும்பிச் சென்றார்கள்.

கறுப்பும், சிவப்பும், மஞ்சளுமான ஜேர்மன் கொடி வர்ணத்தைத் தன் உடம்பிலே பூசிக்கொண்ட லுவ்தான்ஸா விமானம் தரையைத் தொட்டது. ஐயாயிரம் மைல் தூரம் பறந்து வந்த களைப்பு அதற்கு. ஓர் ஐயாயிரம் மூச்சை அடக்கிவைத்து ஒரேயடியாக வெளியே விட்டு நிதானமாக ஊர்ந்து வந்து நின்றது. மூடிய நடைபாதை வண்டி நகர்ந்துபோய் விமானத்தின் கதவுடன் தொட்டு வழி செய்தது. ஓடுதரை விளக்குகள் மறுபடியும் அணைந்தன.

எங்களிடம் இருந்த அரிக்கன் விளக்கை எனக்கு நினைவு தெரிந்த நாள் முதல் அப்பாதான் கொளுத்துவார். பின்னேரங்களில் மைமலாகுமுன் அதைக் கிலுக்கிப் பார்ப்பார். அது கொடுக்கும் சத்தத்தில் இருந்து எவ்வளவு எண்ணெய் உள்ளே இருக்கிறது என்று ஊகித்துவிடலாம். அந்த லாம்பின் சிமிலியைப் பத்து நிமிட காலம் பழந்துணியினால் துடைப்பார். அளவாக மண்ணெண்ணெய் ஊற்றி, திரியைத் தூண்டி, கத்தரிக்கோலால் சமன் செய்து வெட்டி விடுவார். இந்தச் சிறந்த வேலை வேறு ஒருவருக்கும் பங்கு போட்டுக் கொடுக்கமுடியாதது.

என் அப்பாவுக்கு இரவில் நீண்ட கனவுகள் வரும். நித்திரை முடிந்து அவர் எழும்பிய பிறகும் அவை தொடரும். என்னை வெளிநாட்டுக்கு அனுப்பும் கனவும் இப்படித்தான் பல நாட்கள் வளர்ந்தது. விரோதித்தனம் காட்டாமல் சாதுவாகப் பறந்த விமானத்திலிருந்து குண்டுகள் விழத்தொடங்கின. எங்களைச் சுற்றி சாவுகள் நிறைந்தன. நான் பிரியும் காலம் வந்துவிட்டது. அன்று அப்பாவின் நேரடியான கண்காணிப்பில் சிமிலி துடைக்கும் வேலை எனக்குக் கிடைத்தது. நான் அடைந்த மகிழ்ச்சிக்கு அளவேயில்லை.

நான் பயணப்படுவதற்கான நாள் நெருங்கியபோது அப்பாவின் வாஞ்சை அதிகமாகியது. அதை எப்படியும் காட்டிவிடவேண்டுமென்று துடித்தார். 'தம்பி' என்று அழைப்பார், பிறகு நாக்கு மந்தமாகி பேசமாட்டார். ஏதாவது சொல்ல வருவார், பிறகு சொல்லாமல் விட்டுவிடுவார். அலிஸின் அதிசய உலகத்தில் வரும் மூஞ்சூறு போல அப்பா முடிக்காமல் விட்ட கதைகளும், வசனங்களும் பலவாக இருந்தன. அவை எல்லாம் அவர் படுக்கும்

மரக்கட்டிலுக்கும் கூரைக்கும் இடையில் இன்றுவரை அந்தரத்தில் சுற்றிக்கொண்டே இருப்பதுபோல எனக்கு அடிக்கடித் தோன்றும்.

எங்கள் குடும்பத்து வேலைகள் சரி சமமாகப் பங்குபோட்டுக் கொடுக்கப்பட்டிருக்கும். அம்மா தோசை பிரட்டுவாள்; அக்கா தலைக்கு சீயக்காய் பிரட்டுவாள்; அப்பா காசு பிரட்டுவார். அப்படித்தான் அப்பா பயண முகவருக்குக் காசு கட்டி என்னை அனுப்பிவைத்தார்.

இந்தப் பயண முகவரை இன்னும் நம்ப முடியாமல் இருக்கிறது. மிகவும் ஒடுங்கிய வாசல்களுக்குள் போகப் படைக்கப்பட்டவர்போல ஒடுங்கிய உடம்போடு இருந்தார். பொய் இயற்கையாக வந்தபடியால் தொழிலை விருத்தி செய்வது இவருக்குச் சுலபமாக இருந்தது. எங்கள் சீனியர் குலசிங்கம் பதினொரு மாதங்களாக இந்த இருண்ட விடுதியில் தங்கியிருக்கிறான். என்னைக் கட்டிப்பிடித்து வழியனுப்பி வைத்தான். தனக்கு ஒரு நாடு படைக்கப்பட்டுவிட்டது; ஆனால் அதனுடைய பெயர்தான் இன்னும் தெரியவில்லை என்று அடிக்கடி சொல்லிக்கொள்வான்.

மகேஸ்வரி எந்த இடத்துக்கு வந்தாலும் அங்கே அவளுடைய வனப்பு தொற்று வியாதிபோல பரவிவிடும். இருப்பதற்கு முன் இரண்டு பக்கமும் பார்த்துவிட்டு நீண்ட தலை முடியை இழுத்து இழுத்து பிருட்டத்தின் கீழ் வைத்து மெத்தையாக மடித்து அதற்கு மேல்தான் இருப்பாள். மலர்வதற்கு இன்னும் இரண்டு நாள் அவகாசம் உடைய மல்லிகை மொட்டுகளைத்தான் அவள் கோத்து கூந்தலில் அணிந்திருப்பாள். அந்த மல்லிகை விரிந்து நான் பார்த்த தில்லை. விரிய முதல் வரும் ஓர் இளைய மணம்தான் அவள் கூந்தலிலிருந்து வரும்.

ஒட்டகத்தின் கண் இமைகள் அடர்த்தியாக இருப்பது பாலை வனத்து மணல் வீச்சைத் தடுப்பதற்காக என்று கேள்விப்பட்டிருக் கிறேன். இந்தப் பெண்ணின் இமைகளும் அப்படித்தான் அடர்ந்து, கறுத்துப் படபடவென்று அடித்தன. வேண்டாத ஆடவர்களின் பார்வையை அவள் அப்படித்தான் துரத்தினாள் போலும்.

நான் பயணம் புறப்படும்போது அந்தக் கண்களால் சாடை செய்தாள். ஒருவரும் அறியாமல் வந்து ஒரு கடிதம் கொடுத்து அதை பிளேன் புறப்பட்ட பிறகு படிக்கச்சொல்லி என்னிடம் உத்திரவாதம் பெற்றுக்கொண்டாள்.

அந்தக் கடிதம் ஓர் உறையில்கூடப் போட்டு சிறப்பு செய்யப்பட வில்லை. அப்பியாசக் கொப்பியின் கடைசி ஒற்றையை அவசரமாகக் கிழித்து அதில் எழுதியிருந்தாள். நாலாக மடித்து மிகவும் பாதுகாக்கப் பட்டு, அவளுடைய கை வியர்வையில் நனைந்து, பல எதிர்பார்ப்பு களை எனக்குள் ஏற்படுத்தி என் சட்டைப்பையில் கிடந்தது.

டெஸ்டிமோனாவின் கைக்குட்டை களவு போனதுபோல இவளு டையதும் களவுபோயிருந்தது. எடுத்தது நான்தான். பயணம் புறப்படும்

வரை அவள் அது பற்றி ஒன்றும் சொல்லவில்லை. நான் பிரிந்தபோது இதற்கு முன்பு உபயோகப்படுத்தாத ஒரு புன்னகையை வைத்திருந்து எனக்காக வீசினாள். உள்ளங்கையைக் கூட மறைக்க முடியாத சிறிய கைக்குட்டை அது; மூலையிலே சிவப்புப் பூ போட்டது. இருபது கைக்குட்டைகளா அவளிடம் இருக்கிறது? இருப்பது ஒன்றுதான். எப்படி தெரியாமல் போகும். அது பற்றி கடிதத்தில் நிச்சயம் எழுதியிருப்பாள் என்று எதிர்பார்த்தேன்.

அப்பாவின் கையெழுத்து தென்கொரிய தேசியகீதம்போல வாசிப்புக்கு அப்பாற்பட்டதாக இருக்கும். அம்மாவினுடையது கால், கொம்பு, விசிறி, சுழி ஒன்றுக்கும் தரவேண்டிய மரியாதை தராமல் ஒரு கோபத்தோடு எழுதியமாதிரி நட்டுக்கொண்டு நிற்கும். என்னுடைய மகேஸ்வரியின் எழுத்து அப்படியல்ல. மலர் முகைபோல அவளுடைய அட்சரங்கள் தனித்தனியாகவும், குண்டுகுண்டாகவும் இருக்கும்.

அந்தக் கடிதத்தைப் படிக்கும்போது என்னுடைய சொண்டைவிட கண் வேகமாகப் பறந்தது. எங்கே கடைசி வரியில் ‘அன்பான தங்கை’ என்று முடித்துவிடுவாளோ என்ற பயம் பிடித்து ஆட்டியது. ஒரு கிழவியின் கடிதத்திற்கான சகல தகுதிகளுடன், புத்திமதிகளால் மிகவும் கனத்துப்போய் அது காணப்பட்டது. நல்லாய் படிக்கவேண்டுமாம். விரைவில் உத்தியோகம் பார்க்கவேண்டுமாம். இவ்வளவு நம்பிக்கையோடு அனுப்பிவைக்கும் பெற்றோரை ஏமாற்றக்கூடாதாம். மேல் நாடுகளில் கெட்டுப்போவதற்குப் பல சந்தர்ப்பங்கள் உண்டாம். இந்த வகையாக கஸ்தூரிபாய் எழுதுவதுபோல எழுதியிருந்தாள்.

அந்த வரிகளையெல்லாம் துடைத்தும், துளைத்தும், முகர்ந்தும் பார்த்தேன். எங்கேயாவது காதல் ஒளிந்திருக்கிறதா என்ற ஆசையில். அப்பொழுதுதான் கடைசி வரியில் ஒரு கதவு திறந்தது. மத்தாப்பு வெடித்து விரிந்தது. போனால் போகிறது என்று ‘முத்தங்கள் முன்னூறு’ என்று முடித்திருந்தாள். இவள் எப்படி முன்னூறு முத்தங்கள் என்று சொல்லலாம். ஒரு சின்னி விரலைக்கூட அவள் தொடுவதற்கு அனுமதித்ததில்லை. முன்னூறு முத்தங்களாம்! இதிலே என்ன கஞ்சத்தனம். உண்மையிலேயே சொண்டுகள் வற்றக் கொடுக்கப் போகிறாளா? ஓர் எழுத்துத்தானே. ஒரு மூவாயிரம், மூன்று லட்சம், மூன்று கோடி என்றால் என்ன குறைந்தா விடப்போகிறது? ஏதோ நான் கல்குலேட்டர் வைத்து எண்ணிப் பார்த்துவிடுவேன் என்று பயந்ததுபோல ‘முன்னூறு’ என்று எழுதி முடித்திருந்தாள்.

என் அம்மாவின் வாசனை மறந்துகொண்டு வந்தது. அதை ஞாபகத்தில் கொண்டுவருவதும் சிரமமாயிருந்தது. ஒருநாள் அரையிருட்டில் ஒலிம்பிக் வட்டம்போல அவள் தன் தங்க வளையல்களை நிலத்தில் பரப்பிவிட்டு ஏதோ ஆலோசனையில் இருந்தாள். அந்த வளையல்கள் வெகு சீக்கிரத்தில் என்னுடைய பயணச்சீட்டுச் செலவுகளுக்கு மாற்றப்படும் என்பது எனக்குத் தெரியாது. வளையல்கள் இல்லாத கைகள் முற்றிலும் மாறி என் அம்மாவை அந்நியப்படுத்தின.

எனக்கு எப்படி இவ்வளவு துணிச்சல் வந்தது. பயண முகவர் தயாரித்த பாஸ்போட்டில் நடுங்கியபடி பிளேன் ஏறியதும், அப்பா முகத்தைத் துடைத்ததும், அம்மாவின் வளையல் இல்லாத கை அசைந்ததும், அக்காவின் அழுது வீங்கிய கண்கள் துடித்ததும் எவ்வளவு சீக்கிரத்தில் மறந்துபோனது.

என் சிந்தனை என்னை அறியாமல் சானல் மாறி ஆப்பிரிக்க பெண்ணின் வசம் வந்து நின்றது.

காய்ந்த சருகிலே நெருப்பு பற்றுவதுபோல சில பேரைக் கண்டதும் ஆயிரம் காலமாக அறிந்ததுபோல ஓர் உணர்வு வரும். இதற்கு தேசமோ, நிறமோ, மொழியோ தடையில்லை. அவளுடைய அனு போகம் என் பயத்தைத் துரத்தியது. உடல் கூச்சத்தைத் துறந்தது. இந்தக் கணத்துக்காகவே நான் படைக்கப்பட்டதுபோல உணர்ந்தேன். இதற்குச் சாட்சி அவளுடைய ஸ்பரிசத்துக்கு முன்போ, பின்போ எனக்கு ஒருவித குற்ற உணர்வும் தோன்றாததுதான்.

குலசிங்கத்தின் விசா இன்னும் தயாராகவில்லை. எனக்கும் அப்படியே என்று தினமும் செய்தி கொண்டுவந்தான். எனக்கு வயிறு கலங்கிக்கொண்டிருந்தது. இந்த நாட்டு சிறைச்சாலை பற்றி நான் மிகவும் தெரிந்து வைத்திருந்தேன். அங்கு போனவர்கள் மீள்வது அரிது. இதற்கு முன் வந்த குரூப்பில் ஒருவன் பிடிபட்டு இன்னும் அங்கேயே இருந்தான். அவன் ஒருவரையும் காட்டிக் கொடுக்கவில்லை என்று சொன்னார்கள். ஆபத்தின் ஆழம் தெரிந் திருந்தது. ஆனாலும் ஒருநாள் தவறினால் இன்னொரு இரவு கிடைக்கக் கூடும் என்ற அற்ப ஆசையும் இருந்தது.

இந்த நேரத்தில் அந்தப் பெண் வேறொரு ஆடவனுடன் இருப் பாள் என்பது எனக்கு நிச்சயமாகத் தெரிந்தது. என் வசம் இருந்த அந்த சொற்ப நிமிடங்களில் அவள் தன்னை ஒன்றும் மிச்சம் விடாமல் என்னிடம் ஒப்படைத்துவிட்டாள். அதில் ஒருவித சந்தேக மும் இல்லை. ஒரு வேளை அவள் வந்துவிடக்கூடுமோ என்று அடிக்கடி பார்த்தவாறே இருந்தேன்.

வேரோடு என்னை இழுத்து மாரோடு அணைத்து 'என் இனிப்புக் குவியலே' என்று என்ன காரணத்தோடோ அழைத்தாள். ஒரு சொட்டும் மிச்சம்விடக்கூடாது என்பதுபோல என் வசம் இருந்த அத்தனை முத்தங்களையும் என்னைக் கேட்காமலே துடைத்து எடுத்துக்கொண்டாள். அவள் மிகச் சிறந்த நடிப்புக்காரியாக இருக்க வேண்டும்; அல்லது அவளுடைய பாலைவனத்து மனதில் ஈரளிப்பு எங்காவது ஒளிந்திருக்கவேண்டும்.

வீங்கியிருக்கும் மேலுதடை அவள் எதிர்பாராத ஒரு தருணத்தில் தனியாகக் கவ்வி நீண்டநேரம் சுவைத்தேன். அவளை ஆச்சரியப் படுத்துவது கடினம். புறங்கையால் துடைத்தபடி அலட்சியத்தோடு திரும்பிச் சென்றாள்.

அந்த இதழ்களை நான் மற்றவர்களுக்காக விட்டுவிட்டு வந்துவிட்டேன்.

எங்கள் பயண முகவரின் கையாள் ஓர் இத்தாலியன். அவன் எங்களைக் கண்காணிக்க இரவு பத்து மணிக்குப் பிறகு, இரண்டு கதவு வைத்த காரில், ரகஸ்யமாக வருவான். தாட்சண்யம் இல்லாமல் எங்களிடம் கடுமையாக நடந்துகொள்வான். பேய்க்கு சாப்பாடு போடும்போது நீண்ட அகப்பை தேவை என்று சொல்வார்கள். அப்படியே இவன் வரும்போதும் நாங்கள் தூர அகன்றுவிடுவோம்.

இவனுடைய பெயர் அந்திரிய தாமனினி. அந்தப் பெயரிலே இரண்டு எழுத்துக்கள் மௌனமாக உட்கார்ந்திருந்தன. இது ஏன் என்று எனக்கு விளங்கவில்லை. தேசம் இல்லாமல், முகம் இழந்து திரியும் எங்களைப் போல அந்த இரண்டு அட்சரங்களும் ஒலியைக் கொடுக்கும் சக்தி பெறவில்லையென்றே நினைக்கிறேன்.

நாங்கள் பதினொரு பேர் விடுதியில் இருந்தோம். இதில் சோமாலியாப் பையன் ஒருவனும் அடக்கம். அவனுக்குப் பதினைந்து வயதிருக்கும். கோயில் சுவர் கலரில் கோடுகள் போட்ட நீளமான அங்கி ஒன்றை அணிந்திருப்பான். கர்வமானவன். ஐந்து நேர தொழுகையும் தவறாமல் செய்வான். பறவை இறைச்சி தொட மாட்டான்; அதைச் சாப்பிடும் எங்களை ஏளனமாகப் பார்ப்பான். இத்தாலியன் வரும் நாட்களில் மலர்ந்து போவான். இத்தாலிய பாஷை அவனுக்கு சரளமாக வரும். இவன் தயவினால்தான் நாங்கள் எப்போது பிளேன் வரும், எந்த நாட்டை எமக்கு தரப்போகிறார்கள் போன்ற மேலதிக விபரங்களை அறியக் காத்திருப்போம். ஆனால் அவனிடத்தில் விரும்பத் தகாத பழக்கம் ஒன்றிருந்தது. 'கிட்டத்தட்ட' என்ற வார்த்தையை அளவுக்கு அதிகமாக உபயோகித்தான். இன்று எத்தனை பேர் போவார்கள் என்று கேட்டால் 'கிட்டத்தட்ட இரண்டு' என்று பதில் கூறுவான்.

நெருப்புடன் எனக்கு நெருக்கமான சிநேகம் இருந்தது. கணப்பு கொழுந்து சுவாலைகளைப் பார்த்துக்கொண்டே இருக்கப் பிடிக்கும். கறுப்பும், நீலமும், மஞ்சளும், சிவப்பும் கலந்த இந்த தீ நொடிக்கொரு தடவை தன் உருவத்தை மாற்றிவிடும். காற்றுக்கும், சாம்பலுக்கும் இடையில் இருக்கும் ஒரு கணத்தில் வாழ்ந்து முடிந்துவிடுகிறது. என் வாழ்க்கையைத் தீர்மானிக்கும் இந்த நொடிப்பொழுதில் விமானப் பணிப்பெண் பயணிகளை அழைக்கும் வாசகத்துக்காகக் காத்திருந்தேன்.

அந்த வெள்ளை உடை அதிகாரிகள் மறுபடியும் என்னை நோக்கி வந்ததுபோலத் தோன்றியது. மிருகங்கள் சண்டைக்குத் தயாராகும்போது தலையை கீழே இறக்கி முன்னேறுவதுபோல இவர்களும் சிரசைக் கவிழ்த்து வந்தார்கள். என் இருதயம் விலா எலும்பைத் தொட்டுக்கொண்டு அடிக்கத் தொடங்கியது. கம்ப்யூட்டரில் undo விசையைத் தட்டுவதுபோல என் மனதும்

விசைகளைத் தேடின. இரண்டு கமக்கட்டிலும் கட்டுக்கடங்காமல் வியர்வை பெருகி, நீலமும், வெள்ளையுமான நைல் நதிகள் ஒம்டுர் மானில் கூடுவதுபோல என் நாபிக்கமலத்தில் கலந்தன. நான் கண்களை கீழே இறக்கினேன். அப்படியும் நாலு கறுப்பு சப்பாத்துகள், லேஸ்கள் சரி அளவில் கட்டப்பட்டு, என்னைக் குறிவைத்து வருவது தெரிந்தது. வெளிக் காற்றை சுவாசிக்கும் அவகாசம் கிடைத்த அந்த கடைசி நிமிடத்தில் என் கண்முன்னே அப்பாவோ, அம்மாவோ, அக்காவோ காட்சியளிக்கவில்லை; மகேஸ்வரியும் தோன்றவில்லை. பாம்பு கேசப் பெண்தான் தோன்றினாள்.

அம்மாவின் பாவாடை

அம்மாவிடம் ஒரு பாவாடை இருந்தது. எப்பொழுது பார்த்தாலும் அம்மா அதற்கு நாடா போட்டபடியே இருப்பாள். அது சாதாரண நாடா அல்ல; அம்மா அசட்டையாக இருக்கும் சமயங்களில் பாவாடையின் மடிப்புக்குள் போய் ஒளிந்துகொள்ளும். அம்மா நாடாவை இன்னொரு முறை போடுவாள். இது அடிக்கடி நடக்கவே நாடாவில் நெடுகலும் இருக்கிறமாதிரி ஒரு மடிப்பு ஊசியை அம்மா குத்திவைத்துவிட்டாள். நாடா உள்ளே போவதும், அம்மா மடிப்பு ஊசியைப் பிடித்து, ஒரு நாக்கிளிப் புழுபோல நீட்டியும், சுருக்கியும் அங்குலம் அங்குலமாக அதை வெளியே எடுப்பதும் வழக்கமாகி விட்டது.

வெகு காலம் கழித்தபிறகு எனக்கு ஒரு விஷயம் பிடிபட்டது. உண்மையில் அம்மாவிடம் இரண்டு பாவாடைகள் இருந்தன. அவையிரண்டும் தண்ணீரில் அடிக்கடி அலசித் தோய்க்கப்பட்டு வயோதிகம் அடைந்தவை. எல்லாம் ஒரே மாதிரி, ஒரே வயதில், ஒரே உயரத்தில், ஒரே பழுப்பில் இருக்கும். ஆனால் இரண்டு பாவாடைக்கும் அம்மாவிடம் இருந்தது ஒரே நாடாதான். அதைத்தான் அடிக்கடி மாற்றி மாற்றிப் போட்டிருக்கிறாள்.

அம்மா கொஞ்சம் வசதியான குடும்பத்தில் இருந்து வந்தவள். கல்யாணமாகி வரும்போதே இரண்டு பாவாடை புதிதாகத் தைத்துக் கொண்டு வந்திருந்தாள். நாடா போட்ட பாவாடை. எங்கள் கிராமத்துப் பெண்கள் பாவாடை கட்டும் வசதி இல்லாதவர்கள். ஒரு சிலர் கல்யாணம், திருவிழா போன்ற விசேஷங்களுக்குக் கட்டுவதற்கு ஒரு பாவாடை மாத்திரம் வைத்திருப்பார்கள். மணியக்காரரர் பெண்சாதியிடமும், அம்மாவிடமும் மாத்திரம் இரண்டு பாவாடைகள் இருந்ததாகப் பேச்சு அடிபடும். வீட்டிலும், வெளியிலும் அவர்கள் பாவாடை அணியும் தகுதி கொண்டவர்கள். அம்மாவின் முகத்தில் எப்பொழுது பார்த்தாலும் இந்தப் பாவாடைப் பெருமை தெரியும்.

என்னுடைய அப்பாவின் முகம் பின்னேரத்து வெய்யில் போல கதகதவென்று இருக்கும். குடிப்பழக்கமோ, பீடி சுருட்டுப் பழக்கமோ, சீட்டாடும் பழக்கமோ அவரிடம் கிடையாது. இன்னும் சொல்லப் போனால் வேலைக்குப் போகும் பழக்கம்கூட கிடையாது. அம்மா வுக்கு வாழ்க்கைப்பட்ட நாளில் இருந்து அவர் மறு வார்த்தை பேசி நான் பார்த்ததில்லை. அற்புதமான சாது.

கைரேகை பார்ப்பதில் நிபுணர். அவரைப் பார்ப்பதற்காக வெளியூரி லிருந்துகூட ஆட்கள் வருவார்கள். சப்பணக்கால் கட்டிக்கொண்டு வெகு நேரமாக அந்த அந்நியக் கைகளைப் பிடித்துக்கொண்டிருப்பார். அவருடைய வியாக்கியானங்களுக்குச் சம்பாவனை கிடைத்து நான் பார்த்ததில்லை. அம்மாவின் வயலில் இருந்து வரும் நெல்லு மூட்டையையும், தேங்காயையும், வாழைக் குலையையும் வைத்துத் தான் அவள் சமாளித்தாள் என்று நினைக்கிறேன். அந்தக் காலங்களில் என் கண்களுக்குத் தெரியாமல் வறுமையை மறைப்பதில் அம்மா மிகவும் சிரமப்பட்டாள்.

மனிதர்களிடம் சாதாரணமாகக் காணப்படாத ஓர் ஒயிலுடன் அம்மா கிணற்றடியில் முழுகிவிட்டு நடந்து வருவாள். அவள் கடந்த பிறகும் அவளுடைய வாசனை அங்கே நிற்கும். பிஞ்சாகும் வாய்ப்பை இழந்த கொய்யாப்பூக்கள் வழிநெடுகிலும் கிடக்கும். அம்மாவின் கால்களில் அவை ஒட்டிக்கொள்ளும். தோள்களில் வழிந்த நீண்ட கேசத்தில் தண்ணீர் சொட்டும். அவள் நடந்துபோன தடத்தில் சற்றுநேரம் காற்று மினுமினுக்கும். அப்படியே போய் கொடியிலே பாவாடையை உதறிவிட்டு காயப் போடுவாள். இது தினசரி நடக்கும்.

பின்னால் நடக்கப் போகும் ஒரு சம்பவத்தில் இருந்து அம்மாவுக்கு இந்தப் பாவாடை எவ்வளவு முக்கியமானது என்று எனக்குத் தெரியவரும். இது அந்தஸ்துக்கு அறிகுறி. அவளுடைய பிறந்த வீட்டுச் செல்வச் செழிப்பு தீர்ந்துகொண்டு வந்தது. இந்தப் பாவாடை போனால் இன்னொன்று கிடைப்பது தூரமான நம்பிக்கை என்ற நிலையில் அம்மா இதை உயிரிலும் மேலாக நேசித்தாள்.

அம்மாவின் கண்களில் முடிவு பெறாத அழுகைகள் நிறைந்து கிடக்கும். அவள் சிரிக்கும்போது அது முற்றிலும் மாறிவிடும். அவளுடைய சிரிப்பு தனியாக எடுத்து வைத்த சாமிப் படையல்போல சந்தோஷம் பொங்க வெளிப்படும். முன் எச்சரிக்கை இல்லாமல் வந்ததினால் அது பெரிதாக நாலு பேர் கேட்கக்கூடிய விதமாக இருக்கும். தான் சிரித்துச் சிந்திய அழகு யார் கண்ணிலும் பட்டு விடப்போகிறது என்பதுபோல அந்தச் சிரிப்பைத் திருப்பி வாங்க அவசரப்படுவாள். கலகலவென்று ஒரு பள்ளி மாணவிபோல வெடித்துச் சிரித்துவிட்டு சில வினாடிகளில் ஏதோ பாரதூரமான குற்றம் செய்ததுபோல வாயைப் பொத்திக்கொள்வாள்.

சீதனமாகக் கொண்டுவந்த ஒரு மரப்பெட்டி அம்மாவிடம் இருந்தது. அதைச் சீனப்பெட்டி என்று அழைப்பாள். சீன அரசர்களும், அரசிகளும், சேடிகளுமாக அதன் முகப்பை அலங்கரித்தார்கள். சில விசேஷமான தினங்களில் மாத்திரம் அந்தப் பெட்டியை அம்மா திறப்பாள். அந்தச் சமயத்திற்குக் காத்திருந்து நான் போய் முன்னால் குந்துவேன். 'வெளிச்சத்தை மறைக்காதே' என்றபடி அம்மா அந்தப் பெட்டியை ஆராய்வாள். அவள் கொண்டுவந்த திரவியம் எல்லாம் அதற்குள்தான். முன்பு திறந்த நாளில் இருந்து பாதுகாக்கப்பட்ட நகைகளையும், உத்தரீயத்தையும், வெள்ளிக் கொலுசையும் பல மணி நேரம் கைகளில் எடுத்துப் பார்த்தபடியே இருப்பாள். உத்தரீயத்தை நான் தொடவும், கழுத்திலே போட்டுப் பார்க்கவும் அனுமதிப்பாள். பெட்டி நகைகள் வரவர குறைந்து கொண்டு வந்தது அப்பட்டமாகத் தெரியும். அதன்முன் இருக்கும் நேரங்களில் அம்மாவின் முகத்தை ஒரு மேகம் வந்து மறைத்துவிடும்.

அம்மா எந்த நேரம் என்ன செய்வாள் என்று சொல்லமுடியாது. சின்ன வயதாயிருந்தபோது என்னதான் சாப்பிட்டாலும் என்னுடைய உடம்பு நோஞ்சான் உடம்பு. பக்கத்து வீட்டு கனகம்மாக்காவின் மகன் கொழுகொழுவென்று இருப்பான். அவன் எப்பொழுது வந்து விளையாடினாலும் கடைசியில் என்னை அடித்த பிறகுதான் விளையாட்டு ஓயும். அம்மா வந்து அவனைப் பேசி அனுப்புவதுதான் வழக்கம்.

அன்றும் அப்படித்தான். விவகாரம் பெரிதாக ஒன்றுமில்லை. என் அப்பாவின் பெயரை அவன் மறந்துவிட்டதில் ஆரம்பித்தது. என்னை அடித்துவிட்டான். நான் பதிலுக்கு அவனை 'தூமையன்' என்று ஏசினேன். அப்போதுதான் அது நடந்தது. கலிவரின் பயணங்களில் வரும் ஒரு ராட்சத பறவைபோல அம்மா எங்கிருந்துதான் பறந்து வந்தாளோ தெரியாது. வழக்கத்துக்கு விரோதமாக அவனை விரட்டாமல் என் சொண்டில் விரல்களால் சுண்டிவிட்டாள். 'இப்படி இனிமேல் சொல்லுவியா?' என்று திருப்பித் திருப்பிக் கேட்டு பூவரசம் கிளையால் அடித்தாள். எனக்கு வலி தாங்க முடியவில்லை.

முதல் முறையாக அம்மாவிடம் எனக்குக் கோபம் ஏற்பட்டது. மூச்சுக்காற்று போன திசையில் நடந்து போனேன். என் உடம்பிலே அங்கங்கே பொன்னிறமான கொப்புளங்கள் கிளம்பியிருந்தன. சாயந்திர வெய்யிலிலே அவை மினுமினுத்தன. கிளுவை மரங்களுக்கிடையில் ஒரு தவளை தொண்டையை உப்பி உப்பி சுருக்கியது. உலகத்துக் காற்றை எல்லாம் எப்படியும் விழுங்கிவிட வேண்டும் என்று ஆயத்தம் செய்வதுபோல கால்களை அகட்டி உட்கார்ந்திருந்தது. என்னைப் பார்த்ததும் தன் பின் பாதியை எனக்குக் காட்டி தனது அதிருப்தியைத் தெரிவித்தது. என் நட்பை அது பொருட்படுத்தவில்லை.

இவ்வளவு காலமும் அம்மாவை ஒரு சிறந்த தாயாக வளர்த்திருந் தேன். அம்மாவின் சிந்தனை சத்தம் எனக்குத் துல்லியமாகக் கேட்கும். என் கொப்புளங்களைப் பெரிதாக்கினால் அம்மாவின் யோசிப்புகள் என் பக்கம் திரும்பக்கூடும் என்று நம்பினேன். அம்மாவின் பக்கவாட்டு முகத்தையும், மேல் உதடுகளில் வெண்டைக்காய் மயிர் போல வளர்ந்திருக்கும் ரோமத்தையும் தடவ வேண்டும்போல பட்டது. சூரிய வெளிச்சத்தைக் காற்று அடித்துத் தள்ளும்வரை என் கால்கள் வீட்டுப் பக்கம் திரும்பவில்லை.

கண்களை மூடிக்கொண்டு இரவு நேர ஒலிகளை இனம் கண்டு பிடிப்பது எனக்கு விருப்பமானது. எங்கள் வீட்டில் நாங்களும் எலிகளுமாகக் குடியிருந்தோம். எங்கள் உணவு முடிந்தபிறகு எலிகளின் சாப்பாட்டு நேரம் ஆரம்பமாகும். எங்கள் பசிக்கு எப்படியோ தவறிய உணவுகளை அவை சத்தமாக உண்ணும். அம்மா மெதுவாக வந்து கன்னத்தில் காய்ந்துபோன கண்ணீர்த் தடத்தைத் தடவிப் பார்த்தாள். அம்மா என்னைக் கட்டிப் பிடித்தாள். ஒரு சின்ன இடைவெளி விட்டாலும் அது பெரிய அபராதம் ஆகிவிடும் என்பதுபோல என்னை இறுக்கியபடி விம்மினாள். பகல் முழுக்க காய்ந்த பாவாடையிலும் சேலையிலும் சூரியன் கொஞ்சம் மீதம் இருந்தது. மூச்சு விட எனக்குக் கஷ்டமாயிருந்தது. என்றாலும் அது உவப்பாகி அந்த அறை முழுக்க பரவச அணுக்கள் நிறைந்தன.

அம்மாவுக்கு இருந்த முக்கியமான கவலைகளில் ஒன்று என்னைப் பற்றியது. எங்கள் வாழ்க்கை அம்மாவின் சம்மதம் இல்லாமல் முட்டுப்பட்டதாக மாறியிருந்தது. அதை என்னிடமிருந்து மறைப் பதில்தான் அவ்வளவு கஷ்டம். அம்மாவின் தங்கை – என் சின்னம்மா – நல்ல இடத்தில் வாழ்க்கைப்பட்டு இருந்தாள். அங்கே போகும்போதுதான் எனக்கு சோதனை ஏற்படும். நாங்களும் வசதி யான குடும்பத்தில் இருந்து வருகிறோம் என்ற பிரமையைக் கொடுப்ப தற்கு நான் பழக்கப்பட்டிருந்தேன்.

சின்னம்மாவிடம் பல பார்வைகள் இருந்தன. பூச்சிகளுக்காக ஒதுக்கப்பட்ட ஒரு பார்வையை எனக்காக வைத்திருந்தாள். ஒரு நாள் வயதான வேர்வை அவளிடமிருந்து வீசும். மெலிந்தும், நெடுப் பாகவும் இருப்பாள். ஏதோ அவசரமாகச் சொல்ல வந்து மறந்து விட்டது போல வாய். அவள் போடும் ரவிக்கைகள் அவள் தோள் களில் சறுக்கியபடியே இருக்கும். அங்கே போகும்போதெல்லாம் அவள் உடுத்தியிருக்கும் சேலையின் சரிகையும் தங்க வளையல்களும் எங்கள் வறுமையை இன்னும் பிரகாசப்படுத்துவதுபோல எனக்குத் தோன்றும்.

அவர்களிடம் முட்டை வடிவ நிலைக் கண்ணாடி இருந்தது. நடுவிலே ஒன்றும், வள்ளி தேவானை போல பக்கத்திலே இரண்டு மாக. சின்னம்மா தன் முகத்தையும், முதுகையும், கன்னத்தையும், காதையும் ஒரே சமயத்தில் பார்க்கக்கூடிய விதமாக, மீளாத ஆச்சரியத்தை எனக்கு ஊட்டுவதாக, அது படைக்கப்பட்டிருந்தது.

அன்று துணியினால் மூடி, என் பரிசோதனைகளுக்கு அப்பாற்பட்டு கிடந்தது.

சின்னம்மா வீட்டில் கதிரை இருந்தது. அவள் தந்த பனங்காய் பணியாரத்தில் பங்குனி மாதத்தின் ருசி தெரிந்தது. கிளாஸ் விளிம்பு களில் விடாது இலையான்கள் மொய்த்தன. கால்கள் எட்டாத கதிரையில் இருந்துகொண்டு இரண்டு கைகளாலும் கிளாஸைப் பிடித்து அப்போது பிரபலமான 'சுப்பிரமணியம்' சோடாவைக் குடிக்கும்போது 'வழிச்சு துடைச்சு குடிக்கக்கூடாது' என்று அம்மா பலமுறை எச்சரித்தது ஞாபகத்துக்கு வரும். அம்மாவின் கண்பாஷை அடிக்கடி என் பக்கம் கடுமையாகத் திரும்பும். சோடாவைக் குடிப்பதும், அளவு பார்ப்பதும், மீதம் வைப்பதுமாக மனது அவஸ் தைப்படும். மிச்சம் விடவேண்டும் என்ற ஏக்கத்தில் சோடா குடிக்கும் அந்த அற்புதமான சந்தோஷமும் அற்பமாகிவிடும். கடைசியில், உயிரை விடுவதுபோல இலையான் மூத்திரம் அளவுக்கு ஒரு சொட்டு பானத்தை நான் கிளாஸில் மிச்சம் விடுவேன்.

வழக்கமாக என் கால்களைத் தொட்டுக்கொண்டு வரும் ரோடு அன்று என்னை ஸ்பரிசிக்க மறுத்துவிட்டது. அப்படியும் வீடு வந்து சேரும் வரைக்கும் அந்த நினைவு அகலவில்லை. அளவுக்கு அதிகமாகக் கொஞ்சம் மிச்சம் விட்டுவிட்டோமோ என்று மட்டும் மனது போட்டு அடித்துக்கொண்டே இருந்தது.

என்னுடைய கால்கள் சிலந்தியின் கால்கள் போல மெலிந்தும், அகன்றும், பல திசைகளில் ஒரே சமயத்தில் போகும் வல்லமையும் கொண்டு இருக்கின்றன என்று அம்மா அடிக்கடி சொல்வாள். என்னை எப்படியும் தேற்றிவிட வேண்டும் என்று அவள் ஆலோசித்த காலங்களில்தான் என் வாழ்க்கையில் ஒரு முசுட்டை மரம் வந்து குறுக்கிட்டது. இது எங்கள் வீட்டில் இருந்தாலும் பரவாயில்லை. பக்கத்து அன்னம்மாக்கா வீட்டிலிருந்து தன் சதித்தனத்தை என்மீது காட்டியது. அன்னம்மாக்கா படிக்காத தேவாரம் இல்லை, பிடிக்காத விரதம் இல்லை. ஆனாலும் வாடாமல்லிகை போல அவளுக்கு வாடாத உடம்பு. கந்தசஷ்டி விரதத்தின்போது ஆறுநாளும் இரவு மாத்திரம் பாலும் பழமும் சாப்பிடுவதாகச் சொல்லுவாள். ஆனால் பழம் என்றால் ஒரு முழு பலாப்பழம் என்ற விஷயம் என்னிடமிருந்து மறைக்கப்பட்டிருந்தது.

இந்த அன்னம்மாக்கா தயவால் அம்மா அடிக்கடி முசுட்டை இலை வறை வைப்பாள். அடிமட்டம் வைத்து அளந்ததுபோல இலையைச் சின்னச சின்ன சைஸில் வெட்டி, தேங்காய்பூ போட்டு, அரை அவியல் அவித்து, உப்பு வெங்காயம் மிளகாய் என்று அளவாகக் கறிகூட்டி, வெகு நேரம் பாடுபட்டு அம்மா சமையல் செய்வாள். அதனுடைய ருசி வேப்பங்காய்க்கும் குரும்பட்டிக்கும் இடைப்பட்ட ஒரு சுவையாக இருக்கும். உலகத்துச் சிறுவர்களை எல்லாம் பழி தீர்ப்பதற்காக ஒரு தீர்க்கதரிசியினால் கண்டு பிடிக்கப்பட்ட வறை இது.

வறை முழுக்க சாப்பிடவேண்டும் என்று நான் நிர்ப்பந்திக்கப் படுவேன். என்னை ஊக்குவிப்பதற்காக அம்மா அகப்பையின் தலையைப் பிடித்து அடிக்காம்பைக் கண்முன்னே காட்டிக்கொண்டிருப்பாள். சோற்றின் நடுவே முசுட்டை இலையும் தன் தொழிலைச் செய்யக் காத்துக்கொண்டிருக்கும். எண்ணி நாற்பது நாட்கள் சாப்பிட்டால் நோஞ்சான் உடம்பு தேறி, தேகம் பொன்னிறமாகிவிடும் என்று பலமான நம்பிக்கை தருவாள். அந்த அகப்பையும் எனக்கு முன்னால் தலைகீழாகப் படம் விரித்த பாம்புபோல ஆடிக்கொண்டிருக்கும். சோற்றை உருட்டி அதன் நடுவிலே வறையை மறைத்துவைத்து விழுங்குவேன். அப்படியும் நாக்கை ஏமாற்ற முடியவில்லை. அந்த ருசி பல வருடங்களாக என் நாக்கில் வசித்தது.

முசுட்டை வறை எனக்கு எதிரி என்றால் அதிலும் மோசமான ஒரு எதிரியை அம்மா தினமும் சந்திக்கவேண்டி இருந்தது. அந்த எதிரியை சப்ளை பண்ணியதும் இந்த அன்னம்மாக்காதான். இவ வளர்த்த மாடு மிகவும் சுதந்திர புத்தி கொண்டது. கொஞ்சம் அசந்தாலும் எங்கள் வீட்டு வளவுக்குள் புகுந்துவிடும். உடலை வருத்தி அம்மா போட்ட கீரைப்பாத்தியை, சூரனுடைய தலைபோல முளைக்க முளைக்க, இந்த மாடுதான் சாப்பிட்டுக்கொண்டு வந்தது.

இந்த மாட்டின் ஆக்கினையால் யார் வந்து கேட்டைத் திறக்கும் சத்தம் கேட்டாலும் 'படலையை இறுக்கிச் சாத்துங்கோ' என்று அம்மா உள்ளே இருந்தபடியே எட்டிக்கூட பார்க்காமல் சத்தம் கொடுப்பாள். இந்த மாடும் பொறுமையாக மனிதர்களின் அஜாக் கிரதையில் நம்பிக்கை வைத்துக் காத்திருக்கும்.

அம்மா அருமை அருமையாக வளர்த்த கீரை தகதகவென்று வளர்ந்து வயதுக்கு வரும் சமயம் ஒருமுறை மாடு புகுந்துவிட்டது. கீரைப் பாத்தியை துவம்சம் செய்தது. கீரையைக் கொத்துக் கொத்தாக இழுத்து மண்ணை உதறி உதறிச் சாப்பிட்டு முடித்தது.

கீரைப்பாத்தி வெறும் துவக்கம்தான். அதை முடித்துவிட்டு பிரதான சாப்பாட்டை நிறைவேற்றும் நோக்கத்தோடு திரும்பியது. சூரியனால் பழுப்பேறிப்போய், கீழ்க்கரையோரம் கிழிந்து, நுரை வராத சோப்பினால் கழுவித் துவைத்து உலர்த்தப்பட்டு, நாவுக்குத் தோதான உஷ்ணத்தில், மொரமொரவென்று ஆசை காட்டிக்கொண்டு, நாடா வில்லாமல் கிடந்தது அம்மாவின் பாவாடை. அந்த மாடு கடிகார முள் சுழலும் திசையில் சுழன்று, எட்டி ஒரு வாய் வைத்துவிட்டது. கரையோரப் பகுதிகளை முடித்துவிட்டு, தொடைப் பகுதிக்கு வரும் போதுதான் அம்மா கண்டாள். மெய் எழுத்துக்கள் எல்லாவற்றையும் உதறிவிட்டு, உயிர் எழுத்துக்களால் மட்டுமே ஆன ஓர் ஒலியை அவள் கண்டம் அப்போது எழுப்பியது. மூர்ச்சை தெளிந்த பிறகு 'ஐயோ! என்ரை பாவாடை!' என்று பாய்ந்து வந்து உருவினாள். மாடு விடவில்லை. அம்மா இழுக்க, அதுவும் இழுத்தது. இழுத்தபடியே படலையை நோக்கி ஓடியது. அம்மா, முழங்கால் அரைய இழுபட்

டாள். படலையைக் கடக்கும்போது மாடு பாவாடையைப் போட்டு விட்டது.

பாவாடையை நிலத்திலே பரப்பியபடி அம்மா குந்தியிருந்தாள். தொடையும் தொடை சார்ந்த இடத்திலும் ஒரு குழந்தை புகுந்து போகும் அளவுக்குப் பெரிய ஓட்டை. வெகு நேரம் அதைப் பார்த்த படியே இருந்தாள். அவளுடைய வாய் 'தூமையன், தூமையன்' என்று சொல்லி முணுமுணுத்தது. கண்ணிலே இருந்து உருண்டு இறங்கிய ஒரு கண்ணீர் கீழே போகத் தைரியமின்றி கன்னத்தின் நடுவிலேயே நின்றுவிட்டது.

அந்தச் சம்பவத்திற்குப் பிறகு எனக்கு அந்த வார்த்தையின் அர்த்தம் புரிந்தது போலப் பட்டது. அம்மா மூசி மூசி பாவாடையை இழுத்தபடி நின்ற காட்சி என் மனதை விட்டு அகலவே இல்லை. எங்கள் சிறிய கிராமத்தில் ஒரு பாவாடை மட்டுமே வைத்திருக்கும் ஏழைப் பெண்களில் ஒருத்தியாக அம்மா கீழே இறக்கப்பட்டு விட்டாள்.

இப்பொழுதும் நினைத்துப் பார்க்கிறேன். அதற்குப் பிறகு அம்மா பள்ளி மாணவிபோல கலகலவென்று வெடித்துச் சிரித்தது எனக்கு ஞாபகத்தில் இல்லை.

செங்கல்

ஒரு செங்கல்லை நான் தேடித் திரிந்தேன். என்னுடைய போதாத காலம், நான் போய்த் தேடின கடைகளில் எல்லாம் இந்த செங்கல் கிடைக்கவில்லை. களைப்பு மேலிட, ஒவ்வொரு கடையாக ஏறி இறங்கினேன். எல்லோரும் இல்லையென்றே கைவிரித்தார்கள். ஓர் உருண்டையான செங்கல்லுக்கு இவ்வளவு கஷ்டமா என்று நான் வியந்தேன்.

ஒரு கடைக்காரன் மாத்திரம் என்மேல் கருணை கொண்டு, அன்பு ததும்ப 'தீர்ந்துவிட்டது' என்றான். அவன் எனக்காக மிகவும் இரக்கப்பட்டான். அவன் மனது நொந்துபோய் இருந்தது. என்னை வெறுங்கை யோடு அனுப்ப அவன் விரும்பவில்லை. அவனுடைய துக்கத்தைப் பார்த்தபோது இந்த நல்ல மனிதனைத் துயரத்தில் ஆழ்த்திவிட்டேனே என்று எனக்குக் கவலை யாகவிருந்தது.

உடலுக்கும் குரலுக்கும் தொடர்பில்லாத இன்னொ ருத்தன் என்னுடைய பெயர், விலாசம், தொலைபேசி எண் எல்லாவற்றையும் குறித்து வைத்துக்கொண்டான். அவனுடைய முதற்பார்வையிலேயே வெறுப்பு முழுச் சம்மதத்துடன் வெளிவந்தது. செங்கல் வந்ததும் எனக்கு அறிவிப்பதாக உறுதி கூறினான். அவனுடைய வாக்கில் எனக்கு நம்பிக்கை ஏற்படவில்லை.

நான் களைத்து இளைத்து வீடு திரும்பும் சமயம் இன்னொரு கடை எனக்கு நம்பிக்கை தரும் விதமாக நடந்துகொண்டது. அந்தக் கடைக்காரர் என்னுடைய கேள்வியில் ஆச்சரியம் காட்டவில்லை. அத்துடன் அவர் 'ஆம், இல்லை' என்றும் பதில் கூறவில்லை. மாறாக 'எத்தனை கல் வேண்டும்?' என்று விசாரித்தார். அதனு டைய விட்டம், பருமன், நிறம், பருவம் போன்ற நுணுக்கமான விபரங்களைக் கேட்டு, கம்புயூட்டரில் பதிந்துகொண்டார். ஆனால் அந்தக் கடைக்காரரும் அதற்குப் பிறகு என்னுடன் தொடர்புகொள்ளவே யில்லை.

இவர்களில் ஒருவராவது 'எதற்காக?' என்ற கேள்வியை எழுப்ப வில்லை. இதிலிருந்து நான் அவர்களைக் குறைவாக மதிப்பிடுவதாக எண்ணிவிடக்கூடாது. அவர்களுடைய அறியாமையும் ஆர்வமின்மை யும்தான் இதற்குக் காரணங்கள் என்று நினைக்கிறேன்.

ஒருநாள் திராட்சைப்பழங்கள் சாப்பிட்டுகொண்டு இருந்தேன். அவை பலவிதத்தில் பல உருவத்தில் இருந்தன. காம்பு ஒடிபடாத, நசுக்கப்படாத, வயதுக்கு வந்து வழுவழுப்பாக இருக்கும் ஒரு பழத்தை எடுத்துத் தனியாக வைத்துக்கொண்டேன். கடைசியாகச் சாப்பிட.

அந்த நேரத்தில்தான் எனக்கு அந்த யோசனை உதித்தது. ஓர் உருண்டையான செங்கல் எங்கே கிடைக்கும் என்று. ஒரு யோசனை என் மூளையில் உதித்தால் அது லேசில் போகாது. அதைப் பற்றியே சிந்தித்துக்கொண்டு இருப்பேன். உருண்டையான வீடொன்று கட்டுவதற்குத்தான் இந்த உருண்டையான செங்கல்லைத் தேடிக் கொண்டிருந்தேன்.

மிகப்பெரிய ஒரு வெள்ளைத்தாளை எடுத்து மேசையிலே விரித்து வைத்துக்கொண்டேன். அதிலே வீட்டின் வரைபடத்தைக் கீறத் தொடங்கினேன். முதலில் எல்லைகளைக் குறித்து வைத்தபின் கதவு, ஜன்னல் போன்றவற்றிற்கு அடையாளங்களை இட்டேன்.

இதிலே பல சிக்கல்கள் வந்தன. உருண்டையான வீட்டிற்கு இதற்கு முன் யாரும் வரைபடம் போட்டதாகத் தெரியவில்லை. சதுரமான வீட்டிற்குக் கூட நான் படம் வரைந்தது கிடையாது. என் மூளைக்கு எட்டியவரை சமையலறை, குளியலறை, படுக்கையறை, வரவேற்பறை என்று இடங்களை ஒதுக்கினேன். மகனுக்கும் மகளுக்கும் சரிசமமான அளவில் குட்டி அறைகள் தயார் செய்தேன். இது எல் லாம் வரைந்து முடிக்கும்போது இரவு நடுநிசியை தாண்டிவிட்டது.

இந்த வரைபடத்தைப் பார்ப்பதற்கு என் பிள்ளைகள் ஆவலாக இருந்தார்கள். அவர்களுடைய அறைகளைப் பார்த்தபோது என் சின்னப் பெண்ணுக்கு அழுகை வந்துவிட்டது. மிகச் சிறியதென்றாள். ஒரு எலிக்குஞ்சுக்குக்கூட அது போதாதென்றாள். மகனும் முகத்தைச் சிறுக்க வைத்துக்கொண்டான்.

இதுதான் வீடு கட்டுவதில் உள்ள சிரமம். சமையலறையில் கொஞ்சம் பிய்த்து எடுத்து மகளுடைய அறையுடன் ஒட்டவைத்தேன். மகளுக்கு நிரம்ப சந்தோஷம். மகனுக்காக வீட்டையே கொஞ்சம் பெரிசாக்கினேன். இப்பொழுது சமையலறை சுண்டைக்காய் அளவுக்குச் சுருங்கிவிட்டது.

மகனும் மகளும் போட்டி போட்டுக்கொண்டு தங்கள் தங்கள் அறைகளின் குணாதிசயங்களை வர்ணிக்கத் தொடங்கினார்கள். பச்சை வர்ணம் தன் அறைக்கு வேண்டும் என்று மகள் அபிப்ராயப் பட்டாள். அப்படியே செய்தேன். கடும் மஞ்சள் வேண்டும் என்றான்

மகன். அதற்கும் சம்மதித்தேன். அப்பொழுதுதான் மகள் ஒரு சந்தேகத்தைக் கிளப்பினாள். இப்படியான சமயங்களில் அவளுடைய புத்தி கூர்மையுடன் வேலை செய்யும்.

உருண்டையான வீட்டிலே கதவு மேலேதான் வரும். எப்படி வீட்டினுள் ஏறுவது, இறங்குவது என்பதுதான் அவள் கவலை. என் மகன் ஏணி ஒன்றை வைக்கலாம் என்று சொன்னான். அது நல்லதாகப்பட்டது. ஆனால் உருண்டையான ஏணிக்கு நாங்கள் எங்கே போவது? செங்கல்லுக்கே இந்தப் பாடு படவேண்டி இருக்கிறது. ஆகவே அந்த யோசனையும் கைவிடப்பட்டது.

கடைசியாக என் மகளே அதற்கு ஒரு தீர்வும் சொன்னாள். எனக்கும் அது சிலாக்கியமாகத்தான் பட்டது.

'அப்பா! அப்பா! நான் ராப்புன்ஸேல் மாதிரி தலைமயிரைத் தொங்கவிட்டுக்கொண்டிருப்பேன். நீங்கள் ராச குமாரன் மாதிரி அதிலே பிடித்து ஏறி வரலாம். ஆனால் அந்தப் பாட்டை மட்டும் பாடியே ஆகவேண்டும்' என்றாள்.

"ராப்புன்ஸேல்! ராப்புன்ஸேல்!

தங்க கூந்தலைத் தொங்கவிடு!"

இப்படி பாடிக்கொண்டு என் மகள் தன் சின்ன இடையை அசைத்து அசைத்து ஆட்டினாள். இதில் அவள் மிகவும் ஆர்வமாய் இருந்தாள். தன் வார்குழலிலும் மிகவும் மதிப்பு வைத்திருந்தது தெரிந்தது. மறுப்புச் சொன்னால் கண்ணீர் முட்டியை உடைத்துவிடும் போலபட்டது.

என் மகனுக்கு இது பிடிக்கவில்லை. வட்ட முகத்தை இப்போது நீள்வடிவமாக்கி வைத்திருந்தான். அவன் எதிர்ப்புக்குப் பல காரணங் கள். அவன் தங்கச்சிக்குக் குட்டையான தலைமயிர். இது எப்பொழுது வளர்ந்து ராப்புன்ஸேல் அளவுக்கு நீள் கூந்தலாக மாறும்? இரண்டா வது, தன் தங்கையின் தலைமயிரைப் பிடித்து ஏறுவது வீரத்தனமாகத் தோன்றினாலும், உள்ளுக்குள் அவனுக்கு அவமானமாகவும் அசிங்க மாகவும் இருந்தது.

மூன்றாவது வாதம் முதல் இரண்டையும் அடித்துக்கொண்டு போனது. அவன் தங்கையும் அவர்களுடன் வெளியே போயிருந்தால் யார் மயிரைப் பிடித்து ஏறுவது? ஆகவே இந்த யோசனையும் வந்த வேகத்திலேயே திருப்பி அனுப்பப்பட்டது.

அடுத்து எனக்கு வந்த ஒரு சந்தேகத்தைக் கிளப்பினேன். உருண்டையான வீடு உருண்டோடும் தன்மை உடையது. அதைப் புதைத்து வைத்தால் அதன் உருண்டைத் தன்மை கெட்டுவிடும். தண்ணீரில் மிதக்கவிடலாம் என்றான் மகன். பலூன்போல பறக்க விடலாம் என்றாள் மகள். இரண்டுமே சரியாகப் படவில்லை. இதிலே சதியான ஒரு திட்டம் ஒளித்திருந்தது. இந்த யோசனைப்படி நாளுக்குநாள் வீட்டின் இடம் மாறிக்கொண்டே இருக்கும். பள்ளிக்

கூட பஸ்ஸைத் தவற விடுவதற்கு வசதியாக இவர்கள் இருவரும் ஆலோசனை கூறுகிறார்கள் என்றே எனக்குப் பட்டது.

அட்டதிக்கு யானைகள் உருண்டையான பூமியைத் தாங்கி நிற்பதாக இந்தியப் புராணங்கள் கூறுகின்றன என்றான் மகன். இவன் புராணங்களில் நிபுணன். அதற்கு அடுத்தபடி சாத்தியமான காரியத்தை நாங்கள் ஆராய்ந்தோம். யானைத் துருத்திகளை நாலு மூலைகளிலும் வைத்துக் காற்றை எழுப்பினால் அந்தப் பலத்தில் வீடு மிதக்கும் என்றுபட்டது. உருண்டையான வீட்டில் நாலு மூலைகள் எப்படி வரும் என்று கேட்கக்கூடாது. அதைக் கற்பனை செய்ய வேண்டியதுதான். பூமியிலே சரி குறுக்காக ஓடும் பூமத்திய ரேகையை நாங்கள் கற்பனை பண்ணவில்லையா? அப்படித்தான்.

இந்த ராட்சத ஊதிகள் என் மூளையில் அதிகப் பிரயத்தனம் செய்யாமல் தானாகவே உற்பத்தியான யோசனை. இதைக் கேட்டதும் என்னுடைய இரண்டு குழந்தைகளும் கைகளைத் தட்டி ஆரவாரித் தார்கள். என் மகன் சின்னக் கால்களால் மரத்தரையில் எம்பியெம்பிக் குதித்தான். மகளோ, நயனங்கள் விரிய நர்த்தனமாடினாள். மின் சாரத்தை மிச்சப்படுத்த இவர்கள் இரைச்சலை அவசரம் அடக்கியாக வேண்டும்.

ஆனால் நேரம் கடந்த முயற்சி.

அப்பொழுது பார்த்து என் மனைவி வேலையிலிருந்து திரும்பி யிருந்தாள். அவசரமாக எட்டிப் பார்த்தாள். அவள் முகத்தைக் கண்டதும் அந்த அறை 'ப்ஸ்க்' என்று சத்தமின்மையை அடைந்தது.

என் மனைவியின் புத்தி நுட்பத்திற்கு ஈடு இணையில்லை. அல்லாவிட்டால் அவள் என்னை மணக்க சம்மதித்திருக்க மாட்டாள். உருண்டையான வீட்டை அவள் விரும்பவில்லை. அந்த அதிருப்தியை அவள் பலவிதங்களில் வெளிப்படுத்தினாள். என்னுடைய பிள்ளை களுடன் நான் கூட்டு சேர்ந்துகொண்டு சதி செய்வதாக நம்பினாள். நான் பார்க்காத சமயங்களில் அவர்களைக் கண்களாலும் சைகை களாலும் மிரட்டினாள். அவள் சொல்ல விரும்பிய அல்லது மறுத்த விஷயங்கள் சிறு குறிப்புகளாகக் குளிர்பெட்டியில் ஒட்டப்பட்டுக் காட்சியளித்தன.

இந்த வீட்டின் இடையீட்டால் என் மனைவியின் இனவிருத்தி ஆசைகள் எல்லாம் அணைந்துவிட்டன. விரோதமூட்டும் சமிக்ஞை களை பரிமாறினாள். நங்கூரம் அறுதத கப்பல்போல தனியனாகி நின்றாள்.

நான் என் மனைவியைத் திருப்திப்படுத்த பலவிதங்களிலும் முயற்சி செய்தேன். எத்தனை விதமான தியாகங்களை இவளுக்காக நான் செய்யவேண்டி வந்தது. வீட்டிலே, மூலைக்கு மூலை அவள் ஆசையோடு வளர்க்கும் மணிச்செடிகளின் இலைக் காம்புகளை நான் இப்பொழுதெல்லாம் கிள்ளுவதில்லை. காது குடைவதற்கு மாற்று ஏற்பாடுகள் செய்திருந்தேன். மனைவி கொடுக்கும் பள்ளிக்

காசில் பிள்ளைகளிடம் கடன் கேட்பதை முற்றிலும் தவிர்த்துவிட்டேன். குறைந்த பகலும், நீண்ட இரவும் கொண்ட ஞாயிற்றுக்கிழமை அதிகாலை வேளைகளில் முட்டை அப்பம் கேட்டு தொந்தரவு செய்வதில்லை. பிரியாணி, கோழி வறுவல் லெவலுக்கு இறங்கி வந்துவிட்டேன். அது மாத்திரமா? பேருந்துகளில் பயணம் செய்யும் போது அந்நிய பெண்களின் ஓவர்கோட்டுகளில் சிகரெட் நுனியால் ஓட்டை போடுவதையும் முற்றுமுழுதாக நிறுத்திவிட்டேன்.

இப்படிப் பலவிதங்களில் என் மனைவியை வசீகரிக்கப் பார்த்தேன். என்னுடைய முயற்சிகள் தோல்வியில் முடிந்தன. நான் செய்த தியாகங்கள் எல்லாவற்றையும் அவள் உணர்ந்ததாகக்கூட தெரிய வில்லை. மாறாக, இருக்கும் பலமெல்லாவற்றையும் திரட்டி முகத்தைக் கோபமாக வைத்திருப்பதிலேயே செலவழித்தாள்.

ஒருநாள் என் நண்பனை அவளுக்கு அறிமுகப்படுத்தினேன். நாற்றம் வீசாத, காதிலே கடுக்கன் போடாத, மூக்கிலோ, சொண்டிலோ வளையம் மாட்டாத, இன்னும் பலவித அங்கங்களிலும் ஓட்டையோ, பழுதோ இல்லாத ஒருவனை என் நண்பன் என்று அறிமுகம் செய்து பார்த்தேன். அப்படியும் அவளுக்கு என்மீது மதிப்பு திரும்பவில்லை.

நித்திரை வராத நோயாளிகளுக்காகப் படைக்கப்பட்ட இரவு அது. மயிர் வளர்வது போல கண்ணுக்குத் தெரியாமல் அவள் விரோதம் வளர்ந்தது. வைகறைப் பிரியும் நேரத்தில் ஒருவித சத்தமும் இன்றி திடீரென்று என்முன்னே தோன்றினாள். அவள் கையிலே பிரயாணப் பை. லோண்டரியில் போய் நம்பரைக் கொடுத்தவுடன் உங்களுடைய உலர் சலவை ஆடைகள் தானாக அசைந்து சத்தமின்றி உங்கள் முன் வந்து நிற்குமே, அப்படி ஒரு பேச்சுமில்லாமல் எனக்கு முன்னே வந்து கண் கவிழ்த்து நின்றாள்.

நான்தான் பேச்சுக் கொடுத்தேன். எல்லாம் இந்த வீட்டால் வந்த பிரச்சினைதான். அவளுக்கு விருப்பமான ஆகாசச் சிவப்பில் வெளிச் சுவர்களை எல்லாம் வர்ணம் அடிப்பதாகச் சத்தியப் பிரமாணம் செய்தேன். அது மாத்திரமல்ல, பேயின் கைவிரல்கள் போலப் படரும் ஐவி செடிகளை வீட்டின் வெளியே மாத்திரமல்ல, உள்ளேயும் வளர்க்கலாம். படுக்கை அறை, பாத்திர அறையென்று எங்கே வேண்டுமென்றாலும் அவை படரலாம்; படமெடுக்கலாம் என்று வாக்குக் கொடுத்தேன். அப்பொழுது அவள் ஆர்வக் குறைவுடன் சம்மதித்தாள். வீடு கட்டுவதற்கல்ல; மனம் மாறி வீட்டிலே என்னுடன் தங்குவதற்கு.

வீட்டு வேலைத்திட்டங்கள் எல்லாம் ஒருவாறு ஒப்பேறிவிட்டன. என்ன என்ன வர்ணங்கள் எங்கேயெங்கே பூசுவது, தரைவிரிப்புகளின் தாரதம்மியம், திரைச்சீலைகளின் தகைமை எல்லாம் ஆராயப்பட்டு அங்கீகரிக்கப்பட்டன. சுவரிலே மாட்டுவதற்கு முன்னெச்சரிக்கையாக வளைந்த ஓவியங்கள், வளைந்த முகக்கண்ணாடிகள், வளைந்த மணிக்கூடுகள் என்று எல்லாம் தயாராகிவிட்டன.

எனக்குப் பல நண்பர்கள் இருந்தார்கள். அதனிலும்கூட விரோதிகளும் இருந்தார்கள். இவர்கள் எல்லாம் போட்டி போட்டுக்கொண்டு எனக்கு யோசனைகள் வழங்கினார்கள். வீட்டு வேலைகள் சரிவர நடைபெற வேண்டும் என்ற ஆவல்தான் காரணம் என்றார்கள். நலம் அடித்த நாய் ஆலோசகர் வேலைக்கு மனுப்போட்டதாம். எனக்கு இந்த ஆலோசனைகள் பிடிப்பதில்லை. நான் என் சொந்த சம்பாத்தியத்தில் ஆலோசிக்கவே விரும்பினேன்.

இந்த நிலையில்தான் உருண்டையான செங்கல் வேட்டையில் நான் இன்னும் தீவிரமாக இறங்கினேன். பேப்பர்களில் விளம்பரம் செய்தேன். வணிகர்களிடமும் வழிப்போக்கர்களிடமும் ஆதரவு தேடினேன். தபால் மூலம் பிரபலமான கம்பனிகளுக்கெல்லாம் எழுதிப்போட்டேன். வையவிரிவலையில் விளம்பரம் கொடுத்தேன். ஒரு தீவிரவாதித் தன்மையுடன் இந்தத் தேடலில் என் நேரத்தைச் செலவழித்தேன்.

நாள் போகப்போக இந்த விஷயத்தில் கட்டுகட்டாகக் கடிதங்கள் வரத் தொடங்கின. குரல் அஞ்சலில் பலவிதமான குரல்கள் இரவும் பகலும் ஒலித்தன. ஆண் குரல்கள், பெண் குரல்கள், கீச்சுக் குரல்கள், முரட்டுக் குரல்கள், அப்பாவிக் குரல்கள். மேலதிக விபரங்களுக்காகக் காத்திருக்கும் மேதாவிக் குரல்கள். இப்படிப் பலவிதம். மின் அஞ்சல்கள் பாரமிறக்க பாரமிறக்க, ஊற்றெடுப்பதுபோல நிறைந்துகொண்டே வந்தன. கொள்கலத்தை மணிக்கொரு தடவை காலி செய்ய வேண்டியிருந்தது. தொலைநகலில் தகவல்கள் வளையம் வளையமாக வந்து விழுந்தன. எல்லா பதில்களும் 'இல்லை, இல்லை' என்றே இருந்தன.

இப்பொழுது எனக்கு ஒரு பயம் பிடித்தது. தொலை நகல்கள் வரும்போது தயக்கம் வருகிறது. மின் அஞ்சலைத் திறக்கும்போது ஒருவித பீதி என்னைப் பீடித்துவிடுகிறது. கடிதம் என்றாலோ சொல்லத் தேவையில்லை. கைகள் நடுங்குகின்றன. 'ஆம், இருக்கிறது' என்று பதில் வந்துவிடுமோ என்று பயந்தபடியே இருக்கிறேன். அப்படி வந்துவிட்டால் அடுத்து என்ன செய்வது என்ற யோசனையும் வருகிறது.

ஜன்னல் கம்பியைப் பிடித்தபடியே நின்றேன். தூரத்தில் ஒரு மலை தெரிந்தது. அது வெகு நேரமாக அங்கே இருந்தது. இயற்கைக் காட்சிகளையும், தூர தரிசனங்களையும் அது மறைத்தது. நாளை காலை முதல்வேலையாக அதை நகர்த்திவிட வேண்டும்.

கடன்

சீனவெடி வெடிக்குமுன் காதைப் பொத்திக்கொள்ளும் சிறுவன் போல இவருக்கும் தற்காப்பு எச்சரிக்கை அதிகம். அதிகாலையிலேயே எழுந்து தயாராகிவிட்டார். அவருடைய மகன் வரைந்து கொடுத்த படம் பையிலே இருந்தது. இரண்டுநாள் முன்பாகவே வந்து ஒத்திகை பார்த்துக்கொண்டார். எந்த பஸ் பிடிப்பது, எங்கே இறங்குவது எல்லாம் மனப்பாடம். அதுதான் ஐந்து நிமிடம் முன்பாகவே வந்து காத்துக் கிடந்தார்.

அங்கே இன்னும் பலரும் இருந்தார்கள். வரவேற்புப் பெண் முகத்தில் புன்னகையை ஒட்டி வைத்திருந்தாள், ஸ்டிக்கர் பொட்டு போல. அவள் தோள்கள் முன்னறி வித்தல் இல்லாமல் திடீரென்று கழுத்தின் கீழே ஆரம்ப மாகின. இவர் கேட்ட கேள்விக்கு சாட்டிலைட் தொலை பேசி போல சிறிது நேரம் கழித்தே பதில் கூறினாள்.

இரண்டு பேரை இப்போது உள்ளே அழைத்துவிட் டார்கள். இவர் உள்ளங்கைகளை அடிக்கடித் துடைத்த படி காத்திருந்தார்.

இவருக்குத் தெரியாமல் ஒரு சதி நடந்ததை இவர் அறியவில்லை. இந்தச் சதி நேற்றிரவு நடந்தது. அதில் அமெரிக்க அரசாங்கத்துக்கும் ஒரு கை இருந்தது. ஆனால் அவருக்குத் தெரியாது. பொறுமையாகக் காத்திருந்தார்.

காத்திருப்பது என்பது பரம சுகமானது. இவர் நன்றாகக் காத்திருப்பார். அபூர்வமான பொறுமைசாலி. தயிர் கட்டியாகும்வரை காத்திருக்கும் பொறுமைசாலி.

அமெரிக்காவுக்கு முதல் முறை வருகிறவர்கள் பலவித மான உற்பாதங்களைச் சந்திக்கத் தயாராக இருக்கவேண் டும். இதில் முக்கியமானது வெற்றி என்று சொல்வார்கள். இவருடைய மகன் சாந்தன் இங்கே வந்து பத்து வருடங் கள் ஆகிவிட்டன. அவனுடைய வாழ்க்கை வெற்றிகர மாக நடைபெற்றாலும் மற்றவர்கள்போல அவன் தலை கால் தெரியாமல் நடக்கவில்லை. மிகவும் அடக்கமாக இருந்தான். எளிய வாழ்க்கை. இவருடைய இருப்பிட வசதிகளிலிருந்து சாப்பாடு வரைக்கும் மிகக் கவனமாகவே இவரை சந்தோசப்படுத்தப் பார்த்தான்.

எவ்வளவுதான் செய்தாலும் இந்த வயதில் அவருக்குப் பெரிய உபத்திரவம் அவருடைய நாவினால்தான் ஏற்பட்டது. இங்கே வரும்போது அவர் அதைப்பற்றி அதிகம் யோசிக்கவில்லை. நாவடக்கம் என்று பெரியவர்கள் சொன்னது இதுதானோ என்று சந்தேகம் கூட ஏற்பட்டது.

வயோதிகம் வந்ததும் கண் மங்கலாகிறது; காதும் மந்தமாகிறது. உடல் சுகம் தணிந்துவிடுகிறது. மணக்கும் சுவையும் மடிந்துவிடுகிறது. ஆனால் இந்த நாவிருக்கிறதே இதன் ஆசை மட்டும் அணைவதில்லை. பிறந்ததிலிருந்து இந்த நாவானது ருசி தேடிப் பறக்கிறது. வயோதிகம் நெருங்க நெருங்க இதன் வேகமும் அதிகரிக்கிறது.

திருப்பிச் சூடாக்கிய தோசைபோல ருசியெல்லாம் கெட்டுவிட்டது. நாக்கின் சுவை மொட்டுகள் கூராகிவிட்டன. தயிர் பச்சடி கேட்கிறது. ஊறுகாய் தேடி வாய் ஊறுகிறது. கோப்பியின் ருசி கூட இங்கே அவருக்கு மட்டமாகிவிட்டது. இந்த நாவை அடக்குவது எவ்வளவு கஷ்டமான காரியம்.

சாமர்த்தியச் சடங்கும், முட்டைக் கோப்பியும் இப்ப உலக முழுவதும் பிரபலமாகிவிட்டது. இந்த முட்டைக் கோப்பிக்கு இங்கே என்ன பாடுபட வேண்டியிருக்கிறது. அவள் தங்கம்மா இருந்திருந்தால் எப்படியெல்லாம் முட்டைக்கோப்பி போடுவாள். தங்கநிறத்தில் அதிகாலையில் கொண்டுவருவாள். இந்த முப்பது வருடங்களில் எத்தனை ஆயிரம் முட்டைகளை அடித்து அடித்து ஓய்ந்திருப்பாள்.

நேற்றிரவு முழுக்க நித்திரை இல்லை. தங்கம்மாவை மறந்து கொண்டிருப்பதிலேயே நேரம் கழிந்தது. இந்த மறதியும் ஒரு நோய் தான். அந்திமத்தின் இன்னொரு கொடுமை இது. தண்ணீரை எடுப்பார், ஆனால் அதைக் குடித்தது ஞாபகத்தில் இராது. மருந்து சாப்பிட்டாரா இல்லையா என்பது அடிக்கடி மறந்துபோகும். அவருடைய மூளையிலேயே ஓரவஞ்சகம் நடக்கிறது. தலைவிரிந்த கோலத்தில், வீதியோரத்தில் கிடத்திவிட்டு வந்த மனைவியின் ஞாபகம் மட்டும் அடிக்கடி வருகிறது. இந்த விசித்திரத்தை என்னவென்பது!

இந்த மறதியால் ஒரு முறை மிக மோசமான தவறு வேறு நேர்ந்துவிட்டது.

அவசியமான சில பொருட்கள் வாங்க ஒருநாள் சுப்பர் மார்க்கட் போனார் ஒருவித அவசரமும் காட்டாமல் சாமானகளை ஆராய்ந்து, பொறுக்கி, வண்டியைத் தள்ளிக்கொண்டு கீழும் மேலுமாக உட்பாதைகளில் அலைவது இவருக்குப் பிடிக்கும். அன்று இரண்டு பள்ளி மாணவிகள் இவருக்கு முன்னால் போய்க்கொண்டிருந்தார்கள். மிஞ்சிப்போனால் பதின்மூன்று பதினாலு வயதுதான் இருக்கும். இறுக்கமான வெள்ளை ரீ சேர்ட்டும் ஜீன்ஸும் அணிந்திருந்தார்கள். ஒருத்திக்கு சாம்பல் முடி; மற்றவளுக்கு சிவப்புத் தலை. சுத்தமாக

வைரஸ் நீக்கப்பட்ட மென் தகடுபோல தகதகவென்று இருந்தார்கள். இருவரும் பிணைந்தபடி அசைந்தார்கள்.

ஒருத்தி சொன்னாள், 'நீ அந்தப் பையனை விட்டுவிடு. நான் உனக்கும் ஒரு லொரிக்காரனை சிநேகம் செய்து வைப்பேன். மணமானவன். தொட்டதுக்கெல்லாம் உன்னுடன் சண்டை போட மாட்டான்.' மற்றவள், மிகவும் கடுமையாக முகத்தை வைத்துக் கொண்டு, 'கொஞ்சம் பொறு, என் அம்மாவைக் கேட்டுச் சொல்கி றேன்' என்றாள். பிறகு இருவரும் விழுந்து விழுந்து சிரித்தார்கள். ஒருவரை ஒருவர் புஜங்களால் இடித்தார்கள். தள்ளுவண்டி இரண்டு பக்கமும் தள்ளாடியது.

அவர்களுடைய மெய்மறந்த நிலையைக் கெடுப்பதுபோல இவர் அவர்களைத் தாண்டிப்போனார். இவருடைய தோள்பட்டை சிவப்புத் தலை அழகியின் கூந்தல் கொத்தில் உரசிவிட்டது. அவள் அடங்கிய குரலில் old fool என்றாள். பிறகு மறுபடியும் சிரிப்பு.

கிழவன் என்றது மனதைப் பாதிக்கவில்லை. ஆனால் 'முட்டாள் கிழவன்' என்று அவள் கூறியது இவர் மனதில் தைத்தது. நீண்ட வரிசையைத் தேடி நின்றார். பிறகு வழி நெடுக இதே சிந்தனை. வீடு வந்து சேர்ந்தபோதுதான் அவள் கூறியது எவ்வளவு சரியானது என்று அவருக்கு உறைத்தது.

அது தானாகவே பூட்டிக்கொள்ளும் கதவு. திறப்பை மறந்து உள்ளே விட்டிருந்தார். மகனுடைய தொலைபேசி எண் ஞாபகத்தில் இல்லை. வேறு யாரை உதவிக்கு அழைக்கலாம் என்ற அறிவும் கிடையாது. வசந்தத்தை முற்றிலும் பிரிய மனமில்லாத குளிர்காற்று. ஆகாயம் சிவந்துகொண்டு வந்தது. சுப்பர் மார்க்கட் சாமான்களை அடைகாத்தபடி வாசல் படியிலே ஆறுமணி நேரம் கிடந்தார். சாந்தன் வரும்போது ஏறக்குறைய விறைப்பு நிலைதான்.

அதன் பிறகு மிக அவசியமென்றால் ஒழிய இவர் வெளியே வரமாட்டார். அப்படி வருவதாயின் ஒன்பது முறை ஒத்திகை பார்த்து, பையிலே திறப்பை நிச்சயப்படுத்தி, தொட்டுப் பார்த்துதான் வெளியே அடி வைப்பார்.

சூரியனே இல்லாத நாட்களில் திசை அறிவது எப்படி? இங்கே இருக்கும் சாலைகள் மிக நேராகவும், நேர்த்தியாகவும் இருக்கும். ஒன்றையொன்று செங்குத்தாகக் குறுக்கறுத்து ஓடும். அதனால் அவை களுடைய நேர்மையின்மை மறைக்கப்பட்டு விடுகிறது. அநேக நாட்களில் இவர் அடைவிடமும், போக விரும்பிய இடமும் வேறுவேறாக இருக்கும்.

வழி தவறி யாரிடமாவது உதவி கேட்டால் 'வடக்காலே மூன்று கட்டடம் போ, பிறகு கிழக்காலே இரண்டு கட்டடம்' என்று பாதை விபரம் சொல்கிறார்கள். திசைகள் இல்லாத ஊரில் இது எப்படி சாத்தியம். அடிக்கடி தொலைந்து போகாமல் இருப்பதற்கு வீட்டு நம்பரையும், வீதி விபரங்களையும் சட்டைப் பையிலேயே

காவிக்கொண்டு திரிகிறார். வரைபடங்களை மனப்பாடம் செய்வதை இவருடைய மருமகள் புன்னகைப்புடன் பார்க்கிறாள்.

பிரசவ காலத்திற்கு முன்பே ஒரு சின்ன அறையைத் தயார் செய்வதில் மகனும் மருமகளும் முனைப்பாக இருந்தார்கள். இட நெருக்கடி கூடுகிறது. சிறு ஜாடைகளில் இவருடைய மனைவியைப் போலவே இருந்தாள் கிருத்திகா. மலேசியப் பெண். சாந்தனை அவள் மணமுடித்தபோது ஊரில் போர் விளைவுகள் உச்சநிலையில் இருந்தன. இவரால் வரமுடியவில்லை. புகைப்படத்தில் பார்த்தது போலவே இருக்கிறாள். துள்ளும் கண்கள்.

சில வேளைகளில் மூளையில் ஏற்படும் குறுக்குத் தொடர்புகளால் 'தங்கம்' என்று அவளை அழைத்துவிடுவார். அவளும் ஒரு தினுசாக கண்களைச் சாய்த்துச் சிரித்துக்கொண்டே 'என்ன மாமா?' என்பாள். ஒரு திரவத்தின் இழைவுடன் அவள் அசைவுகள் இருக்கும்.

தங்கமும் அப்படித்தான். அவளைத்தான் வீதி ஓரத்தில் விட்டு விட்டு திரும்பித் திரும்பிப் பார்த்தபடி வந்தார். புதைக்கவும் இல்லை; எரிக்கவும் இல்லை. இன்றுவரை அது சாந்தனுக்குத் தெரியாது.

பெற்று வளர்த்த கடனை அடைப்பதற்கு அவன் சிறிதும் தயக்கம் காட்டவில்லை. நிலவறையில் இவருக்கு நிறைய வசதிகள். கோடையில் குளிர்ச்சியாக இருந்தது. குளிர்காலத்தில் வெதுவெதுப்பாக இருந்தது. ஆனால் இரவு நேரங்களில் யாரோ இவரை அடிக்கடி அமுக்குவதுபோல இருக்கும். இது தவிர இன்னுமொன்றும் நடந்து விடுகிறது. சிலவேளைகளில், மிகச்சில வேளைகளில், இவர் அறியாமல் இவருடைய உடுப்பு நனைந்துவிடுகிறது.

கால்களைச் சிறு சங்கிலியால் பிணைத்த மறியல்காரர்போல இவர் கால்களை நகர்த்தி நகர்த்தித் தன் வேலைகளைச் செய்துகொண்டிருப்பார். அது சனிக்கிழமை காலையாக இருக்கும். கிருத்திகா சலவை வேலைகள் பார்க்க நிலவறைக்கு வருவாள். 'இதென்ன மாமா மணம்?' என்று குழந்தைத்தனமாக மூக்கைச் சுருக்குவாள். இவர் படும் கஷ்டத்திலும் பார்க்க அதை மறைக்கும் காரியம் இவருக்குப் பெரிசாக இருந்தது.

மகன் வேலைபார்க்கும் அலுவலகம் வெகு தூரத்தில் இருந்தது. அவன் அதிகாலையிலேயே போய்விடுவான். அடுத்து மருமகள் செல்வாள். அநேகமாக இவர் எழும்பி மேலே வரும்போது கிருத்திகா பூசிய செண்டின் நறுமணம்தான் அறையில் நிறைந்து இருக்கும். அவர்கள் இருக்கமாட்டார்கள். காலை ஆகாரம தானாகவே செய்து இவர் தனிமையில் உண்பார்.

ஆனால் இவர் ஆவலுடன் எதிர்பார்ப்பது இரவு நேரங்களைத்தான். சாந்தனுடனும் கிருத்திகாவுடனும் சேர்ந்து உண்பது இவருக்குப் பரம சந்தோஷம். சாந்தன் வரும்போதே 'அப்பா' என்று அழைத்தபடிதான் வருவான். உணவு மேசையில், அன்று அலுவலகத்தில் நடந்த அத்தனை சம்பவங்களையும் ஒவ்வொன்றாக விவரிப்பான்.

கதைகளை ஜோடனையாகவும், விஸ்தாரமாகவும் வர்ணிப்பதில் அவன் சலிப்பதில்லை. சிரிப்புகளுக்கிடையில் இருவரும் கனிவுடன் பரிமாறுவார்கள். இவர் மிகவும் எதிர்பார்க்கும் பொழுது அது.

ஆனால் அநேகமாக அவர்கள் வரமாட்டார்கள். இரவு ஒன்பது மணி தவறினால் இவரைச் சாப்பிட்டுவிடும்படி மகன் கூறியிருந்தான். இப்படியாக வாரத்தில் பல தடவைகள் இவர் தனிமையில் சாப்பிட்டு விட்டுப் படுக்கச் செல்வார். சில வேளைகளில் இரண்டு மூன்று நாட்கள்கூட அவர்களைக் காணாமலே இவர் கழித்ததுண்டு.

உணவு விஷயங்களில் கிருத்திகா மிகவும் புத்திசாலி. இவருடைய உணவு சிறு பெட்டிகளில் அடைத்து ஆழ்குளிரில் உறைந்துபோய் இருக்கும். அதன் மூடிகளில் திங்கள், செவ்வாய் என்று கிழமை நாட்கள் மணிமணியான கையெழுத்தில் இருக்கும். அந்த நாளைக்கு அந்தப் பெட்டியை நுண்அலை அடுப்பில் போட்டால் இவருடைய சாப்பாடு தயார்.

இப்படி விபரமாக எழுதிவைத்த பெட்டிதான் ஒரு முறை பாரதூரமான சம்சயத்தை ஏற்படுத்தியது.

சாந்தனுடைய வீட்டுக்கு அண்மையில் நெடுஞ்சாலையும், சோலை யுமாக மாறிமாறி இருக்கும். காலநிலை அனுமதிக்கும் வேளைகளில் வீட்டுக்கு சமீபத்தில் இருக்கும் சோலைக்குப் போவார். மனிதப் பாதைகள் வளைந்து செல்லும். கிளை இல்லாமல் நேராக வளர்ந்த பிரம்மாண்டமான ஓக் மரங்களையும், புசுபுசுவென்று ரோமம் கொண்ட அணில்களையும் பார்த்துக்கொண்டிருப்பார்.

திருப்பித் தாக்கத் தெரியாத இந்த அணில்கள் மிக வேகமாகச் செயல்படும். ஓடியோடி ஓக் மர விதைகளை அவைகளின் சிற்றறிவுக்குச் தோன்றிய இடங்களில் சாமர்த்தியமாக ஒளித்து வைக்கும். இரண்டா யிரம் விதைகளை மாலை வருவதற்கிடையில் சேகரித்துவிட வேண் டும் என்று அவைகளின் சுப்பர்வைஸர் கட்டளையிட்டதுபோல அவதியுடன் வேலை செய்யும். குளிர்காலம் வரும்போது இவற்றை மீண்டும் கண்டு பிடித்துவிடலாம் என்ற அசையாத நம்பிக்கை இருந்தது.

இங்குதான் ஒருநாள் இவர் ஆறுமுகத்தைச் சந்தித்தார். அவருடன் ஒரு சிறுமி இரும்புக்கூட்டுப் பற்கள் பிரகாசிக்க நின்றுகொண்டிருந் தாள். அறிமுகத்தின் பின் இவருடைய ஊர்க்காரர் என்று தெரிந்தது. இவரைப்போலவே அவரும் மகனுடன் வந்து நாலு வருடங்களாக இருக்கிறார். இவருக்கு இருக்கும் பலவித உபாதைகள் அவருக்கும் இருந்தன. இருவரும் தங்கள் பிரச்சினைகளை ஒருவித உவப்போடு பரிமாறிக்கொண்டனர்.

அப்போதுதான் இவர் ஒரு விஷயத்தைக் கண்டுபிடித்தார்.

பச்சை அட்டையின் மகிமை. அதில் ஓர் அங்கீகாரம் இருந்தது; உதவிப் பணம் கிடைக்கும். முகம் மழிக்கக்கூட மற்றவர் தயவை

எதிர்பார்க்கத் தேவையில்லை. மருத்துவச் செலவை அரசாங்கம் ஏற்றுக்கொள்ளும்.

ஆறுமுகம் தனியாகக் குடிபோவதற்குத் தீர்மானித்திருந்தார். இவரும் வந்தால் ஒருவருக்கொருவர் துணையாக இருந்துகொள்ள லாம் என்றார். முக்கியமாகத் தனிமை இராது. தங்கள் தங்கள் உபாதைகளை சுதந்திரமாக அனுபவிக்கலாம்; சிறுமைகள் இல்லை. அப்படித்தான் இரண்டு விருத்தாப்பியர்கள் கையடித்து சத்தியப்பிர மாணம் செய்துகொண்டார்கள்.

சொந்த நாட்டிலே இவர் பெரிய அதிகாரியாக இருந்தவர். அங்கே ஆட்களைக் காத்திருக்க வைத்தே பழக்கமானவர் இங்கே யென்றால் காத்திருப்பதற்காக ஆலாய்ப் பறந்தார். எங்கே வந்த காரியம் சீக்கிரம் முடிந்துவிடுமோ என்று பயந்தபடியே இருந்தார். சுப்பர் மார்க்கட் போனால் மிக நீளமான வரிசையைத் தெரிவு செய்து அங்கே போய் நின்றுகொள்வார்.

இவருடைய மகன் சொல்கிறான், இவர் அடிக்கடி தனக்குள் கதைத்துக் கொள்கிறாராம். சொன்னதையே திருப்பித் திருப்பிச் சொல்கிறார் என்று குற்றம் வேறு சாட்டுகிறான். சாப்பிடும்போது கடவாயில் சோற்றுப் பருக்கை ஒட்டியிருப்பதைச் சுட்டிக்காட்டு கிறான். இவர் அதைத் தட்டி விடுவதற்குத்தான் இருந்தார். அதற்குள் அவனுக்கு அவசரம்.

இந்தக் கரைச்சலால்தான் ரீவி பார்ப்பதை நிறுத்திவிட்டார். இவர் பார்த்துக்கொண்டிருக்கும்போதே கிருத்திகா வந்து சத்தத்தைக் குறைத்துவிட்டுப் போய்விடுகிறாள். பக்கத்து வீட்டாரிடம் பேச்சு வாங்காமல் இருக்கவேண்டும் என்ற ஆர்வம்தான் காரணம். சத்தம் வராத சலனப்படம் இப்போது ஓடும். வாயசைவையும், முகட்டையும் சிறிது நேரம் பார்த்துவிட்டு அணைத்துவிடுவார்.

சிறுகச் சிறுக அவர் செயல்பாடுகள் தளர்ந்தன. பாரம் தூக்கு வதற்கு ஆயத்தப்படுத்துவதுபோல மிகச் சாதாரண காரியத்துக்கும் பலத்தைச் சேகரிக்கவேண்டி வந்தது. சட்டையிலே பொத்தான்கள் போடுவதற்கு மிகவும் சிரமப்பட்டார். சப்பாத்திலே நாடா கட்டுவ தென்றால் நாக்கு வறண்டுவிடுகிறது. கையெழுத்து போடுவதற்குச் சரியாக ஐந்து நிமிடம் எடுத்துகொண்டார்.

தேகசாஸ்திர நிபுணர் ஆலோசனைப்படி இவருக்காகச் செய்த பிரத்தியேகக் கட்டில் ஒன்று இருந்தது. மிருதுவான, ஆனால் வளைந்து கொடுக்காமல் உறுதியாக இருக்கும் படுக்கை. தோட்டத்தில் தண்ணீர் விசிறிகள் அந்த நேரத்துக்கு வந்து அந்த நேரத்துக்குத் தணிந்து விடுவதுபோல நிலவறை விளக்குகளும் தாமாகவே ஒளிர்ந்து தாமா கவே அணைந்துபோயின. இரவு நேரங்களில் தொலைபேசியின் குரல் ஒலிகள் அமுக்கப்பட்டன. காசு கொடுத்து வாங்கிய சில்லிடாத தண்ணீர் இவருக்காகப் பக்கத்தில் காத்திருந்தது. இப்படி எல்லா சௌகரியங்களையும் மகன் செய்திருந்தான்.

ஆனால் இரவு நேரங்களில் திடீரென்று விழிப்பு ஏற்படும்போது நாலு ஒடுங்கிய சுவர்கள் பதுங்கு குழி சுவர்கள்போல நெருங்கி வந்தன. பேசுவதற்கு ஒரு துணை இல்லை. அப்பொழுதுதான் இவர் தனக்குள் பேச ஆரம்பித்தார். உண்மையிலே இவர் தங்கம்மா வுடன்தான் பேசினார்.

அங்கே சண்டைதான் நிரந்தரம்; இடைக்கிடை சமாதானம் மூளும். இவருடைய வயதுக்காரர்கள் எல்லோரும் போய்விட்டார்கள். வீட்டு நாய், மாதாகோவில் மணி, ஒற்றைப் பனைமரம் எல்லாம் தாண்டி இவர் உயிர் வாழ்ந்தார்.

பிளாஸ்டிக் வாளிகள் பாவிப்பதற்குச் சட்டம் அனுமதித்தது. ஆனால் பிடிகள் இரும்பில் இருக்கக்கூடாது. தங்கம்மா கயிற்றினால் பிடி செய்து போட்டிருந்தாள். விமானங்களின் இரைச்சல் மேலே. தண்ணீர் கொண்டுவரும்போதுதான் விழுந்தாள். சிவப்புச்சேலை உடுத்தியிருந்தாள் என்று நினைத்தார். உண்மையில் வெள்ளைச் சேலைதான் இப்படி சிவப்பாக மாறியிருந்தது.

எல்லோரும் ஓடும்போது இவர்களும் ஓடினார்கள். ஒரு மூட்டை கூட கட்ட நேரமில்லை. கால் மைல் தூரம்கூட கடக்கவில்லை. அவளுடைய கால் இழுத்தது. சரிந்துவிட்டாள். நீண்ட தூரம் காவி வந்த மூட்டைகளைச் சிலர் போட்டுவிட்டு ஓடினார்கள். அதைப் பின்னால் வந்த சிலர் தூக்கினார்கள். பிறகு அவர்களும் போட்டுவிட்டு ஓடினார்கள்.

தங்கம்மாவைத் தூக்குவதற்கு ஒருவரும் வரவில்லை. வீதியிலே கிடந்த அவளைத் தாண்டி ஓடிக்கொண்டேயிருந்தார்கள். உடம்பு குளிர்ந்து வெகுநேரமாகியும் செய்வதறியாது கூட இருந்தார். பிறகு இவரும் ஓடினார். திரும்பிப் பார்த்தபோது ஒரு சிறுவன் அவளுடைய செருப்புகளைத் திருடிக்கொண்டிருந்தான்.

இங்கேயும் ஒரு திருட்டு நடந்தது. இந்தப் பச்சை அட்டை விண்ணப்பம் பூர்த்தியாகும் தருணத்தில் இது சம்பவித்தது. இன்னும் சில விநாடிகளில் இவருக்கு அது தெரியவரும்.

இதற்காக இவர் மிகவும் கடுமையாக உழைத்தார். பல பாரங்களை நடுங்க நடுங்க நிரப்பினார். எவ்வளவோ காலம் இவரைக் காத்திருக்க வைத்து கடைசியில் இப்பொழுதுதான் நேர்முகக் கடிதம் வந்தது. இன்றைய செவ்வியில் தேறிவிட்டால் இன்னும் சில வாரங்களில் இவருக்குப் பச்சை அட்டை கிடைத்துவிடும்.

முக்கால் மணி நேரம் கடந்துவிட்டது. இதில் ஏதோ சூது நடந்திருக்கிறது. மெதுவாகப் புன்னகைப் பெண்ணிடம் போனார். அவள் சொன்ன சேதி இவரைத் திடுக்கிடவைத்தது. இத்தனை நேரமும் இவர் கண்ணில் படாத மணிக்கூட்டைச் சுட்டிக்காட்டி னாள். அது 11.30 காட்டியது. இவருடையது 10.30 காட்டியது. இவர்

வரும்போதே இவருக்குக் குறித்த நேரம் கடந்துவிட்டது. இவர் மிகத் தாமதமாக வந்திருப்பதாக அந்தப் பெண் குற்றம் சாட்டினாள். இவரால் நம்பமுடியவில்லை.

அவள் விளக்க முற்பட்டாள். அதை உணரும் சக்தி இவரிடம் இல்லை. தன்மேலேயே கோபம் கோபமாக வந்தது. தன் மகனோ, மருமகளோ இது பற்றி மூச்சுவிடாதது இன்னும் அதிர்ச்சியாக இருந்தது. எல்லோரும் சேர்ந்து தன்னை ஏமாற்றுவதாக இவருக்குப் பட்டது. அதற்கு ஓர் அரசாங்கமும் துணை போனதை இவரால் தாங்கமுடியவில்லை.

'இன்று பார்க்க முடியாதா?' என்று பணிவுடன் விசாரித்தார். அதற்கு அவள் கையை விரித்துவிட்டாள். அங்கே காத்திருப்போரைச் சுட்டிக்காட்டினாள். இவருடைய பேரை இன்னொரு பதிவில் திரும்பவும் கூப்பிடுவதாக உறுதி கூறினாள்.

'அதற்கு எவ்வளவு காலம் எடுக்கும்?'

'விரைவிலேயே கூப்பிடுவோம்; ஆறு மாதத்திற்குள் கூப்பிடுவோம்' என்றாள்.

ஆறுமுகம் சொன்னது ஞாபகத்துக்கு வந்தது. அமெரிக்காவில் பனிக்காலம் தொடங்கும்போது ஒக்டோபரில் வரும் நாலாவது ஞாயிற்றுக்கிழமை நேரத்தை ஒரு மணித்தியாலம் பின்னுக்குத் தள்ளி வைத்து விடுவார்கள். மறுபடியும் ஏப்ரல் மாதத்தில் வரும் முதல் ஞாயிறு அதிகாலை இரண்டு மணிக்கு ஒரு மணித்தியாலம் முன் னுக்குத் தள்ளிவைத்துவிடுவார்கள். இதுக்கு அது சரியாகிவிடும்.

நண்பர் சொன்னபோது இவர் அவ்வளவு சுவாரஸ்யம் காட்ட வில்லை. இது ஏப்ரல் மாதத்து முதலாவது திங்கள்கிழமை. கடந்த இரவு இவரைக் கேட்காமல் இவரிடமிருந்து ஒரு மணிநேரம் திருடி விட்டார்கள். ஒரு முழு நாடே தனக்கு எதிராகச் சதிசெய்து தன்னை ஏமாற்றிவிட்டதாக இவருக்குத் தோன்றியது.

நேற்றிரவு இவர் நித்திரையாக இருந்தபோது அமெரிக்காவில் உள்ள அத்தனை அணுசக்தி மணிக்கூடுகளும் தங்கள் மணிகளைத் தாங்களாகவே ஒரு மணித்தியாலம் முன்னுக்குத் தள்ளி வைத்துக் கொண்டன. லட்சக்கணக்கான கம்புயூட்டர்களில் தகவல்கள் பறந் தன. இன்னும் சில 'ஒரு மணி முன்னே தள்ளி வைக்கவும்' என்று செய்திகள் பரப்பின. வானொலிகளும் தொலைக்காட்சிகளும் இரவிரவாகத் தொடர்ந்து இதையே செய்தன. ஆனால் இவர் அந்தச் செய்திகளை அறியவில்லை.

அமெரிக்கா பெரிய கடனாளியாகிவிட்டது. இவரிடம் இருந்து எடுத்த ஒரு மணித்தியாலத்தை அது திருப்பிக் கொடுக்கவே இல்லை. அதற்கு சந்தர்ப்பமும் வரவில்ல. ஏனென்றால் அடுத்த ஒக்டோபர் மாதம் நாலாவது ஞாயிற்றுக்கிழமை வருமுன்னரேயே இவர் காலமாகி

விட்டார். ஒரு குளிர் காலம் ஆரம்பமாவதற்கு முன்னரான பொழுதில் நிலவறையில் இவருடைய உடல் விறைத்த நிலையில் காணப்பட்டது. இரண்டு நாள் கழித்து இவர் மகன் அந்த சடலத்தைக் கண்டான். குளிர்பெட்டியில் 'திங்கள்', 'செவ்வாய்' என்று குறிய எழுத்துக்களில் எழுதிய சிறு பெட்டிகள் தொடாமல் கிடந்ததுதான் காரணம்.

பூர்வீகம்

பிரான்ஸ் தேசத்தில் ஓர் ஒதுக்குப்புறமான கிராமத்தில் இந்தப் பட்டறையை ஒழுங்கு செய்திருந்தார்கள். அது ஆறு நாள் பட்டறை. நாற்பது நாடுகளில் இருந்து பிரதிநிதிகள் வந்து கலந்துகொண்டார்கள். வேறென்ன, உலகத்தை புனருத்தாரணம் செய்யும் நோக்கம்தான்.

எங்கள் விடுதி ஓர் ஏரியைப் பார்த்தவாறு இருந்தது. இந்த ஒரு காரணத்திற்காக அங்கே கட்டணம் அதிகம் என்று சொன்னார்கள். பட்டறையில் கலந்துகொள்ள வந்தவர்களில் நாங்கள் நாலுபேர் அங்கே தங்கி இருந்தோம்.

காலை உணவின்போது முதன்முறையாக 'ஹலோ' சொல்லிக் கொண்டோம். பொஸ்னியாவில் இருந்து ஓர் இளைஞன் வந்திருந்தான். இவன் வகிக்கும் பொறுப்புக்கு மிகவும் இளமையாகத் தோற்றமளித்தான். முந்தைய சோவியத் யூனியனின் நகரமான கியே(Kiev) விலிருந்து வந்தது ஒரு பெண்மணி. அனா என்று பெயர். அவளுக்கு முப்பது வயதிருக்கும். மிகவும் பெண்மையுடன், கவர்ச்சியாக இருந்தாள்.

மற்றவர் கனடாக்காரர். வயதானவர். பப்புவ நியுகினியில் ஆதிவாசிகளுக்குக் குடிநீர் வழங்கும் காரியத்தில் ஈடுபட்டிருந்தார்.

பட்டறை வேலையில் இடுப்பு ஒடிந்தது. காலையில் தொடங்கினால் இரவுதான் முடியும். களைத்து வந்து படுக்கையில் விழத்தான் நேரம் சரியாக இருக்கும். பட்டறை என்ற சொல்லுக்கு ஏற்ப இரும்பை நெருப்பில் வாட்டுவதுபோல இவர்களும் எங்களை வாட்டி எடுத்து விட்டார்கள்.

கடைசி நாளும் முடிந்துவிட்டது; ஓர் இரவுதான் மிச்சம். ஏரியைப் பார்த்திருக்கும் உணவகத்தில் நாங்கள் நாலு பேரும் உணவருந்துவது என்று முடிவானது. நாங்கள் கியேவ் பெண்மணி அனாவுக்காகக் காத்திருந்தோம்.

இந்த கியேவ் பெண்மணியைப் பற்றி இவள் வருமுன் கொஞ்சம் அறிமுகம் செய்து வைத்தால் நல்லது.

ஏனென்றால், இவள்தான் கதாநாயகி. உங்களுக்கும் ஆசுவாசமாக இருக்கும். எனக்கும் வேலை லேசாகிவிடும்.

முதல் நாளே நான் கவனித்தேன். இவள் அழகு, இதயத்தை நிறுத்தும் அழகில்லை. ஆனால் வசீகரம் மிகுந்தது. மிகவும் பச்சை நிறத்தில் கண்கள். நிறம், பனிப் பிரதேசத்து வெள்ளை என்று கூற முடியாது. ஒரு மேலாக்கப்பட்ட வெள்ளை என்று சொல்லலாம். உயர்ரக சீமாட்டிகள் இவளுடைய கலரை அடைவதற்குக் கொலை செய்யவும் தயங்க மாட்டார்கள் என்று சொன்னால் புரிந்துகொள் வீர்கள். ஆங்கிலம், ரஸ்யன், பிரெஞ்சு எல்லாம் சரளமாகப் பேசினாள். அவளுடைய பிரெஞ்சு மிக அழகாக இருக்கும். இவளுடைய உதவியை நாங்கள் அடிக்கடி நாடவேண்டி வந்தது இதனால்தான்.

இரண்டாம் நாளே இது எனக்கு நடந்தது. இது கிராமத்து வங்கி. வசதிகள் இல்லாதது. ஆங்கில அறிவு மருந்துக்கும் கிடையாது. அங்கே பயணக் காசோலை மாற்றச் சென்றபோது இவளைச் சந்தித் தேன். ATM மெசினில் காசு மாற்றிக்கொண்டிருந்தாள்.

இந்த ATM மெசினை நான் நம்புவது கிடையாது. அது அட் டையைச் சாப்பிடும் தன்மை கொண்டது. ஒருமுறை அப்படி செய்தும் விட்டது. ஆனால் இவள் துணிச்சலானவள். காசை மாற்றி கார்டையும் மீட்டுவிட்டாள்.

ஒரு புன்னகையைப் பரிமாறிக்கொண்டோம். 'புன்னகை பூத்தது' என்று ஒரு பிரயோகம் இருப்பது உங்களுக்குத் தெரியும். சிரிக்கும் போது உண்மையிலேயே ஒரு புன்னகை இவள் இதழ்களில் மலர்ந்து வெளியே வருவது போலிருக்கும்.

இந்தப் பட்டறை முடிவதற்கிடையில் இவளுடன் மிகவும் அந்நி யோன்யமான ஒரு சம்பவம் நடக்கப்போவது எனக்கு அப்போது தெரியாது. ஆகவே மிகவும் சாதாரணமாக ஒதுக்குப்புறமான கிராமத் தில் காசு மாற்றும் சிரமத்தைப் பற்றிப் பேசிக்கொண்டோம். பிறகு வங்கி ஊழியரிடம் எனக்குப் பரிந்துரைத்து என் பயண ஓலைகளை மாற்ற உதவி செய்தாள். நன்றியை எதிர்பாராது விறுக்கென்று திரும்பி மறைந்துவிட்டாள்.

பட்டறை நேரங்களில் எப்பவும் ஒரு கும்பல் அவளைச் சுற்றி கலகலவென்று இருக்கும். பொஸ்னிய இளைஞன் அவளிடம் மனதைப் பறிகொடுத்திருந்தான். அவள் பார்வையில் சிக்குவதற்கும், அவளோடு தனிமையில் பேசுவதற்கும் அவன் சமயம் பார்த்திருந்தது அப்பட்ட மாகத் தெரிந்தது.

நாலாவது நாள் பட்டறையில் ஒரு சம்பவம் நடந்தது. கியேவ் பெண்களின் வாழ்க்கை விபரங்களை அனா வரைபடங்கள் மூலம் விளக்கிக்கொண்டிருந்தாள். லேசர் வழிகாட்டியால் ஒவ்வொரு படத்தையும், புள்ளி விபரத்தையும் லேசர் வழிகாட்டியால் வியாக்கி யானம் செய்தாள். வந்த கேள்விகளுக்கெல்லாம் சமத்காரமாகப்

பதில் கூறி சமாளித்தாள். அந்த நேரம் பார்த்து அரங்கத்தில் வெப்பம் மிகுந்ததால் சிலர் தங்கள் மேலங்கிகளைக் கழற்றினார்கள்.

இவளும் கழற்றினாள்.

சபை அதிர்ந்தது. இப்படியும் ஒரு பெண் தன் அழகை அநியாய மாக மூடி மறைப்பாளா என்றுதான் பலருக்கும் பட்டிருக்கவேண்டும். அதற்குப் பிறகு அவளுடைய பேச்சையோ, புள்ளி விபரத்தையோ யாரும் கிரகித்ததாக எனக்குத் தெரியவில்லை.

இரவு எட்டு மணியாகியும் சூரியன் மறைவதற்குத் தயங்கிக் கொண்டிருந்தான். காலில் சக்கரம் வைத்த இரண்டு இளம் பெண்கள் விளையாடிக்கொண்டிருந்தார்கள். நீர் யானைபோல கொழுத்த பத்துப் பன்னிரண்டு மாடுகள் அசைந்தசைந்து நடந்தன. அவற்றின் கழுத்திலே ஒற்றை மணிகள் தொங்கின. அவை ஒவ்வொன்றும் ஒவ்வொரு ஸ்வரம். மனிதன் கைபட்டு அசுத்தமாகாத அபூர்வமான இசை ஒன்று அப்போது தோன்றியது. மனது சந்தோஷித்தது.

நாங்கள் வைன் ஓடர் பண்ணி சுவைத்துக்கொண்டிருக்கும்போது அனா வந்து சேர்ந்தாள். மாலை வேளைக்கான நீண்ட உடையில் இருந்தாள். வந்த உடனேயே அன்றைய இரவு நிகழ்ச்சிகளுக்கும், பிரஞ்சுப் பாஷை பரிவர்த்தனைகளுக்கும் அவள் பொறுப்பேற்றுக் கொண்டாள்.

இந்த பிரான்ஸ் நாட்டில் எந்த ஒரு மூலை உணவகத்திலும் மூன்று மணித்தியாலத்திற்குக் குறைந்த நேரத்தில் உணவருந்த முடியாது. இது எங்களுக்குத் தெரிந்திருக்கிறது. ஆகவே, அனா எல்லோருக்குமாகத் தானே நேரகாலத்துக்கு ஓடர் பண்ணினாள். மெல்லிய நீண்ட கிளாஸில் பரிமாறிய வைன் உள்ளே இறங்க இறங்க, எங்கள் இறுக்கம் தளர்ந்து அந்நியோன்யம் கூடியது. அனாவின் சிரிப்பு அலை அடிக்கடி எழும்பி ஏரி அலைகளுக்கு மேல் தவழ்ந்து போனது.

என்னுடைய முழுப்பெயரையும் கேட்டுவிட்டு, 'ஓ, நீங்கள் தமிழரா?' என்றாள் ஆச்சரியமான குரலில். 'மன்னிக்க வேண்டும், இனிமேல் அந்தத் தவறைச் செய்யமாட்டேன்' என்றேன். அவள் சிரித்துக் கொண்டே 'தமிழ் மிகவும் கஷ்டமான பாஷையாச்சே! எப்படி சமாளிக்கிறீர்கள்?' என்றாள்.

'என்ன செய்வது, கஷ்டம்தான். ஆனால் எங்கள் ஊரில் ஒரு நூதனமான வழக்கம் உண்டு. தாய்மாரே தங்கள் பிள்ளைகளுக்குப் பாலுடன், பாஷையையும் புகட்டிவிடுவார்கள். அது மாத்திரமில்லை. பிறந்தவுடன் ஒரு தடித்த அகராதியையும் கையிலே தந்துவிடுவார்கள்' என்றேன்.

'என் தாயார் மிகவும் கண்டிப்பானவள். இப்படி முன்பின் தெரியாத ஆண்களுடன் நான் வைன் அருந்துவதைப் பார்த்தால் என் கதி அதோகதிதான்' என்று கூறிவிட்டுக் கலகலவென்று சிரித்தாள். பல தலைகள் இப்போது எங்கள் பக்கம் திரும்பின.

நடன இசை ஆரம்பமானது. பொஸ்னிய இளைஞன் தைரியத்தை வரவழைத்துக்கொண்டு 'நடனம் ஆடலாமா?' என்றான். இவளும் யோசிக்காமல் சரியென்று உடனே எழுந்துவிட்டாள்.

நடன மேடையில் ஒருவரும் இல்லை. இவர்கள் மட்டுமே ஆடினார்கள். பல நாள் பிரிந்திருந்து கூடின காதலர்கள்போல ஒருத்தரை ஒருத்தர் ஆரத்தழுவி ஆடினார்கள். இவளுடைய மார்பு அவன் மேல் அழுத்தமாகப் பதிந்திருந்தது. இசையில் மெல்லிய சோகம் கலந்திருந்தது. மெய்மறந்து ஆடும் இவர்களை நாங்களும் மெய்மறந்து பார்த்துக்கொண்டிருந்தோம்.

நடன மேடையில் நின்றவாறே அவள் தன் தலைமயிரை விரித்து விட்டாள். அப்படி விரித்த பிறகு அவள் அழகு முற்றிலும் புதிதாக்கப் பட்டது. கண்களில் மயக்கும் தன்மை கூடியது. சிறிய தள்ளாட்டமும் தெரிந்தது. கலகலவென்று சிரிக்கும் குரல்கூட இப்போது கொஞ்சம் மாறிவிட்டது.

முதல் தடவையாகப் பெரியவர் பேசினார். 'இங்கே நாங்கள் ஒரு விபத்துபோலக் கூடியிருக்கிறோம். பொஸ்னியாவில் வேலை செய்பவரும், சோமாலியா அகதிகள் காப்பாளரும், கியேவ் பெண் சேவகியும், பப்புவ நியூகினி குடிநீர் நிபுணரும் ஒன்றாகக் கூடியிருப்பது ஓர் அதிசயம் அல்லவா? எங்கேயோ பிறந்து, எங்கேயோ வளர்ந்து இன்று எந்த நாட்டிலேயோ போய் சேவை செய்கிறோம். இந்தப் பொன்னான தருணத்துக்காக வைன் அருந்துவோம்' என்றார். 'எங்கள் பூர்வீகத்துக்காக' என்று வைன் கிளாஸைத் தூக்கிப் பிடித்தார். நாங்களும் கிளாஸை உயர்த்தி வைனை சுவைத்தோம்.

அப்பொழுது அனா சொன்னாள். 'அமெரிக்காக்காரன் பிலிப் பைன் நாட்டில் போய் வதிவிடம் கேட்கிறான். ஜெர்மன்காரன் கனடா செல்கிறான். இந்தியன் அவுஸ்திரேலியா போகிறான். பூர்வீகம் தேடுவதை இனி விட்டுவிடவேண்டும். இன்னும் நூறு வருடங்களில் எல்லோரும் ஒரே இனம்தான்' என்றாள். 'ஒரே இனத்துக்கு' என்று வைன் கிளாஸைத் தூக்கிப் பிடித்தாள். நாங்கள் அதற்காகவும் ஒரு மிடறு குடித்து வைத்தோம்.

இப்பொழுது எங்கள் உணவின் பிரதான அம்சம் வந்தது. இந்த பிரெஞ்சுக்காரர்கள் உணவுக் கலையை நன்றாக அறிந்து வைத்திருக்கி றார்கள். உணவின் அலங்காரமும், ருசியின் நேர்த்திமையும் உலகை மறக்கச் செய்தன. ஏரிக்கரைக் காற்று வீச, சிவப்பு வைன் மெல்லிய போதை தர, எங்கள் மனது முன்பின் அறியாத ஒருவித சந்தோஷத்தில் மிதந்துகொண்டிருந்தது.

அதற்குப் பிறகு சம்பாஷணை கைதவறி ஓடியது. மாவுத்தர்கள் பற்றி ஓர் ஆராய்ச்சி நடந்தது. பிறகு புயல் மையங்கள் பற்றித் திரும்பியது. கடைசியில் சோப் உறைகள் பற்றிய தீவிரமான விவாதத் தில் இறங்கி நின்றது.

திடீரென்று அனா மறுபடியும் பேசினாள். 'என்னுடைய அம்மா மிகவும் கண்டிப்பானவள். என் கற்பைக் காப்பதில் தன்னுடைய வாழ்நாளில் அரைவாசியை அவள் செலவழித்தாள். என் நண்பிகள் ஆண் சிநேகிதர்களுடன் வெளியே போய் கேளிக்கைகளில் ஈடுபடும் போது நான் கோப்பைகளைத் துடைத்துக்கொண்டு வீட்டிலேயே இருந்தேன். நேரத்தை எவ்வளவு வீணாக்கிவிட்டேன்.'

பொஸ்னியாக்காரனும் கொஞ்சம் குடி மயக்கத்தில் இருந்தான். அந்தத் துணிவில் அவன், 'அனா, கவலையை விடு. நான் உதவி செய்கிறேன். You can make up for the lost time' என்றான். எல்லாரும் சிரித்தார்கள். அனாவின் சிரிப்பு கலகலவென்று மேலோங்கி நின்றது. அது இயற்கையாக இல்லை. ஏதோ சோகத்தை மறைப்பதற்கான முயற்சி என்று பட்டது.

அனா அக்கம் பக்கம் பார்த்துவிட்டு ரகஸ்யக் குரலில் 'உங்களுக்கு இது தெரியுமா?' என்று கேட்டபடியே மேசையில் குனிந்தாள்.

நாங்கள் எல்லாம் ஆர்வத்துடன் எங்கள் கழுத்துகளை வளைத்து அவள் பக்கம் நீட்டித் தலைகள் மேசையில் பட காத்திருந்தோம். அவளோ கலகலவென்று சிரிக்கத் தொடங்கினாள். 'தனக்குத் தேவை யில்லாத விஷயத்தைத் தெரிவதற்கு மனிதன் எவ்வளவு தாழ்ந்து போகவும் தயங்கமாட்டான்' என்றாள். எங்களுக்கு வெட்கமாகி விட்டது.

உலகத்தில் வேறெங்கும் காணப்படாத, பிரான்ஸ் தேசத்திற்கே உரித்தான, தலைகீழ் 'புடிங்' வந்தது. வேகவைத்த அப்பிள்தான் இதில் பிரதான அம்சம். தித்திப்புக்குக் கீழ்ப்பட்ட ஓர் அபூர்வமான சுவை. அனாவின் நிலைமையில் கொஞ்சம் தடுமாற்றம் தெரிந்தது. சிறிது ஆடியபடியே சேவகனைக் கூப்பிட்டு இன்னொரு வைன் கொண்டு வரும்படி ஆணையிட்டாள். அவன் திரும்பியதும் ஓர் ஆங்கில வசை மொழியைப் பின்னால் வீசினாள். கியேவில் இருந்து வந்த அனா என்னும் இந்த அழகிய பெண்மணி, நாகரிகத்தின் எல்லையிலிருந்து மெதுவாக வழுக்கிக்கொண்டிருந்தாள். அவள் உடம்பு மெல்ல நடுங்கியது. வார்த்தைகள் தடுமாறின.

நாங்கள் ஒருவரை ஒருவர் பார்த்துக்கொண்டோம். பொஸ்னிய இளைஞன் கிலி பிடித்ததுபோல உட்கார்ந்திருந்தான். பெரியவர் இப்படி இக்கட்டான நிலமையை முன்பொருபோதும் அநுபவித் திருக்கமாட்டார். அவஸ்தையாகக் காணப்பட்டார்.

இன்னும் வைன் வேண்டும் எனறு சிறுபிள்ளைபோல அடம் பிடித்தாள். எங்களுக்கு மிகப்பெரிய பங்கை ஊற்றிக்கொண்டு, அவளுக்கு ஒரு சொட்டு கிளாஸில் வார்த்துக் கொடுத்தோம். அசிங்கமாகத் திட்டியபடியே அவள் எழுந்து நின்றாள். இரண்டு பக்கமும் அவள் உடல் ஆடியது.

இப்பொழுது உணவகத்தில் பல தலைகள் எங்கள் பக்கம் திரும்பி யிருந்தன.

'என்னுடைய அம்மா மிகவும் கண்டிப்பானவள். நான் உங்களுக்குச் சொல்கிறேன். மிகக் கவலையாகச் சொல்கிறேன். என்னுடைய நீண்ட கன்னிமையைக் கலைக்க ஆள் தேவை. உங்களில் ஆர் தயாராக இருக்கிறீர்கள்' என்று நேராக உரத்த குரலில் கேட்டாள்.

பெரியவர் தரையைப் பார்த்தபடி ஸ்தம்பித்துவிட்டார். நிலமை விபரீதமாகப் போய்க்கொண்டிருந்தது. அவள் ஆடியபடி பையை மாட்டிக்கொண்டு, அறை திறப்பையும் எடுத்தாள்.

நானும், வாலிபனும் ஒரே நேரத்தில் எழும்பி அவளைப் பிடித்தபடி மூன்றாம் மாடிக்கு அழைத்துச் சென்றோம். சில இடங்களில் அவள் இடறி விழ நாங்கள் அவளைக் காவவேண்டி வந்தது. அறையைத் திறந்து அவளைப் படுக்கையில் கிடத்தினோம். மெல்லிய தோலினால் சிறப்பாகச் செய்யப்பட்ட அவளுடைய காலணிகளைக் கழற்றிக் கீழே போட்டோம்.

அன்றைய அதிர்ச்சிகள் எல்லாம் தீர்ந்துவிட்டன என்று நினைத்து மெதுவாகத் திரும்ப எத்தனித்தோம்.

'நன்றி, கோழைகளே!' என்றாள். படுக்கையில் சாய்ந்தபடி எங்களைக் கூர்ந்து பார்த்தாள். தன் வலது கையை மார்புக்குள் விட்டு இடது மார்பை எடுத்து எறிந்தாள். பிறகு வலது மார்பைப் பிடுங்கி என் மூஞ்சியில் வீசினாள். பஞ்சுப்பொதி போல ஒன்று பறந்து வந்து என் முகத்தில் லேசாக உரசிக் கீழே விழுந்தது.

அடுத்த நாள் காலை நான் வேண்டுமென்றே மிகவும் பிந்தித்தான் விழித்தேன். அவர்கள் எல்லோரும் தனித்தனியாக தங்கள் விமானங்களைப் பிடிப்பதற்குப் போய்விட்டதாகப் பணிப்பெண் அரைகுறை ஆங்கிலத்தில் கூறினாள். என்னுடைய விமானத்துக்கு இன்னும் நேரம் இருந்தது. அவசரமில்லாமல் என் கணக்கைத் தீர்த்துவிட்டு விமான நிலையம் போவதற்கு ஆயத்தம் செய்தேன்.

இந்தக் கதை இங்கே முடிந்திருக்க வேண்டும். ஆறுமாதம் சென்ற பிறகு நடந்த ஒரு சம்பவத்தால் இன்னொரு பத்தி எழுதவேண்டிய அவசியம் ஏற்பட்டிருக்கிறது.

எங்கள் நிறுவனத்தின் மாதாந்த புதினப் பத்திரிகையை அசிரத்தையாக ஒரு நாள் தட்டிக்கொண்டிருந்தேன். அதிலே அனாவின் படம் வெளியாகி இருந்தது. அதற்கு கீழே இப்படி போட்டிருந்தார்கள்.

பெண்கள் மறுவாழ்வுக்காக இடையறாது பாடுபட்ட கியேவ் பெண்மணி, பத்து வருட காலமாக கான்ஸருடன் போராடி இறுதியில் காலமானார். அவருடைய பெயர் அன்னலட்சுமி சேரகோவ்.

இறகு தடவியதுபோல் அவள் மார்பு என் முகத்தில் பட்ட ஸ்பரிசம் நினைவுக்கு வந்தது. வேறொன்றும் அப்போது என் ஞாபகத்துக்கு வரவில்லை.

கறுப்பு அணில்

ஒரு நாள் தற்செயலாகத்தான் அது ஆரம்பமானது.

வேலை முடிந்து மாலை பஸ் தரிப்பில் இறங்கி வீட்டுக்கு வரும் வழியில் அவன் ஒரு கார் பாதுகாப்பு நிலையத்தைக் கடப்பான். பட்டனை அமுக்கி டிக்கட்டை இழுத்து கார்கள் உள்ளே நுழைவதையும், திரும்பும்போது காவலனிடம் காரோட்டிகள் கட்டணம் செலுத்துவதை யும் பார்த்திருக்கிறான். சாரதி கண்ணாடிக் கதவைத் திறந்து காசைக் கொடுப்பான். மீதி சில்லறை வழங்கப் பட்டதும் மஞ்சளும் கறுப்பும் பூசிய தடுப்பு மரம் மறு படியும் உயர, கார் வெளியே சென்றுவிடும்.

அன்று அந்த நிலையத்தைத் தாண்டும்போது தடுப்பு மரத்துக்குக் கீழே சில்லறைக் காசுகள் சிதறிக் கிடந்தன. அவன் அதைப் பொறுக்கி பக்கட்டுக்குள் வைத்துக்கொண் டான். ஆயிரம் கார்கள் போகும் இடத்தில் ஒரு சிலர் சில்லறைகளைத் தவறவிட்டு விடுவார்கள். பரம லோபி களைத் தவிர மற்றவர்கள் சீட் பெல்ட்டைத் தளர்த்தி, கதவைத் திறந்து, கீழே இறங்கி அவற்றைப் பொறுக்க மாட்டார்கள்.

இந்தச் சில்லறையைத்தான் கொண்டுபோய் அவன் தன் அறையில் காலியான ஒரு வாய் அகலமான போத்த லில் போட்டு வைத்துக் கொண்டான்.

அதற்குப் பிறகு அதுவே வழக்கமாகிவிட்டது. அந்த நிலையத்தைத் தாண்டும்போது அவன் குனிந்து சில்ல றைகளைத் தேடுவான். எல்லாமே 25, 10, 5, 1 சதக் குற்றிகளாக இருக்கும். அபூர்வமாக டொலர் குற்றிகளும் கிடைக்கும். அவற்றை அவன் தவறாமல் அந்த போத்த லில் போட்டு மூடியையும் திருகிவிடுவான.

இவன் வேலையில் சேர்ந்த அந்த முதல் நாள் லோரா என்ன டிரஸ்ஸில் வந்தாள் என்று கேட்டால் மிகச் சரியாகப் பதில் சொல்லிவிடுவான். கறுப்பு நீள ஸ்கர்ட், கறுப்பு தொளதொள பிளவுஸ். அதற்குமேல் ஒரு ரத்தச் சிவப்பு ஸ்வெட்டர், பெரிய பட்டன்கள் வைத்து முன்புற மாகத் திறக்கும் வசதியுடன் இருந்தது. தலை மயிர் இவ்

வளவு குவியலாகப் பொன் நிறமாக இருந்ததை அவன் முதன் முதலாகப் பார்த்தது அப்போதுதான்.

அன்றைய வேலை நிரல்களை அவள் நின்றபடி டிக் செய்து இரண்டு இடங்களில் முத்திரை குத்தி அவர்களிடம் நீட்டினாள். இவனுடைய முறை வந்தபோது இவன் முகத்தை அவள் பார்க்க வில்லை. பார்க்க முயலவுமில்லை. இவனுடைய பாரத்தில் முத்திரையை அளவுக்கு அதிகமான பலத்துடன் குத்தி அதை மேசைமீது தள்ளிவிட்டாள். அது மேசையின் விளிம்பைத் தாண்டி வேகம் குறையாமல் போகும்போது இவன் ஒரு பறவையைப் பிடிப்பதுபோல பிடித்தான். மற்றவர்களுடையதைப் போல அந்த நிரலைக் கையிலே கொடுக்கலாம் என்ற சாதாரண அறிவு அவளுக்குத் தோன்றவில்லை என்பதில் அவனுக்கு வருத்தம்.

தன் பெயர் தெரியாமல் அவள் பாரத்தை மாற்றிக் கொடுத்துவிட லாம் என்ற பயத்தில் இவன் 'என்னுடைய பெயர் லோகிதாசன். இன்றைக்குத்தான் புதிதாக வேலைக்குச் சேர்ந்திருக்கிறேன்' என்று முனகினான். இடைக்கு மேலே உள்ள பாகத்தை மட்டும் இவனுக்கு எதிரான திசையில் திருப்பி வைத்து அலட்சியமாக அடுத்த தாளில் முத்திரை பதிப்பதில் அவள் சிரத்தையானாள்.

அவளுடைய நீண்ட வெண்மையான கழுத்திலிருந்து எப்படிப் பட்ட ஒலி வரும் என்று ஊகிப்பதில் அவனுக்கு அன்று இரவு முழுக்க செலவழிந்தது. அந்தக் கவலை அடுத்த நாள் காலையே தீர்ந்தது. லோரா பக்கத்தில் இருந்தவளிடம் சோகமாக ஒரு முறைப் பாட்டை வைத்துக்கொண்டிருந்தாள். அவளுடைய பெரிய மஞ்சள் பூ போட்ட கவுனை சலவைக்காரன் பாழாக்கிவிட்டானாம். இந்த அழகான பெண்ணின் மனது இப்படி நொந்துபோனதே என்று இவனுக்குக் கோபமாக வந்தது. ஒரு கன்றுக்குட்டி பார்ப்பதுபோல அவளைப் பார்த்தான். அவளுக்குத் தேறுதல் சொல்வதற்கு அவனிடம் போதிய ஆங்கில வார்த்தைகள் அப்போது சேர்ந்திருக்கவில்லை.

அவளுடைய அலங்காரம் அன்று முற்றிலும் மாறியிருந்தது. ஆழமான கழுத்துடன், இறுக்கமான மஞ்சள் பிளவுஸில் வந்திருந்தாள். வேப்பம்பழ சைஸ் செயற்கை முத்துக்களால் செய்த மாலை ஒன்று அவள் ஸ்தனங்களுக்கிடையில் சிக்கிக் கிடந்தது. இதைப் போடுவதற்கு அவள் மிகுந்த சிரமப் பட்டிருக்கவேண்டும். இதைக் கழற்றும்போது இன்னும் சிரமமிருக்கிறது. ஒன்றிரண்டு முத்துக்கள் அறுந்து விழுவதற் கான சாத்தியக்கூறுகள் நிறைய இருந்தன.

எந்த ஏரியா அவனுக்கு ஒதுக்கப்பட்டிருக்கிறது என்று கேட்டாள். இவன் 'சாவிக்னோன்' என்று கூறினான். மிகவும் செலவு வைக்கக் கூடிய ஓர் அபூர்வமான ஒப்பனைக்காரியால் செதுக்கப்பட்ட மெல்லிய புருவங்களை உயர்த்திச் சுழித்தபடி, அந்த வார்த்தையின் சரியான உச்சரிப்பைக் கூறினாள். மேலும் பேப்பரை இழுத்து மிகக் கச்சிதமாக

இரண்டுதரம் குத்தினாள். அன்றைக்கும் அவனுடைய முகத்தை அவள் பார்க்கவில்லை.

சாதாரண ஊழியன் என்ற முறையில் அவன் அதிபரைச் சந்திக்க முடியாது. காலாண்டுக் கூட்டங்களில் அவருடைய சொற்பொழிவைக் கேட்டிருக்கிறான். 'தூசி எங்கள் எதிரி' என்று பேச்சைத் தொடங்குவார். முக்கோணத் தாடையுடன், அடர்ந்த புருவங்களுடன், மிக நேர்த்தியாக வாரிய சிகையுடன் சிவப்பு நிறத்தில் அவர் இருப்பார். உலர் சலவை செய்த அவருடைய உயர்தர ஆடையின் மடிப்புகள் அவர் அசையும்போது அலையாக எழும்பி அதே இடத்தில் விழும். அவர் பேசத் தொடங்கும்போது அவருடைய குரல்கூட சுத்திகரிக்கப் பட்ட பின்பே வெளியே வரும். அவனுக்கு எங்கே தான் விடும் சுவாசக் காற்றின் மிச்சத்தை அவர் சுவாசித்துவிடுவாரோ என்ற பயத்தில் மூச்சுமுட்டும்.

மிகப் பாரமான தூசி உறிஞ்சிகளை மெலிந்த தோள்களில் காவியபடி அவன் ஆயிரம் மாடிப்படிகள் ஏறி இறங்கினான். ஆயிரம் கம்பளங்களை உறிஞ்சி எடுத்தான். மெல்லிய மருந்து நெடி கொண்ட கிருமி நாசினிகளால் கழிவறைகளைக் கழுவினான். உரஞ்சி, உரஞ்சி துடைத்த அவை தானாகவே ஒளிவிட்டன. கண்ணாடிக் கதவுகளையும், சாளரங்களையும் விண்டெக்ஸ் மாயசக்தியால் பளபளப்பாக்கினான். அவற்றில் தெரியும் முகங்கள் சொந்தக்காரர்களின் முகங்களிலும் பார்க்கப் பிரகாசம் கூடியவையாக இருந்தன. விரிப்புகள் வெள்ளை நிறத்தில் நறுமணம் பரப்பி ஒரு சுருக்கு விழாமல் உறுதியாகப் படுக்கைகளை மூடின. புரூஸ் லஸ்ரர் மினுக்கிப் போட்டுத் துடைத்து வழுவழுப்பாக்கிய மேசைகளும், கதிரைகளும், சோபாக் கைப்பிடிகளும் தூசிகள் எப்படி இருக்கும் என்பதை மறக்கவைத்தன.

வெள்ளை வெளேரென்று சுத்தமான தூசிகள் அகற்றப்பட்ட ஒரு சுகந்தமான உலகத்தைத் தயாரிப்பதில் அவன் தீவிரமாக ஈடுபட்டிருந்தான்.

அலுவலகங்களைச் சுத்தப்படுத்துவதற்கும் வீடுகளைச் சுத்தப் படுத்துவதற்கும் பல வேறுபாடுகள் இருந்தன. அலுவலகங்கள் பெரிசாக இருந்தாலும் வேலையைச் சீக்கிரமாக முடித்துவிடலாம். கையைக் காலை நீட்டி வேலை செய்யத் தாராளமாக இடம் இருக்கும். தரையோடு ஒட்டிய கம்பளங்கள், மேசைகள், கதிரைகள் என்று துப்புரவு செய்வது சுலபம்.

வீடுகள் என்றால் நெருக்கமான சூழ்நிலை. கார்ப்பட்டுகளில் கால்கள் புதையும். படுக்கை விரிப்புகளை மாற்றவேண்டும். அலங் காரப் பொருட்களைத் தூசி தட்டிக் குசினிகளைப் பளபளப்பாக்க வேண்டும். இந்த வீட்டு எசமானிகளைச் சமாளிப்பது மகா கஷ்டம். முறைப்பாடுகள் வந்தபடியே இருக்கும்.

என்றாலும் அவனுக்கு வீடுகள்தான் பிடிக்கும். அவனும், அவனுடைய சகாவும் வேலையைப் படுக்கை அறை, இருக்கும் அறை, நிலவறை, கழிவறை, குசினி என்று பிரித்துக்கொள்வார்கள். துப்புரவு செய்யும்போதே அந்த வீட்டில் வாழ்பவர்கள் பற்றியும், அவர்களுடைய குணாதிசயங்கள் பற்றியும் அவனுடைய கற்பனைகள் விரியும்.

வேலை முடிந்த சில நேரங்களில், முற்றிலும் தூசி நீக்கிய, கைப்பிடிகள் மினுக்கிய, வெள்ளை வெளேரென்ற மிருதுவான சோபாவில் அவன் சாய்ந்ததும் கனவுகள் உண்டாகும். அவனுடைய வீடு வெண்ணீல வர்ணத்திலும், திரைச்சீலைகள் விடியல் நிறத்திலும் இருக்கும். அலுவலகத்தில் இருந்து அவன் களைத்து வந்து கதவைத் திறந்ததும் நல்ல வாசனை வரும். பிரபல இத்தாலியன் டிசைனர் Georgio Armani உருவாக்கிய, ஒருவயதேயான ஆட்டுக்குட்டியின் மெல்லிய சருமத்தினால் தயாரித்த கதகதப்பான மேலங்கியைக் கழற்றிவிட்டு, கணுக்கால்கள் புதையும் கார்ப்பட்டில் நடந்துபோய், அமர்ந்ததும் அரையடி கீழே பதியும் சோபாவில் கால்களை நீட்டி உட்காருவான். கணப்பு அடுப்பில் புகை தராமல் சிறு மணத்துடன் எரியும் பேர்ச் விறகுகளை மெல்லத் தள்ளிவிடுவான். இரண்டு கைகளை அகட்டி விரித்தாலும் விளிம்புகளைத் தொடமுடியாத அகலமான தட்டைக் கண்ணாடி ரீவியில் 55வது சானலைத் திருப்பி வைப்பான்.

அன்று அவன் வீடு திரும்பும்போது இரவு பத்து மணிக்குமேல் ஆகிவிட்டது. 14 மணி நேரம் தொடர்ந்து வேலை. அதில் இரண்டு மணி நேர சம்பளத்தை லோரா வெட்டிவிட்டாள். மெல்லிய பனிப்புயல் தொடங்கிவிட்டது. குளிர் காலத்துக்குப் பொருத்தமில்லாத சப்பாத்துகளை அவன் முடிச்சுப்போட்டு நீட்டிய லேஸ்களால் கட்டியிருந்தான். பனித்தூள்கள் உள்ளே போய் கால்கள் ஈரமாகிவிட்டன.

அந்த வீட்டின் நிலவறையை அமைத்தவன் மிகவும் விவேகமானவனாக இருந்திருக்கவேண்டும். இருட்டிலே வந்து அவன் துழாவி சாவியைப் போட்டு கதவைத் திறப்பான். அதற்குப் பிறகு பத்தடி தூரம் தடவித் தடவிப் போய் ஸ்விட்சைக் கண்டுபிடித்துப் போடுவான். எலிகளை மிதிக்காமல் தந்திரமாக நடக்க பழகிக்கொண்டான். சிறுவயதில் பிறந்தநாள் விழாக்களில் கண்ணைக் கட்டிவிட்டு கழுதையின் படத்துக்கு வாலைச் சரியான இடத்தில் பொருத்திய பயிற்சி அப்போது அவனுக்கு மிகவும் உதவியது.

அவனுக்குக் கடிதங்கள் வருவதில்லை. மாதம் ஒருமுறை வரும் அம்மாவின் கடிதம் நீல உறையில், பென்சிலால் விலாசம் எழுதப்பட்டு, மூன்று நாட்களாக உடைக்கப்படாமல் கிடந்தது. அன்றைக்கு அதைத் திறப்பதாக இருந்தான். அதில் இருக்கும் தகவல்களைத் தாங்கிக்கொள்ளும் பலத்தை அவன் இன்னும் சேகரிக்கவில்லை.

ஒரு டிவி கூட இல்லாத அவனுடைய அறை பிணக்கிடங்குபோல குளிர்ந்துபோய் கிடந்தது. தெருவிலே இலவசமாகப் பொறுக்கிய ஒரு பச்சை குளிர்பெட்டி அறையின் நடுவில் இருந்தது. மடகஸ்கார் கறை படிந்த சாரம் அவன் கழற்றிவிட்ட இடத்திலேயே சுருண்டு போய்க் கிடந்தது. அவன் இல்லாத நேரத்தில் மாயக் குள்ளர்கள் வந்து அறையைச் சுத்தம்செய்து நறுமணம் பரப்பி வைக்கவில்லை. 'தூசி எங்கள் எதிரி' என்று கறுப்பு எழுத்தில் எழுதிய மஞ்சள் வானில் துப்புரவுப் பணியாளர்கள் வந்து சுத்தம் செய்யவும் இல்லை. தரையில் விரித்த மெத்தை அவன் காலையில் விட்டமாதிரியே ஒரு எஸ்கிமோவின் இக்ளூ போல தடித்த போர்வையில் ஒரு துளை கொண்டதாக அவனுடைய உடம்பு திரும்பவும் நுழைவதை எதிர்பார்த்துக் கிடந்தது.

பிரிட்ஜின் கதவைத் திறந்து பார்த்தான். முந்தாநாள் சாப்பிட்டு மீதம் வைத்த பீட்ஸா துண்டு ஒன்றிருந்தது. ஹைனக்கன் பியர் கான் ஒன்று விசேட தினமொன்றில் குடிப்பதற்காகக் காத்துக் கிடந்தது. வேறு ஒன்றுமே இல்லை.

மறுபடியும் பனி கொட்டத் தொடங்கிவிட்டது. அவனுக்குப் பசித் தது. இன்னும் ஒரு முறை சப்பாத்து அணிந்து, கோட்டை மாட்டி, தொப்பி போட்டு, மப்ளரைக் கட்டி வெளியே போகும் சக்தி அவனுக் கில்லை. பீட்ஸாவை சாப்பிடுவோம் என்று யோசித்தான். ஆனால் அதை நிறைவேற்ற முடியவில்லை. அதை அவன் உண்ணும் முன்பே நித்திரையால் கவரப்பட்டு விரிப்புகள் இழுத்து மூடப்படாத அந்தப் படுக்கையில் விழுந்து அப்படியே தூங்கிவிட்டான்.

அவனுடைய பக்கத்து வீட்டில் குடியிருந்தது ஒரு வசதியான சீனக் குடும்பம். பெரிய வீடு. இரண்டு இருக்கும் அறைகள்; இரண்டு கார்கள்; இரண்டு பிள்ளைகள்; இரண்டு நாய்கள். எல்லாமே பணக்காரருக்கான அறிகுறி. பத்து கியர் வைத்த சைக்கிளில் பையன் ஓடித் திரிந்தான்; அவள் பதினேழு வயது பள்ளி மாணவிபோல காணப்பட்டாள்.

மாலை வேளைகளில் அந்த நாய்கள் அவளுடன் உலாத்தப் போகும். அந்தத் தருணங்களை எதிர்பார்த்து அவன் பல நாட்கள், பல மணி நேரங்கள் காத்திருப்பான். ஒருநாள் அவள் பெயரைக் கேட்கவேண்டும் என்று நினைத்தான். அன்றும் அவள் நாய்களுடன் உலாத்தச் சென்றபோது இவனும அவள் திரும்பி வரும் பாதையை ஊகித்து அதற்கு எதிராகப் போனான்.

பனித் திவலைகளைத் தாங்கும் இமைகளும், நுனி சிவந்த நாக்கும், தோளில் தொட அனுமதி மறுத்து உச்சியில் சுருட்டி வைத்த முடியும், சிறிய மூக்கை நோக்கி மேடாக வளைந்து, பார்த்த கணத்தே காமத்தைத் தூண்டும் சொண்டுமாக அந்தப் பெண், சடை நாய்கள் முன்னே போக பின்னால் செல்லமாக அசைந்து வந்தாள். பக்கத்து வீட்டில் அவன் குடியிருக்கிறான். ஒரு 'ஹாய்' சொல்லுவாள் என்று

எதிர்பார்த்தான். அவளுக்கு அந்த எண்ணம் இருக்கவில்லை. நாய்களுக்கு இருந்ததாகவும் தெரியவில்லை. மென்மையான கறுப்பு தோல் பூட்ஸ்கள் பனியிலே புதைய, மறைந்து போனாள்.

இந்த நாட்டில் அவனுக்கு முகமன் கூறுவதற்கு யாருமேயில்லை. அவனுடன் வேலை செய்யும் டானியல், உயரமாக, உறுதியான உறுப்புகளுடன் துப்புரவுப் பணிக்கே படைக்கப்பட்டவன்போல இருப்பான். கயானா நாட்டுக்காரன். அவனைப் போலவே கள்ளமாக வந்தவன்; அவனைப் போலவே தனிமையானவன். அவனைப் போலவே வசதிகள் குறைந்த ஒடுக்கமான நிலவறையில், வீட்டுக்கு உடமைக்காரன் உஷ்ணத்தைக் கூட்டி வைக்கப்போகும் நல்ல தருணத்துக்காக ஏங்கி இருப்பவன்.

கறுப்பு எழுத்துகள் பொறித்த மஞ்சள் நிற வாகனத்தில் அன்று சாமான்களை ஏற்றும்போது டானியல் 'ஹாய்' என்றான். இவன் வாய் திறக்கவில்லை. 'என்ன அந்த நெட்டைக் கொக்கு இன்றைக்கும் உன்னை ஏசினாளா?'

'இல்லை, மூன்று நிமிடம் ஆகிவிட்டது. இதுவரை தப்பிவிட்டேன்.'

'ஒரு நாளைக்குச் சொல்லிவிடு.'

'என்னத்தை சொல்ல?'

'நான் என்ன பாம்பா? நீ மெக்ஸிக்கோ தேசியக்கொடி கழுகா? எப்ப பார்த்தாலும் என்னைக் கொத்துகிறாயே! அப்படிச் சொல்லு. அவளுடைய மூதாதையர்கள் மெக்ஸிக்கோவிலிருந்து வந்தவர்கள். விளங்கிக்கொள்வாள்.'

'எனக்கு அவ்வளவு தைரியமிருந்தால் உள்ளாடைகளை நான் மாற்றவே தேவையில்லை.' அவன் முகம் இருண்டு கண்கள் ஈரமாகத் தொடங்கின. அதற்குப் பிறகு வேலை முடியும்வரை அவர்கள் பேசவேயில்லை.

அன்றைக்குப் பனிக்காலத்து அயனம் (solstice) என்று அறிந்திருந்தான். வடபாதி உலகத்தின் மிக நீண்ட இரவு, குறைந்த பகல். அவன் நீண்ட நித்திரையில் இருந்தபோது வானம் சோம்பலாக இருக்கவில்லை. இரவு முழுக்கப் பனி பெய்துகொண்டே இருந்தது. ஜன்னல் வழியே பார்த்தபோது கார்கள் எல்லாம் வெள்ளித் தொப்பிகள் அணிந்திருந்தன. தரை உயர்ந்துகொண்டே வந்தது. பிரகாசம் கண்ணை அடித்தது. அவனுக்கும் உலகத்துக்கும் இருந்த ஒரே தொடர்பு அந்த ஜன்னல்தான். அதுவும் அரைவாசி பனியில் மூழ்கி இன்னும் சிறிது நேரத்தில் கல்லறைபோல ஆகிவிடும்.

அந்தப் பச்சை குளிர்பெட்டி உர்ரென்று இடைக்கிடை உயிர் பெறும்போது சத்தம் போட்டது. ஓர் அத்தியந்த நண்பனுடைய மூச்சுப்போல அது அவனுக்கு ஆசுவாசமாக இருக்கும். மிகத் தனிமை யாகப்பட்டால் அதனுடன் பேசிக்கொள்வான். அது சொல்லும் பதில்கள் அநேக சமயங்களில் அவனுக்குப் புரியாது.

விடிந்ததும் வேலைக்குப் போவதா, விடுவதா என்பதை அவனால் தீர்மானிக்க முடியவில்லை. பாதைகள் சீரானால் ஒழிய பஸ்கள் ஓடாது. லோரா வேலை பாரங்களையும் முத்திரை குத்திகளையும் வைத்துக்கொண்டிருப்பாள். அன்று அவனுடைய சீட்டை மிகவும் சந்தோசத்தோடு கிழிக்கத் தயாராவாள். ஒரு பிங்க் கலர் தாளில் அவனுடைய பேரை எழுதி, வேலை நீக்கும் காரணத்தைக் குறித்து, தேதியையும் போட்டு அவனிடம் நீட்டுவாள். அப்பொழுதுகூட அவனுடைய முகத்தைப் பார்க்கமாட்டாள்.

மாலை வரை அவன் அசையவில்லை. பனிப்பொழிவும் அசைய வில்லை. ஒரு பனிச்சிறையில் அகப்பட்டதுபோல அவனுக்கு மூச்சு முட்டியது. வாய்விட்டுக் கத்தவேண்டும் அல்லது கூரையைப் பிய்க்க வேண்டும் என்று தோன்றியது. அந்த மாலை குப்பைப் பைகளுக்கான மாலை. அந்த வீதியிலே குப்பைப் பைகள் எல்லாம் நிரையாக அடுக்கப்பட்டிருந்தன. எல்லா வீட்டு முகப்புகளிலும் அந்தந்த வீட்டுத் தராதரத்தைக் காட்டுவதுபோல நாலு, ஐந்து, மூன்று என்று குப்பைப் பைகள் கட்டப்பட்டு கிடந்தன. அடுத்த நாள் அதிகாலையிலேயே அவை மறைந்துவிடும்.

இவை அந்தஸ்தைக் குறிப்பவை. அவனுடைய வீட்டின் முன் ஒரு பை மாத்திரமே கிடந்து வீட்டுக்காரருடைய வறுமையைப் பறை சாற்றியது. பக்கத்துச் சீனக்காரர் வீட்டில் வழக்கம்போல ஆறு கறுப்பு தடித்த பொலிதீன் பைகள் சிவப்பு நாடாவினால் கட்டி இறுக்கப்பட்டுக் கிடந்தன. அதைப் பார்க்கப் பார்க்க எரிச்சலாக வந்தது.

அதற்கு முன்பு வராத ஒரு எண்ணம் அவனுக்குத் தோன்றியது. ஆறு கறுப்பு பொலிதீன் பைகளை நிரப்புவது மாதிரி அப்படி என்ன குப்பை அவர்கள் சேர்க்கிறார்கள். அப்பொழுது இரவு பதினொரு மணியாகிவிட்டது. வீதியில் நடமாட்டம் குறைந்துபோய் இருந்தது. பனிப்பொழிவு நின்றுவிட்டது; ஆனால் சந்திர ஒளியில் பனி நிலம் பகல்போல ஜொலித்தது.

இவன் தன்னுடைய கறுப்பு ஓவர்கோட்டை அணிந்து வெளியே போய் ஒரு குப்பைப் பையை உள்ளே தூக்கி வந்தான். அந்தப் பையை நடு அறையில் வைத்து அதற்கு மேல் ஏறி நின்றான். ஓங்கி உதைத்தான். துள்ளி மிதித்தான். அதன் பக்கங்களெல்லாம் பிரிந்து கொட்டத் தொடங்கியது. முட்டைகோசின் மணமும், அழுகிய தோடம்பழத்தோலின் நெடியும் அறையை நிறைத்தது. பிரசவ காலத்துக்கு முன்பாகவே கர்ப்பிணியின் பன்னீர்குடம் உடைந்ததுபோல குப்பை நாலு பக்கமும் சிதறியது.

பெரும் ஓட்டத்திற்குப் பிறகு இரையைப் பிடித்த விலங்கு மாதிரி அவனுடைய மூச்சுப் பெரிதாக வந்தது. வியர்வை பெருக்கெடுத்தது. மறுபடியும் பையைக் கட்டி அதே இடத்தில் வைத்துவிட்டுத் திரும்பிய

போது அவனுடைய கையிலே எப்படியோ ஒரு பழைய கழித்துவிட்ட நீல ரிப்பன் காணப்பட்டது. அது சரசரவென்று ஒரு சிறு பாம்பைப் போல குளிர்ந்தும் மிருதுவாகவும் இருந்தது. அவளுடைய சருமமும் அப்படித்தான் இருக்கும் என்று அவன் மனம் ஊகித்தது.

அயனம் முடிந்து நாலு நாள் ஆகியும் அவளைக் காணவில்லை; நாய்களையும் தவறவிட்டுவிட்டான். இந்த நாய்கள் ஒரே ஜாதியில், ஒரே வயதுடையவை. இரண்டுமே ஓவல்டின் கலரில் சிறிது சடை வைத்துப் பழுப்பு நிறக் கண்களுடன் இருந்தன. அவற்றின் கழுத்துப் பட்டைகள் பதப்படுத்தப்பட்ட தோலினால் கறுப்பாகச் செய்யப் பட்டிருந்தன. வேண்டிய தூரம் நீளக்கூடியதும், சுருங்கக்கூடியதுமான தடித்த நைலோன் நாடாவின் நுனியில் அவை பிணைக்கப்பட்டிருந் தன. அதன் அடுத்த நுனி அவள் கையில் இருந்தது. அந்த நாய்கள் ஏற்கனவே பழக்கப்பட்ட சாலையில் துள்ளிக்கொண்டு முன்னால் பாய்ந்தும், ஓடியும், நின்றும், பனித்தரைக்கு மேலாகத் தெரியும் ஒரு சில செடிகளை மோந்து பார்த்தும் விளையாடின.

அந்த சீனப்பெண்ணின் முகம் மஞ்சள் நிறத்தில் இருந்தது. சூரிய ஒளியில் இருந்து பல வருடங்கள் மறைத்து வைக்கப்பட்டதில் கிடைத்த வர்ணம் இது. அவளுடைய கீற்றுக் கண்கள் இயற்கை யாகவே பச்சையாக இருந்தன. உதடுகள் ரத்தச் சிவப்பு. இப்படியாக பச்சை, சிவப்பு, மஞ்சள் ஆகிய மூன்று சிக்னல் விளக்கு வர்ணங் களுடனும் இருந்த அவள் அவனுக்கு வேண்டிய சமிக்ஞையைத் தருவதற்காகக் காத்திருந்தான்.

அம்மாவுக்கு அனுப்புவதற்காக அவன் சேமித்து வைத்திருந்த காசை ஏற்கனவே எடுத்துவிட்டான். அதிலே குளிரில் இருந்து பாதுகாப்பதற்கு உத்திரவாதமளித்த அந்தப் புதிய ஓவர்கோட்டை வாங்கியிருந்தான். அதை அணிந்தபோது என்றும் இல்லாதமாதிரி அவனுடைய உடம்பு கதகதப்பு நிலையை அடைந்தது. அவளைக் கண்டதும் ஓவர்கோட்டைத் தாடைவரை இழுத்துவிட்டு, மூக்கும், கண்களும், வாயும் மாத்திரம் தெரியும் விதமாக நின்றுகொண்டு, தற்செயலானதுபோல 'ஹாய்' என்று சொன்னான். அவளும் பதிலுக்குப் போதிய இடைவெளிகூட விடாமல் 'ஹாய்' என்று திருப்பிக் கூறினாள். அப்படியே நாய்கள் வேகமாக இழுக்க பென்ஹர் குதிரைகள் ஓட்டிச் சென்றதுபோல நிமிடத்தில் மறைந்துபோனாள். அவள் போனபிறகு அந்த நடைபாதை அநியாயத்துக்குச் சும்மா கிடந்ததை அவனால் தாங்கிக்கொள்ள முடியவில்லை.

தீவிரமாக யோசித்துப் பார்த்தான். அவள் சீன மொழியில் நாய்களுடன் பேசியிருக்கலாம் என்றும் பட்டது.

அவனுடைய அம்மாவின் நீல உறைக் கடிதம் அன்றும் பிரிக்கப் படவில்லை. மண்ணெண்ணெய் விளக்கில் மணிக்கணக்காகக் குனிந் திருந்து, வயலட் கலர் பென்சிலால் அடிக்கடி நாக்கைத் தொட்டு, அதை எழுதியிருப்பாள். மாதாமாதம் பயணக் கடன் தீர்க்க அவன் அனுப்பும் காசு அந்த மாதம் கிடைக்கவில்லை என்று புலம்பியிருப்

பாள். பக்கத்து வீட்டு பத்மனாபன் பணம் கிரமமாக அனுப்பி அவர்கள் காணியை மீட்டுவிட்டதைப் புளகாங்கிதத்தோடு அறிவித்திருப்பாள். இப்பவெல்லாம் தென்னையிலிருந்து தேங்காய் விழுவதில்லை; வானத்தில் இருந்து மழை விழுவதில்லை; ஆகாயத்தில் இருந்து குண்டுகள் விழுகின்றன என்றும் எழுதியிருப்பாள்.

கடைசி பாராவில் தன்னுடைய வியாதி பற்றிய குறிப்புகளைக் குணுக்கி, வியாதி உச்ச நிலையை அடையக் கிட்டத்தட்ட எவ்வளவு காலம் எடுக்கும் என்பதை ஆதாரங்களோடு விளக்கியிருப்பாள். எந்த விரதம் முடிந்தது, எது ஆரம்பமாகிவிட்டது போன்ற விவரங்களையும் ஞாபகமாகக் குறிப்பிட்டிருப்பாள்.

வேலைக்குப் போகத் தேவையில்லை. விடுமுறை. ஒருநாள் சம்பளத்தை வெட்டும் சந்தோசம் லோராவுக்குக் கிடையாது. பனிப்பிரதேசம் சூரிய ஒளியில் பளீரென்று கண்ணாடி வழியாகத் தெரிந்தது. அன்று காலையில் இருந்து அதையே பார்த்தவாறு இருந்தான்.

புசுபுசுவென்று சடை வைத்துக் கொழுத்த கறுப்பு அணில் ஒன்று எங்கிருந்தோ தோன்றியது. பனிக்குள் கால்கள் புதையப் புதைய மீட்டுக்கொண்டு விரைந்தது; தெரியாத இடத்துக்கு அவசரப்பட்டு வந்துவிட்டதுபோலத் திகைத்து இரண்டு கால்களிலும் நின்றது. கண்களில் மிரட்சியுடன் முன்னங்கால்களால் பனியை அகற்றியது. பின் தன் செய்கையின் அசட்டுத்தனத்தை யாராவது கவனிக்கிறார்களோ என்று அங்குமிங்கும் பயத்துடன் பார்த்தது. பிறகு சறுக்கிக்கொண்டு போனது. வெகுதூரத்துக்கு. வெள்ளிப் பனியில் கறுப்புப் புள்ளி பாய்ந்து பாய்ந்து மறைந்துபோனது.

அந்தக் காட்சி அவனை என்னவோ செய்தது. திடீரென்று கதிரையைத் தள்ளிவிட்டு எழுந்தான். அவனுடைய பச்சை நிறக் குளிர்பெட்டியின் மேல் அந்த மூடி திருகிய போத்தல் இருந்தது. அதை முக்கால்வாசி நிறைத்து, அவன் கார் தரிப்பு நிலையத்தில் மஞ்சளும் கறுப்பும் பூசிய தடுப்புக் கம்புக்குக் கீழே பொறுக்கிய சில்லறைக் காசுகள் கிடந்தன. அவற்றைத் திறந்து உடனேயே எண்ணிப்பார்க்க வேண்டும் என்ற ஆவல் ஏற்பட்டது.

இரண்டு நாள் பழசான தினசரி பேப்பரைத் தரையிலே விரித்து போத்தல் காசுகளை அதிலே கொட்டினான். கொட்டிவிட்டு அவற்றை வகைப்படுத்தி எண்ணத் தொடங்கினான்.

கனடாவுக்கு வந்த நாளில் இருந்து அவனை அலைக்கழித்த விஷயம் ஒன்றிருந்தது. பத்து சதக் குற்றி சிறிய வெள்ளி வட்டமாக இருக்கும். ஐந்து சதக் குற்றியோ பெரிய வெள்ளி வட்டமாக இருந்தது. இது கனடிய அரசாங்கம் விட்ட பாரதூரமான பிழை என்ற கருத்து அவனுக்கிருந்தது. பெரிய வட்டமான குற்றி சிறிய வட்டத்திலும் பார்க்க உண்மையில் மதிப்பு குறைந்தது என்பதை

அவனுடைய மனது ஏற்க சரியாக ஒரு வருடம் பிடித்தது. 25 சதக் குற்றிகள் மிகையாக இருந்தன. மீதி எல்லாம் 10, 5, 1 சதக் குற்றிகளே. லூனி என்று சொல்லப்படும் ஒரு டொலர்கூட இரண்டு இருந்தன. ரூனி, அதாவது இரண்டு டொலர் குற்றி ஒன்றும் இருந்தது. ஆறுமாதக் கடும் உழைப்பில் அவனிடம் 48.19 டொலர் சேர்ந்திருந்தது.

மனதினால் ஒரு கணக்கு போட்டுப் பார்த்தான். இன்னும் சரியாக எண்பத்தி மூன்று வருடங்களில் ஒரு ரொயோட்டா கார் இரண்டாம் கையாக வாங்கும் அளவுக்கு அவனிடம் காசு சேர்ந்துவிடும்.

அந்த எண்ணத்தில் அவனுடைய மனது பூரித்தது. இந்த சந்தோசத்தை எப்படியும் கொண்டாடிவிட வேண்டும் என்ற ஆசையேற்பட்டது. நேராக நடந்து பழைய நீல ரிப்பன் பாதி ஒட்டி வைத்திருக்கும் பச்சை குளிர்பெட்டியின் கதவைத் திறந்தான். அங்கே நடுநாயகமாக அவன் ஒரு விசேட தினத்துக்காகப் பாதுகாத்து வந்த ஹைனக்கன் பியர் கான் இருந்தது. அதைக் கையிலே எடுத்துக் கொண்டு கதவைச் சத்தத்துடன் சாத்தினான்.

மூன்று கால்கள் மட்டுமே விசுவாசமாக உழைக்கும் அந்த நாற்காலியில் அவன் சாய்ந்திருந்து, ஆள்காட்டி விரலை வளைத்து பியர் கானைத் திறந்து, அதை ஒரு கிளாஸில் ஊற்றிக் குடிக்கும் பொறுமைகூட இன்றி, வலது கையால் தூக்கி உயரப்பிடித்து வாய் வைத்து இரண்டு கடவாய்களிலும் ஒழுகக் குடித்தான். அப்பொழுது அவனது இடதுகை 55 வது சானலைத் தேடியது.

பட்டம்

கறுப்பு எக்ஸ் குறி போட்டு, மஞ்சள் தொப்பி அணிந்த கிழவர் பள்ளிக்கூடப் பிள்ளைகள் ரோட்டுக் கடக்க உதவுவதற்காகக் காத்திருந்தார். அவர் கையில் இருந்த சிவப்பு அட்டை கைப்பிடியில் வெள்ளை வர்ணத்தில் STOP என்று எழுதியிருந்தது. கிழவர் தன்னுடைய சம்பளம் வாங்காத உத்தியோகத்தில் தீவிரமாக இருந்தார். சில பெண் குழந்தைகள் பொறுமை இல்லாமல் அவர் கைகளைப் பறித்துக்கொண்டு சீறிப்போய் சாலையைக் கடந்தன.

கிழவருடைய கண்படாத தூரத்தில், ஆனால் சிறுமிகள் கலவரப்பட்டு பார்க்கும்படி வசதியான தொலைவில், அவன் தன்னை நிறுத்திக்கொண்டான். வெள்ளை பனியனும், சாரமுமாக தன் தொழிலுக்கு உகந்த உடையில் காட்சியளித்தான். பத்து வருடங்களாக அவன் காவாலியாகக் காலம் கழித்துவிட்டான். இவனுக்கு அந்த ஊரில் ஒரு தனி மதிப்பு இருந்தது. பெற்றோரும் பிள்ளைகளும் இவனைப் பார்த்தாலும், பார்க்காத மாதிரி இருக்கப் பழகிக் கொண்டார்கள்.

ஓரமாக இருக்கும் பள்ளிக்கூடங்களையும் கல்லூரிகளையும் அவனுக்குப் பிடிக்கும். பள்ளிக்கூடம் என்றால் சீருடை அணிந்து வந்து போகும் சிறுமிகள். கறுப்புச் சப்பாத்து, வெள்ளைக் கால்மேசு, வெள்ளைச் சீருடை, மஞ்சள் ரிப்பன் என்று மலர் வனத்தை உலுக்கிவிட்டது போல இருக்கவேண்டும்.

கல்லூரிகள் என்றால் பருவப் பெண்கள் வண்ண வண்ணமாக உடுத்தி, புத்தகங்களை மேலே பிடித்து, கண்களைக் கீழே போட்டு நடந்துவரவேண்டும். எக்கிய இடையும், சின்ன நடையுமாக இருந்தால் இன்னும் நல்லாக இருக்கும். கும்பல் கும்பலாக வருவதில் ஒரு கவர்ச்சி இருந்தது. தனியாக வரும்போது இன்னொரு அழகு.

சிறு பெண்கள், பாடசாலையில் இருந்து வெளியே வரும்போது அவனைக் கண்டதும் புத்தகப் பையைத்

தூக்கி முகத்தை மறைத்துக் கொண்டு ஓடப் பழகியிருந்தார்கள். அவர்கள் எதிர்பாராத தருணத்தில், திடீரென்று அவர்கள் முன் தோன்றி தன்னுடைய காவாலி என்ற பேருக்கு அவமானம் ஏற்படாமல் நடந்துகொள்ள வேண்டுமென்பதுதான் அவன் ஆசை.

அவனை ஊரில் எல்லாருக்கும் தெரிந்திருந்தது. அவனுடைய பிரபலம் காவல் நிலையம் வரைக்கும் போய்விட்டது. இரண்டு முறை பொலிஸில் பிடித்தும் போய்விட்டார்கள். முழங்காலில் இரண்டு உதை வாங்கியதோடு திரும்பிவிட்டான். பெண்கள் பள்ளிக் கூடம் விடும்போதுதான் அவனுடைய வியாபாரம் மும்முரமாக நடக்கும். ஆனாலும் அவன் தன் ஸ்தலத்தை அடிக்கடி மாற்ற வேண்டும்; அல்லாவிடில் அபாயம் உண்டு.

சாதுவாகக் காணப்படும் பெண்களையே அவன் குறிவைப்பான். அங்குமிங்கும் பார்த்துவிட்டு அவர்கள்முன் திடுதிப்பாக தோன்றி தன் காரியத்தை செய்வான். சில அப்பாவிப் பெண்களுக்கு முதலில் அவன் என்ன செய்கிறான் என்று பிடிபடவே நேரம் எடுக்கும். அவனுடைய நோக்கம் ஆரோக்கியம் ஆனதல்ல என்று தெரிந்ததும் அவர்கள் எதிர்வினை வெவ்வேறுமாதிரி இருக்கும்.

சிலர் 'வீ' என்று கத்துவார்கள்; சிலர் பிரமை பிடித்து நிற்பார்கள்; சிலர் திரும்பி ஓடுவார்கள்; இன்னும் சிலர் புத்தகங்களைத் தூக்கி முகத்தை அரைவாசி மறைத்துக்கொள்வார்கள்.

ஆனால் அன்று நடந்தது எதிர்பாராதது. இத்தனை வருட சேர்விஸில் அப்படிப் பார்த்ததில்லை. மரங்களிலே இருந்து சின்னச் சின்ன பூக்கள் உதிர்ந்தன. அந்தப் பெண் பாதையைக் கடக்குமுன் தங்கள் பூக்கள் எல்லாவற்றையும் கொட்டிவிடவேண்டும் என்பது போல அவை அவசரப்பட்டு வேலை செய்தன. அவளைப் பார்த்தால் மிக சாதுவாகத்தான் தெரிந்தாள். முகத்திலே வெக்கமான செம்மை. இதற்கு முன்பு பார்த்திராத ஒரு புதியவள். தலையைக் குனிந்தவளும், கண்களைத் தாழ்த்தியவளுமாக வந்துகொண்டிருந்தாள். அங்கேதான் அவன் ஏமாந்துபோனான்.

இவள் ஓடவில்லை; அசையவில்லை. சிறிது நேரம் அவனையே பார்த்திருந்துவிட்டு ரோட்டைக் கடந்தாள். இடது பக்கம் பார்க்க வில்லை; வலது பக்கம் பார்க்கவில்லை; அவனிடம் நேராக வந்தாள். கண்கள் அவனைவிட்டு அசையவில்லை. அவளுடைய கண்களும் அவனுடைய கண்களும் ஒன்றுடன் ஒன்று பூட்டிக்கொண்டு விட்டன. அவன் மெதுவாக சாரத்தை இறக்கினான். உடம்பு அவன் தோலுக்குள் சுருங்கிப்போனது. ஓடுவோமா என்று ஒரு கணம் யோசித்தான்.

அவனுக்கு வந்த கோபத்தில் மனது இலக்கணம் பிசகாத சுத்தத் தமிழில் திட்டியது. 'இவள் சிறுபெண்ணாக இருக்கிறாள். அதுவும் மாணவி, என்ன துணிச்சல் இருந்தால் என்னிடம் இப்படி நேராக வருவாள்.' கிட்ட வந்த அவள், அவனைத் துளைப்பதுபோலப் பார்த்தாள். குனிந்து செருப்பை எடுப்பாளோ என்று ஒரு விநாடி

அவன் திகைத்தான். ஆனால் அப்படி அசம்பாவிதம் ஒன்றும் நேரவில்லை.

அவனைப் பார்த்து ஒரு கேள்வி கேட்டாள். 'அடுத்த ஷோ எப்ப இருக்கும்? என்னுடைய தங்கையும் பார்க்க வேண்டும்.'

அவனுடைய காவாலி இமேஜ் இப்படித்தான் உடைந்தது. எக்காளம் ஊதியபோது எரிக்கோ சுவர்கள் இடிந்ததுபோல.

அன்றிரவு அவன் ஊரைவிட்டு ஓடிவிட்டான். ஊரில் அந்தக் கதையை எல்லோரும் வியப்பாகப் பேசிக்கொண்டார்கள். ஒருவருக்கும் என்ன நடந்ததென்று முழுதாகத் தெரியவில்லை. மஞ்சள் தொப்பி கிழவரும், விரிந்த கண் சிறுமிகளும் மிகவும் சந்தோஷப்பட்டனர்.

ஆனால் எதிர்பாராத காரியம் ஒன்றும் நடந்தது. அந்தப் பெண்ணைப் பற்றி பல அவதூறுகள் கிளம்பின. வதந்திகள் என்றால் வேகமாகப் பரவும் தன்மை கொண்டவை. அவளுடைய தகப்பனாருக்கு என்ன செய்வதென்றே தெரியவில்லை. வாழ்க்கையில் மிகச் சுலபமான வழிகளைத் தேர்ந்தெடுத்துப் பழகியவர். அவளைக் கல்லூரியிலிருந்து விலக்கிக்கொண்டு வேறு ஊருக்கு மாற்றலாகிப் போய்விட்டார்.

காவாலி ரவுனுக்குப் போனான். தன்னுடைய ரவுடித்தனத்தை வைத்துப் பிழைத்துக்கொள்ளலாம் என்று நினைத்துக்கொண்டான். ரவுனிலே இவனைவிட சேர்விஸ் கூடியவர்கள் இருந்தார்கள். புதிதாக வந்த இவனை அவர்கள் மதிக்கவில்லை. இவனுடைய பழைய பெருமைகளும் அவர்களுக்குத் தெரியவில்லை.

சிலகாலம் இரவிரவாகச் சுவர்களில் நோட்டீஸ் ஒட்டும் வேலை பார்த்தான். நேர்மையாக இருந்தான். அப்படியும் நிரந்தர வருவாய் இல்லை. பழையபடி ரவுடித்தனத்துக்குத் திரும்பிவிடுவோமோ என்று பலமுறை நினைத்தான். அவனுடைய யோசிப்புகள் நாலு திசையிலும் நீண்டன.

அந்த நேரங்களில் அந்தப் பெண் தோன்றினாள். கோபமில்லாத கண்கள்; சிரிப்பில்லாத உதடுகள். ஆனால் அவளை மறக்க முடியவில்லை. புத்தக ஒற்றையை மடித்துவிட்டு விட்ட இடத்திலிருந்து தொடர்வதுபோல அவளுடைய நினைவுகள் தொடர்ச்சியாக வந்தன. அந்தப் பெண்ணும் கல்லூரிப் படிப்பை முடிக்காமல் பாதியிலேயே விட்டுப் போனதாகக் கேள்விப்பட்டிருந்தான். அவனுக்கு வருத்தமாக இருந்தது. அந்த துணிச்சலான பெண்ணுக்கு என்ன ஆகியிருக்கும் என்று அடிக்கடி தன்னையே கேட்டுக்கொண்டான். அவளுக்காக, சுத்தப்படுத்திய சில முத்தங்களை அவன் தனியாக எடுத்து வைத்தான்.

அப்பொழுது அவனுக்குத் தியேட்டரில் டிக்கட் கிழிக்கும் உத்தியோகம் கிடைத்தது. அந்த வேலையை நிரந்தரமாக வைத்துக்கொண்டான். யாராவது இளம் பெண்கள் தியேட்டருக்கு வந்தால் அவர்

களுடைய உதடுகளையும் கண்களையும் உற்று நோக்குவான். ஒரு விநாடி மட்டுமே பார்த்த அவளுடைய உயரமோ, நிறமோ, சடையோ அவனுக்கு ஞாபகமில்லை. ஆனால் படபடக்கும் கரிய கண்களையும், மெல்லிய கறுப்பு வரைந்த உதடுகளையும் அவன் ஒரு கணமேனும் மறந்ததில்லை.

இப்படியாகப் பல வருடங்கள் ஓடிவிட்டன.

ஒரு நாள் ஓர் இளம் கணவனும் மனைவியும் ஸ்கூட்டரில் வந்தார்கள். அந்தப் பெண் இறங்கி வந்தபோது ஒலிம்பிக் பந்தத்தைத் தூக்கி வருவதுபோல மிதந்துகொண்டு வந்தாள். தாராளமயமாக்கப் பட்ட தலைமயிர்; ஒரு ஜெட் விமானத்தின் புகைபோல அவளுடைய கேசம் நேராகவும் நீளமாகவும் இருந்தது. பாதி விழிகளினால்தான் அவளைப் பார்த்தான். முழு விழிகளால் அவளுடைய பிரகாசத்தைத் தாங்கமுடியாது என்று அவனுக்குப் பட்டது.

தியேட்டரில் டிக்கட் முடிந்துவிட்டது. இது தெரிந்ததும் அந்த பெண்ணின் வதனம் சுருங்கிவிட்டது. அவளுடைய முகம் வாடக் கூடிய விதமாக ஒரு சம்பவம் நடக்கக்கூடாது என்று இவனுடைய மனது ஏனோ பிரார்த்தித்தது. அவள் கணவனின் முகத்தையே பார்த்தாள். வாய் திறந்து ஒன்றுமே சொல்லாமல் அவன் செய்யப் போவதை அவதானித்தாள்.

கணவன் மிகவும் தயக்கமாகப் போய் பிளாக்கில் இரண்டு டிக்கட் வாங்கி வந்தான். அப்பொழுது அந்தப் பெண் திரும்பினாள். அந்த முகம் நெஞ்சைத் தொட்டது. அந்நியமான முகமாகத் தெரிய வில்லை. பல இரவுகள் அவனுக்கு அறிமுகமான முகம். கண் மடல்கள் படபடப்புக் குறைந்து ஒளி தீட்டியிருந்தன. ஈரமாகி இளமையாக இருந்த இதழ்கள் இப்போது முற்றிவிட்டன. வயதாக்கப் பட்ட அவன் முத்தங்கள் வீணாகிப் போயின என்று பட்டது.

டிக்கட்டைக் கிழித்துக் கொடுத்தபோது ஒருவரும் அவனுடைய விரல்களின் நடுக்கத்தைக் காணவில்லை. கணவனுடன் உள்ளே சென்ற பெண் திடீரென்று திரும்பி வந்தாள். அவனுடைய கண்களை அவள் கவரவுமில்லை; தவிர்க்கவுமில்லை. கறுப்பு நூல் பூசிய விளிம்பு அதரங்களைத் திறந்து, 'அடுத்த ஷோ எத்தனை மணிக்கு?' என்று மிகச் சாதாரணமாகக் கேட்டாள். அவள் சொற்கள் செல்ல மாகவும், நெருக்கமாகவும் வந்தன. உதடுகள் பளபளவென்று சும்மா விருந்தாலும் கண்கள் பெரிதாகச் சிரித்துக் கொடுத்தன.

அவனிடம் இருந்த வார்த்தைகளை எல்லாம் அவள் களவாடி விட்டாள். சிறிது நேரம் கழித்துத்தான் அவனுக்கு வாய் திறந்தது. இவ்வளவு காலமும் பூட்டிவைத்த எண்ணங்கள் சிந்திவிடுமுன் கேட்டான். கையிலே இருந்த பாதி டிக்கட்டை பார்த்தபடி, 'பெண்ணே, உன்னுடைய பட்டப் படிப்பை முடித்துவிட்டாயா?'

'எங்கே முடிந்தது? என் பட்டப் படிப்பு அன்றைக்குப் போனது தான்' என்றாள். பிறகு ஏதோ யோசித்ததுபோல 'உனக்கு என்ன நடந்தது?' என்று கேட்டாள்.

'உனக்குப் பட்டம் கிடைக்கவில்லை; இருந்த பட்டமும் எனக்கு அன்றோடு போய்விட்டது' என்றான்.

மனைவியைத் தவறிய புதுக் கணவன் வேகமாகத் திரும்பி வந்தான். அவளைச் சந்தேகமாகப் பார்த்தபடி கையைப் பிடித்து உள்ளே இழுத்துச் சென்றான்.

ஐவேசு

இத்துடன் மூன்றாவது தடவையாக நான் என் சாமான்களைத் தொலைத்துவிட்டேன். சிலகாலமாகத் தொலைப்பதில் மிகவும் தேர்ச்சி பெற்றிருந்தேன். இதுவே இப்ப நல்ல பழக்கத்தில் வந்துவிட்டது. பயிற்சி பலன் தரும்.

ஒரு சுற்றுலா பயணிக்கான தகுதிகள் எனக்கு இல்லை. அடிக்கடி சாமான்களைத் தொலைத்தபடி இருப்பேன். இதன் காரணமாக என்னைச் சுற்றி இருப்பவர்கள் மிக சுறுசுறுப்பாக இயங்குவார்கள். நான் மறந்துபோய் வைக்கும் அல்லது எடுத்துவிடும் பொருள்களைக் கண்காணிப்பதில் இவர்கள் நேரம் செலவழியும்.

இளம் வெய்யிலில் சுட்டெடுத்ததுபோல சிவந்த தோல்கொண்ட ஜெர்மன்காரன் ஒருத்தன் எனக்குச் சகாவாக வாய்த்திருந்தான். அவன் பருத்த உடம்போடு அசைந்தசைந்து நடந்தான். அவன் கட்டியிருக்கும் பெல்ட் தெரியாமல் அவனுடைய உடம்பு சதை வழிந்து மறைத்தது.

நான் தொலைத்தது தலை போகிற சமாச்சாரம். இதைத் தேடுவதில் இவன் எனக்கு ஒரு சகாயமும் செய்வதாகத் தெரியவில்லை. இவன் என்னுடைய உற்ற தோழன் இல்லை. ஏர்க்காலில் எருது பூட்டுவது போல இந்த சுற்றுலாக்காரர்கள் என்னைக் கலந்தாலோசிக்காமல் இவனை என்னுடன் சோடி சேர்த்திருந்தார்கள்.

நான் எவ்வளவுக்கு எவ்வளவு தொலைப்பதில் பலவானாக இருந்தேனோ அவ்வளவுக்கு என் மனைவி எச்சரிக்கை உணர்வு மிகுந்தவளாக இருந்தாள். அலுவலகத்தில் என் வெளிநாட்டுப் பயணம் நிச்சயமானதும் என்னுடைய பயணத்துக்கான ஏற்பாடுகளை ஒரு வாரம் முன்பாகவே செய்யத் தொடங்கிவிடுவாள். என்னுடைய சூட்கேஸ் இந்த நாட்களில் மூன்று நான்கு தடவை திரும்பித் திரும்பி அடுக்கப்படும்.

ஊறுகாய் போத்தலை முதலில் பிளாஸ்டிக் பையில் போட்டு, பிறகு பேப்பரில் இறுக்கச் சுற்றி, அதன்பின் ஒரு துணியில் சுருட்டி அடுக்குவாள். இந்த முறையில்

ஒரு மாற்றமும் செய்ய முடியாது. டின் உணவுகளைத் தனித்தனியாகத் துணிகளில் சுருட்டுவாள். அது உடையும் தன்மை அல்லவே. அதற்கும் காரணம் இருந்தது. சும்மா அடுக்கினால் அவை உராய்ந்து லேபிள்கள் கழன்றுவிடும். அதற்குப் பிறகு உள்ளே என்ன இருக்கிறது என்று தெரியாமல் திண்டாட்டமாகிவிடும். அதற்கான முன் எச்சரிக்கை தான்.

நான் பயணப்படும் நாட்டைப் பற்றிய புத்தகங்கள், சுற்றுலா விபரங்கள் எல்லாவற்றையும் ஒரே மூச்சில் படித்துவிடுவாள். அத்துடன் எனக்காகக் குறிப்புகள் தயாரிப்பாள். அந்த நாட்டின் வரைபடம், பார்க்கவேண்டிய இடங்கள், என்னென்ன செய்யவேண்டும், என்ன செய்யாமல் விடவேண்டும், அவர்கள் பணம் மாற்று விகிதம், தங்கவேண்டிய ஹொட்டல் போன்ற விபரங்கள் இதில் இருக்கும்.

அதிலே முக்கியமானது அவள் போடும் பட்டியல். நான் என்னென்ன சாமான்கள் வாங்கி வரவேண்டும் என்ற விவரம் கொண்டது. இந்தப் பட்டியலைக் கருணை இல்லாமல் போட்டிருப்பாள். கட்டில், மெத்தை தளபாடங்களிலிருந்து கருகுமணி வரை இதில் அடங்கும். நான் புறப்பட்ட நாளிலிருந்து இவற்றைச் சேகரிப்பதற்குத் தான் எனக்கு நேரம் சரியாக இருக்கும்.

பட்டியல் போடுவதில்கூட ஓர் ஒழுங்கும் கண்ணியமும் இருந்தது. இதில் ஒரு நுட்பமான தந்திரத்தன்மை மறைந்திருப்பது சாதாரண கண்களுக்குத் தெரியாது.

விலை உயர்ந்த சாமான்கள் முதலில் இருக்கும். கருகுமணி போன்றவை கடைசி கடைசியாக இடம்பெறும். இதன் காரணம் சொல்லித் தெரியவேண்டியதில்லை.

இந்தப் பட்டியலைத்தான் நான் இப்பொழுது தொலைத்திருந்தேன். ஒரு விதத்தில் அது சந்தோசமாக இருந்தது. ஆனால் என் மனைவியின் முகம் போகும் போக்கை நினைத்ததும் மனது சங்கடப்பட்டது.

சிலருடைய கையிலே பணம் தங்காது. ஏதாவது ஒரு பொருளை வாங்கியபடியே இருக்கவேண்டும். அதன் உபயோகத்தைப் பற்றி ஆலோசிப்பது கிடையாது. காசு கையிலே இருக்கும் மட்டும் நெருப்பு போல தகிக்கும். அதைக் கொடுத்து பொருள் வாங்கினால் தான் மனம் ஆறும்.

என் மனைவியிடமும் இந்த நோய் இருந்தது. வாங்கும் நோய.

எங்கேயாவது ஒரு கம்பளத்தையோ, ஜாடியையோ, வண்ண வேலைப்பாடுகள் செய்த மரப்பெட்டியையோ, படிகக் கண்ணாடியையோ பார்த்துவிட்டால் அதை வாங்கி சொந்தமாக்கிக்கொள்ள வேண்டும் என்ற ஆசை வந்துவிடும். அதனால் ஒரு சதத்துக்கும் உபயோகம் இல்லை. ஒரு அலங்காரப் பொருளாக, காற்று வெளியை அடைத்துக்கொண்டு, தூசு தட்டுபவருக்கு வேலை கொடுத்தவாறு இருக்கும்.

ஒருமுறை ஓர் அபூர்வமான சீன பீங்கான் ஜாடி ஒரு கடையிலே இருந்தது. அதைக் கண்டது தொடக்கம் அதை வாங்கிச் சொந்த மாக்கிவிட வேண்டும் என்ற ஆசை என் மனைவியிடம் வளர்ந்தது; அதனுடைய வேலைப்பாடும் தொன்மையும் பார்ப்பவர் மனதை மயக்கும். கடைக்காரன் அதுமாதிரி இன்னொரு ஜாடி கிடைப்பது அரிது என்றான். மோகம் இன்னும் தலைக்கு மேல் ஏறிவிட்டது. உடனேயே பணமும் ஜாடியும் கைமாறின.

அதை வாங்கி இரண்டு வருடங்களுக்குப் பிறகு ஓர் ஆச்சரியம். அதே மாதிரி அச்சான இன்னொரு ஜாடி அதற்கு முன்பே வாங்கப் பட்டு பெட்டியில் பத்திரமாக இருந்தது. வாங்கிய பிறகு பெட்டியைக் கூடத் திறக்கவில்லை. அதைத் திறந்த பிறகுதான் அபூர்வமான ஜாடிகள் இரண்டு எங்களிடம் இருப்பது தெரியவந்தது.

இந்த சம்பவத்துக்குப் பிறகு என் மனைவியின் வாங்கும் வேகத்தில் தடங்கல் ஏற்பட்டிருக்கும் என்று நீங்கள் ஊகிக்கலாம். அப்படி யெல்லாம் ஒரு அசம்பாவிதமும் நடக்கவில்லை.

உயர்ந்த படிகத்தில் செய்த வைன் கிண்ணங்கள் பல உயரங்களில், பல தினுசுகளில், பல ஜொலிப்புகளில், அதிக விலைக்கு வாங்கப் பட்டு, கண்ணாடிப் பெட்டிகளில் அடைக்கப்பட்டு எங்கள் வீட்டில் காட்சி அளிக்கும். அபூர்வமான நேரங்களில்கூட அவை வெளியே வந்து தங்கள் தொழிலைச் செய்ய அனுமதிக்கப்படுவதில்லை.

பட்டியலைப் பற்றிய சிந்தனை அறுபட்டது. எங்கள் சுற்றுலா பஸ் புகழ்பெற்ற காஃகன் பள்ளத்தாக்கின் விளிம்பை அடைந்து விட்டது. அங்கே எங்களுக்கான வழிகாட்டி கழுதைகளுடன் காத் திருந்தான். எல்லா வழிகாட்டிகளையும் போல இவனும் தாடியுடனும் குல்லாவுடனும் இருப்பான் என்று எதிர்பார்த்தேன். மாறாக அவன் ஓர் இளைஞனாக இருந்தான்.

விசாரித்ததில் ஒன்று புரிந்தது. வழக்கமான வழிகாட்டி இவனு டைய தகப்பனார்தானாம். அவருக்குக் கட்டாயம் தாடியும் தொப்பி யும் இருந்திருக்கும். அவருக்கு உடல்நலம் சரியில்லை என்றபடியால் எங்களுக்குத் தற்காலிக வழிகாட்டியாக இவன் வந்திருந்தான்.

வயதில் குறைந்தவனாகிய இவனிடம் அசட்டைத்தனம் நிரம்பி யிருந்தது. இவனையும் கழுதையையும் ஒப்புநோக்கியபோது கழுதை இவனிலும் பார்க்க புத்திசாலித்தனம் கொண்டதாகத் தோன்றியது. இவனிடம் என் உயிரையும் உடமைகளையும் ஒப்புவிக்க மிகவும் தயக்கமாக இருந்தது.

அவன் கழுதையின் இரண்டு பக்கமும் சாமான்களைச் சரியான அளவு விகிதத்தில் தொங்கவிட்டான். நானும் கால்களைத் தொங்க விட்டுக்கொண்டு ஓர் உல்லாசப் பயணிக்கான உல்லாசத்தோடு பயத்தை மறைத்தவாறு பயணத்தை ஆரம்பித்தேன்.

என் வாழ்நாளில் நான் ஏறிய மிகவும் உயரமான வாகனம் சைக்கிள்தான். இதுவும் சைக்கிள் மாதிரித்தான் இருக்கும் என்று நினைத்தேன். முற்றிலும் தப்பு. அந்தக் கழுதையிலே ஆரோகணித்துப் போகும்போது மிகவும் உயரமான இடத்தில் இருப்பதுபோலவும், அந்தப் பனி மலைக்குன்றுகள் எல்லாம் எனக்குச் சொந்தமாகிவிட்டது போலவும் ஓர் எண்ணம் தோன்றியது. கழுதைக்கு என்ன தோன்றி யதோ யான் அறியேன்.

ஜெர்மன்காரன் ஏறிய கழுதை இன்னும் சிறியது. கட்டையான கால்கள். நாய்கள் படுக்குமுன் நாலு தரம் சுற்றிப்பார்த்து படுப்பது போல இவனும் நாலு தரம் கழுதையைச் சுற்றிவிட்டு ஏறினான். இவன் ஏறி உட்கார்ந்ததும் கழுதையின் கால்கள் இன்னும் இரண்டு அங்குலம் பனிச் சேற்றுக்குள் புதைந்துகொண்டன. அவனுடைய கால்கள் சேற்றைத் தொட்டும் தொடாமலும் இழுபட்டன.

கழுதையைப் பற்றி என்ன குறையும் சொல்லலாம். ஆனால் அது வேகமாக நடக்கும் என்று மட்டும் யாரும் குற்றம்சாட்ட முடியாது. தன்னிலும் பார்க்க இரண்டு மடங்கு பாரத்தை அது முணுமுணுக்காமல் காவும். ஐம்பது மைலோ, ஐந்நூறு மைலோ அதற்கு ஒரு பொருட்டில்லை. நில் என்று சொல்லும்வரை அவசர மற்ற ஒரு நடையில் நடந்துகொண்டே இருக்கும். இரண்டு கால் பிராணி நடக்கும்போது கண் பார்த்து கால் வைக்கலாம். நாலு கால் பிராணி, பின்னங்காலை வைக்கும்போது எங்கே வைக்கிறது என்று தெரிய நியாயமில்லை. எதிர்காலம் தெரியாத இந்த சோக முகம் கொண்ட கழுதையிலே சவாரிப்பது என்னைச் சங்கடப் படுத்தியது.

எங்கள் வழிநாட்டி முன்னே சென்றான். உச்சி மலைக்காற்று மெலிந்துபோய் இருந்தது. நாலா பக்கமும் பனி மலைச் சிகரங்கள். வந்த பாதை மறைந்துவிட்டது; போகும் வழியும் தெரியவில்லை. அந்தப் பயத்திலும் பனிமலைக் குன்றுகள் மகோன்னதமான அழகு டன் தோன்றியதை மறக்க முடியவில்லை. இதற்கென்று ஓடர் பண் ணியதுபோல ஆகாயம் வெண்ணிறத்திலும் வெளிர் நீலத்திலும் கலந்து கண்ணைப் பறித்தது.

வழிகாட்டி இப்பொழுது தனக்குள் பேசிக்கொள்ளத் தொடங்கி னான். இரண்டு விதமான குரல்களில் பேசினான். சில வேளைகளில் கடுமையாகப் பேசினான்; அதற்குப் பதில் மன்றாடும் குரலில் வந்தது.

இவன் பின்னால் நாங்கள் வெகு கவனமாக ஒரு பேச்சுமூச்சின்றி தொடர்ந்தோம். எங்களுக்குள் பேசாமல் வருவதற்குக் கூச்சமாக இருந்தது. நாங்களும் எங்களுக்குள் ஏதாவது பேசவேண்டும்போலப் பட்டது. அவன் அப்படித்தான் எதிர்பார்த்தான்.

போகப்போக இவனை நம்பி இவன் பின்னால் புறப்பட்டது உயர்ந்த முட்டாள்தனமாகப் பட்டது. வரும் ஆபத்துகளை இவன்

முன்கூட்டியே எச்சரிக்கை செய்ய வல்லவன் அல்லன். ஆபத்து வந்த பிறகு அது வந்துவிட்டது என்று சொல்லி எங்களுக்கு ஆறுதல் தருபவன்.

இந்தக் கழுதை இந்தப் பனிப் புதைசேற்றைக் கடக்குமா என்று கேட்டால் தாராளமாக என்று கூறுவான். கழுதை முரண்டு பிடித்து நின்றதும் இனிமேல் போகாது என்று உற்சாகப்படுத்துவான்.

இனிமேல் உலகத்தின் எந்த மூலையில், எப்படிப்பட்ட மகோன்னத மான பள்ளத்தாக்கு இருந்தாலும், அதை நான் பார்க்கப் போவ தில்லை என்று சபதம் எடுத்தபோது இரண்டு இடங்களில் என் உயிர் மயிரிழையில் தப்பியிருந்தது. பார்த்தது போதும் என்று திரும்பும்போதுதான் அந்தச் சம்பவம் நடந்தது.

நாங்கள் அந்தப் பிரதேசத்தைச் சுற்றிச்சுற்றி வந்தோம். தேவதாரு மரங்கள் தலையிலே பனிப்பூக்களைச் சூடியிருந்தன. அதிலே ஒரு மரம் என் வலது புறத்தில் இருமுறை தோன்றி மறைந்தது. கழுதை களின் சுவாசச் சத்தம் அதிகமாகியது. அவற்றின் தடமும் ஒன்றுக்கு மேல் ஒன்றாக ஒரு சைனியம் போன தோற்றத்தை உண்டுபண்ணியது.

வழிகாட்டி வழி தவறக்கூடும் என்று நான் எதிர்பார்க்கவில்லை. எங்கு பார்த்தாலும் ஒரே மாதிரி தெரியும் பனிதேசத்தில் நாங்கள் தடுமாறலாம். வழிகாட்டி தவறலாமா?

அப்பொழுதுதான் ஓர் ஆதிவாசி மேய்ப்பரின் குடிசை தென் பட்டது. இப்படியான பனி தேசத்தில், இந்த உயரத்தில்கூட மனிதர் கள் வசிக்கிறார்கள் என்று நினைத்தபோது மனதில் ஓர் அதிர்ச்சிதான் ஏற்பட்டது. அதிர்ச்சியுடன் ஒரு சந்தோசமும் வந்தது.

தாடியோடு ஒரு கிழவர். கருணையான முகம். அப்படி ஒரு கருணை முகத்தை நான் அதற்குப் பிறகு காணவில்லை. இரு குழந்தைகள். சிறுவனுக்கு வயது பத்திருக்கும்; சிறுமியின் வயது எட்டு இருக்கலாம். குடிசையின் உள்ளே ஒரு முது பெண்மணி. கிழவனாரின் மனைவி என்று ஊகிப்பதில் சிரமமில்லை. அவள் முகத்தில் மாத்திரம் வயதான கோடுகள் காணப்பட்டன. அந்தக் குழந்தைகளுக்குப் பெற்றோராகும் தகுதி உடையவர்கள் அங்கு காணப்படவில்லை.

இந்த எளிய மேய்ப்பர்களிடம் ஒன்றுமேயில்லை. அவர்கள் உடமைகள் எல்லாம் ஒரு கழுதைச் சுமையில் அடங்கும். இவர்களை நம்பி ஓர் ஆட்டு மந்தை இருந்தது. அந்த மந்தையை நம்பி இவர்கள் இருந்தார்கள்.

வழிகாட்டி கிழவனாருடன் பேசினான். தனக்குள்ளே இவ்வளவு பேசுபவன் பிறரைக் கண்டால் விடுவானா? அவர்கள் பேச்சு வெகு நேரம் நீடித்தது.

இந்தச் சிறுபிள்ளைகளுக்கு நாங்கள் என்ன செய்தோம்? எங் களைக் கண்டதும் அவர்கள் முகத்தில் அப்படியொரு பூரிப்பு.

நாங்கள் அவர்களுக்கு ஒன்றுமே கொண்டுவரவில்லை. ஒரு சூயிங்கம் கூட இல்லாமல் போய்விட்டது. ஆனால் அந்த முகங்களில் வேற்று மனிதரைக் கண்ட மகிழ்ச்சி பொங்கி வீசியது.

அவர்களுடைய கேசம் செம்மண் கலரில் இருந்தது. முகத்தைத் தவிர உடம்பு முழுக்க போர்த்தி ஆடை அணிந்திருந்தார்கள். பச்சை, நீலம், சிவப்பு, மஞ்சள் போன்ற வண்ணங்கள் கண்ணைப் பறித்தன. அவர்கள் கன்னங்கள் எல்லாம் குங்குமம் பூசியதுபோல சிவந்துபோய் கிடந்தன. சொக்கலட் உருகி ஒட்டியதுபோல கன்னத்தில் ஊத்தை அப்பியிருந்தது. அந்த ஊத்தை சுரண்டி எடுக்கக்கூடிய மாதிரி திட்டாகக் காணப்பட்டது. தண்ணீரில் கை வைக்க முடியாத ஊரில் இந்தக் குழந்தைகள் ஆறுமாதத்திற்கு ஒரு முறையாவது குளிப்பார்களா என்பது சந்தேகமே.

நாங்கள் வழி தவறிவிட்டோம்; சரியான வழியைக் காட்டவும் என்பதை அவர்கள் மொழியில் கேட்பதற்கு அரை மணி நேரம் பிடிக்குமா? வழிகாட்டியும் கிழவனாரும் சூடான விவாதத்தில் இருந்தனர். வழிகாட்டி இடது கையைத் தூக்கிக் காட்டி மலைகளை ஏதோ குற்றம் சாட்டினான். கிழவர் அதை ஏற்கவில்லை. தன் தரப்புக்கு மறைந்துபோன பனிமலைப் பாதையைக் காட்டிப் பேசினார். வழிகாட்டிக்கு இன்னும் கோபம் வந்துவிட்டது. மலைகளை அநியாய மாகத் திட்டித் தீர்த்தான்.

குழந்தைகளுக்கு இந்த விவாதத்தில் அக்கறை இல்லை. அவர்கள் கிட்டவந்தபோது ஒருவிதமான துர்நெடி வீசியது. அந்தப் பெண் குழந்தையின் கண் இமைகளில் வைரத்துண்டுகள் ஒட்டியிருந்தன. அவர்கள் பார்த்த முதல் அந்நிய மனிதர்கள் நாங்களாகத்தான் இருக்கவேண்டும். கண்கள் மலர எங்களை அண்ணாந்து பார்த்த படியே இருந்தனர்.

திடீரென்று விவாதம் முடிந்தது. ஆட்டுப்பால் அருந்தித்தான் போகவேண்டும் என்று கிழவர் பிடிவாதம் பிடித்தார். இதை வழிகாட்டி மொழிபெயர்க்கு முன்னமேயே ஜெர்மன்காரன் அவசரமாக கீழே குதித்து ஆட்டுப்பாலுக்காக ஏங்கிக் காத்திருக்கத் தொடங்கினான்.

அந்தக் கிழவி சுறுசுறுப்பாக ஆட்டைப் பிடித்துப் பால் கறந்தாள். நாங்கள் குளிர் பெட்டியில் பால் வைத்து எடுப்பதுபோல அவள் ஆட்டிலேயிருந்து சாதாரணமாகப் பால் எடுத்தாள். எங்களை உபசரிப்பதில் அவர்கள் மிகுந்த அக்கறை காட்டினார்கள். குழந்தைகளுடைய பரபரப்பிலிருந்து ஏதோ விசேஷ ஏற்பாடுகள் நடக்கின்றன என்று ஊகிக்கக்கூடியதாக இருந்தது.

பால் சூடாக்கப்பட்டது. ஆனால் தகுந்த கோப்பைகளில் அதைப் பரிமாறுவதில் சில சிரமங்கள் இருந்தன. கிழவியின் கண் அசைப்பில் கிழவர் உள்ளே போய் பெட்டியைத் திறந்தார். குழந்தைகளுடைய கண்கள் ஆச்சரியத்தில் மலர்ந்தன. அப்பொழுதுதான் புரிந்தது

இந்த இரண்டு அந்நியர்களுக்காக விசேஷமான கோப்பைகள் வெளியே வந்திருக்கின்றன என்று. அவை, பாட்டன் வழிச் சொத்தாக வருடக்கணக்கில் ஒரு பெட்டியில் பூட்டப்பட்டு மூதாதைத் தன்மை யுடன் காணப்பட்டன.

வழிகாட்டிக்குப் பால் ஒரு தகரக் குவளையில் வந்தது. சிறுவன் கொண்டுவந்து வைத்தான். எனக்கும் ஜெர்மன்காரனுக்கும் விளிம்பு கள் உடைந்து, கோடுகள் விழுந்து மிகவும் பொக்கிஷமாகப் பாது காக்கப்பட்ட சீனக் கோப்பைகளில் வந்தது. சிறுவன் இந்தக் கோப்பைகளைத் தொட அநுமதிக்கப்படவில்லை. சிறுமி அகல விரிந்த கண்களோடு இந்தக் கோப்பைகளையே பார்த்தாள். கிழவனார் மாத்திரம் இதைத் தன் கையால் பக்குவமாக எடுத்துவந்து தந்தார்.

முன்பின் தெரியாத எங்களுக்குப் பன்னிரண்டாயிரம் அடி உயரத்தில் இந்த மறக்க முடியாத விருந்துபசாரம் நடைபெற்றது. உலகத்தோடு தொடர்பு அறுபட்டு, வறுமைக் கோட்டின்கீழ் வாழும் அந்தச் சிறு குடும்பம் இந்த விருந்தைச் செய்தது. ஜெர்மன் காரன் கையில் அந்தக் கோப்பை மிகவும் சிறியதாகத் தோன்றியது. கோப்பையை மிகக் கவனமாகக் கையாண்டு குடித்ததில் நான் ஆட்டுப்பாலின் சுவையை அறியத் தவறிவிட்டேன்.

முன்பின் தெரியாத அந்தக் கிழவனாரிடம் சொல்லிக்கொண்டு விடைபெறுவதற்குத் தயக்கமாக இருந்தது. அந்தச் சிறுவனும் சிறுமியும் கூட எங்கள் பிரிவைத் தாங்க முடியாது போன்ற சோகத்தோடு முகத்தை வைத்துக்கொண்டிருந்தார்கள். இவ்வளவுக்கும் நாங்கள் ஒன்றுமே செய்யவில்லை, அவர்களுடைய ஆட்டுப்பாலைக் குடித் ததைத் தவிர.

விடைபெற்று வெளியே வந்தபோது கழுதை தயாராக நின்றது. அதனுடைய சோகமான முகத்தில் ஒருவித மாற்றமும் இல்லை. அதிலே தந்திரமாக ஏறுவதற்குத் தயார் செய்தபடி இன்னொரு முறை திரும்பிப் பார்த்தேன்.

நான் திரும்பிப் பார்த்தபோது, முகத்திலே கோடுகள் பதித்த அந்த மூதாட்டி நாங்கள் ஆட்டுப்பால் அருந்திய கோப்பைகளை அந்தச் சிறுபெண்ணிடமிருந்து பறித்துக்கொண்டு அவசரமாக உள்ளே போனாள். விளிம்புகள் உடைந்த அந்தக் கோப்பைகள் சுத்தப்படுத்தப் பட்டு மறுபடியும் பெட்டிக்குள் வைத்து பாதுகாக்கப்படும், இன்னும் இரண்டு அந்நியர்கள் வழி தவறும்வரை.

பின் குறிப்பு :

கதை சொல்லும் உற்சாகத்தில் ஒரு தகவலை உங்களுக்குச் சொல்ல மறந்து விட்டேன். நான் வந்த வேலையை முடித்துவிட்டு திரும்புவதற்காக விமான நிலையம் சென்றிருந்தேன். விமான டிக்கட்டை கொடுத்துவிட்டு சூட்கேஸைத் தூக்கி பீடத்தில் வைப்ப

தற்குக் குனிந்தேன். அப்போது டிக்கெட் அட்டைக்குள் மிகவும் பத்திரமாக வைத்திருந்த என் மனைவியின் பட்டியல் கீழே விழுந்தது. அதுவரை பட்டியல் தொலைந்துவிட்டது என்று மனைவியிடம் சொல்லிச் சமாளிக்கலாம் என்று நினைத்திருந்தேன். ஆனால் இனிமேல் அப்படிச் சொல்லமுடியாது.

எதிரி

கனகாலமாகத் தனக்கு ஓர் எதிரி இருப்பது அவருக்குத் தெரியாது. இவ்வளவு கால முயற்சிக்குப் பிறகு இப்போது தான் ஒரு நம்பகமான எதிரி வாய்த்திருந்தது. அந்த எதிரியும் ஒரு பாம்பாக இருக்கும் என்று அவர் எதிர் பார்க்கவில்லை.

கடந்த ஆறுமாத காலமாக இது நடந்து வந்திருக்கிறது. அவருக்குத் தெரியாமல். ஒருநாள் மாலை கோழிகளை எல்லாம் அடைத்து மூடும் சமயத்தில் தற்செயலாகப் பார்த்தார். இரண்டு முட்டைகள் கேட்பாரற்றுக் கிடந் தன. நாளை காலை பார்க்கலாம் என்று கூட்டை அடைத்து மூடிவிட்டார் ம்வாங்கி.

மறுநாள் பார்த்தால் முட்டைகளைக் காணவில்லை. எமிலியிடம் கேட்டுப் பார்த்தார். அவள் அந்தப் பக்கமே போகவில்லையென்று சொல்லிவிட்டாள். பக்கத்துக் குடிசைகளில் விசாரித்தார். அவர்களுக்கும் தெரிய வில்லை.

நாலு சந்தைநாட்களுக்குப் பிறகு இன்னொருமுறை இது நடந்தது. அப்பொழுது சாடையாக மழை பெய்து தரை ஈரமாகியிருந்தது. பாம்பு தரையில் ஊர்ந்துபோன தடம் அப்படியே தெரிந்தது. அந்தக் கணமே இது பாம்பின் வேலையென்பதை ம்வாங்கி கண்டுகொண் டார். அதை எப்படியாவது கொன்றுவிடவேண்டும் என்று தீர்மானித்தார்.

பாம்பைப் பிடிப்பதோ அடிப்பதோ அவருக்கு உகந்த காரியமல்ல. கோழி வளர்ப்பதுகூட அவர் தொழில் அல்ல. எல்லாம் தற்செயலாக நடந்ததுதான்.

அவர் மெத்தப் படித்த படிப்பாளி. நைரோபியி லிருந்து முப்பது மைல் தூரத்தில் இருக்கும் ஒரு கிறிஸ் தவப் பள்ளியில் படித்தவர். அந்தக் கர்வம் அவருக்கு இருந்தது. சீனியர் சேர்டிபிக்கட் செகண்ட் டிவிஷன். அவருடைய படிப்புக்கும் அறிவுக்கும் இது ஏற்ற தொழில் அல்ல என்பது அவருக்கு நன்றாகவே தெரிந்திருந்தது.

அந்த சேர்டிபிக்கட்டைத் தூக்கிக்கொண்டு அவர் எத்தனையோ கம்பனிகள் ஏறி இறங்கினார். தன் தகுதி

களைக் கொஞ்சம் மிகைப்படவே கூறினார். இருந்தாலும் குதிரை பாயவில்லை. அவருடைய பெருமையை யாரும் உணர்ந்ததாகவும் தெரியவில்லை. கடைசியில் அவருக்குக் கிடைத்தது என்னவோ பால் டிப்போவில் படியளக்கும் வேலைதான்.

சிலகாலம் இந்த வேலை சிரமமில்லாமல் போய்க்கொண்டிருந்தது. அதிகாலையிலிருந்தே வேலை தொடங்கிவிடும். ஒரு திறப்பு திருப்பும் நேரம்கூட உட்கார முடியாது. நின்றுகொண்டே வேலை செய்ய வேண்டும்.

ஆறுமணியிலிருந்து வருகின்ற பாலை எல்லாம் நிறுத்து நிறுத்து பெரும் அண்டாக்களில் ஊற்றுவார். கிழவர்கள், குமரிகள், சிறுவர்கள் என்று வரிசை நீண்டுபோய் இருக்கும். அது போதாதென்று மறுபக்கத்தில் பால் வாங்குவதற்காக இன்னொரு வரிசை நிற்கும். இரண்டு வரிசைகளையும் ஒரே சமயத்தில் சமாளிக்க வேண்டும்.

இந்தச் சமயத்தில்தான் சீனியர் சேர்டிபிக்கட் செகண்ட் டிவிஷன் மூளையைப் பாவிக்கும் சந்தர்ப்பம் ம்வாங்கிக்குக் கிடைத்தது.

அதற்கு காரணம் எமிலி ஒகினாவாதான். அதிகாலையில் அவள் வந்துவிடுவாள், பால் வாங்குவதற்காக. கையிலே ஒரு கைக்குழந்தையையும் தூக்கிக்கொண்டு. உயரமாகவும் அடர்த்தியாகவும் இருப்பாள். அவள் அசைந்துவரும் காட்சி இவர் மனசை என்னவோ செய்யும்.

அவள் தலைமயிரை எப்படிப் போட்டாலும் ஒரு கவர்ச்சிதான். கலைத்துவிட்டாலும், விரித்துவிட்டாலும், பின்னிவிட்டாலும், முன்னேவிட்டாலும், கோபுரம் செய்தாலும், கோத்துக் கட்டினாலும் எல்லாவற்றிலும் ஓர் அழகு இருக்கும்.

களவு செய்யத் தூண்டியதும் அந்த அழகுதான்.

ம்வாங்கியை நேர்மையானவர் என்று யாரும் புகழ முடியாது. பள்ளிக்கூடத்தில் படிக்கும்போதே கால்பந்து விளையாடி உடம்பை வாட்டசாட்டமாக வைத்திருந்தார். கோல் போடுவதில் மன்னர். கால்களால் போட்ட கோலுக்குச் சமமாகக் கைகளாலும் போட்டிருக்கிறார்.

எமிலி வந்த நேரங்களில் ஒரு லிட்டருக்கு இரண்டு லிட்டர் பால் தாராளமாக வழங்கினார். ஊரார் வீட்டுப்பாலை இப்படி வாரிவாரி வழங்கி ஒருநாள் பிடிபட்டு வீட்டுக்கு அனுப்பப்பட்டுவிட்டார். அப்போதுதான் அவருக்குக் கோழிப்பண்ணை வைக்கும் எண்ணம் உதித்தது.

கோழிகளைப் பற்றி அவருக்கு முந்திபிந்தித் தெரியாது. கோழிகளும் அவர் பெருமையில் மெய் சிலிர்த்துப்போய் இருக்கவில்லை. சீனியர் சேர்டிபிக்கட் செகண்ட் டிவிஷனுக்கு ஏற்ற தொழில் இல்லை என்பதும் அவருக்குத் தெரிந்திருந்தது. பிறரிடம் கைகட்டி நிற்காமல் சுதந்திரமாக இருக்கலாம், சொந்த சம்பாத்தியத்தில் முன்னுக்கு வந்துவிடலாம் என்பதெல்லாம் காரணங்கள்.

ஆனால் உண்மையான காரணம் வேறு. இவர் கோழிப்பண்ணை வைத்துக் கிராமத்திலேயே தங்கிவிட்டால் எமிலியும் கூடவே வந்து விடுவதாகச் சொல்லியிருந்தாள். அந்த உற்சாகத்தில் அவர் கண்கள் கொஞ்சம் மூடிவிட்டது என்னவோ உண்மைதான்.

அவரிடம் வேலைபார்த்த கிழவன் இஞ்சரேகோவுக்குக் கோழி வளர்ப்புப் பற்றி கொஞ்சம் தெரியும். இவரும் கூடமாட வேலை செய்தார். தீனி வைத்தார். தண்ணி காட்டினார். மரத்தூளைச் சுமந்து வந்து பரவினார். பெருக்கினார். உடல் முறியப் பாடுபட்டார். ஆற்றுக்கு அந்தக்கரை கள்ளத் தொடர்பு வைத்தவன் நீச்சல் பழகித் தானே ஆகவேண்டும்.

கடந்த ஆறுமாத காலமாக எல்லாம் சுமுகமாகவே போய்க் கொண்டிருந்தது - அந்தப் பாம்பு வரும்வரை.

அது மிகவும் தந்திரம் வாய்ந்த பாம்பு. எவ்வளவுதான் கம்பிவலை ஓட்டைகளைச் சரிபண்ணி வைத்தாலும் சுலபமாக உள்ளே புகுந்து விடுகிறது. எப்படி வருகிறது எப்படிப் போகிறது என்பது மர்மமாகவே இருந்தது.

ம்வாங்கியும் கிழவனும் விழுந்துவிழுந்து உழைத்தார்கள், பாம்புக்குத் தீனி போடுவதற்காக. அந்தப் பாம்பும் மினுமினுவென்று ஒருவர் பொறாமைப்படும் வழவழப்போடு வளர்ந்துகொண்டு வந்தது. அடிக்கடி முட்டைகளையும், அவ்வப்போது உடம்பில் புரதச் சத்து குறைவது போன்று தோன்றும் சமயங்களில், பதமான கோழிக் குஞ்சுகளையும் சாப்பிட்டு உடம்பைத் தேற்றிக்கொண்டிருந்தது.

தண்ணீர்ப்பாங்கான இடங்களில் வளரும் பீவர் (*Fever*) மரம் மஞ்சளாக, வழவழப்பாக பார்ப்பதற்கு லட்சணமாக இருக்கும். அதன் வலுவான கொம்புகளில் ஒன்றை ம்வாங்கி வெட்டி வைத்துக் கொண்டார். அது கெட்டியாகவும், கைக்கு லாவகமாகவும், வீசுவதற்கு ஏதுவாகவும், வளைந்துகொடுக்கும் தன்மையுடையதாகவும் இருந்தது. பாம்பை வெல்லுவதற்கு இதைவிடத் தகுந்த ஆயுதம் இல்லையென்பது அவருக்குத் தெரியும்.

இந்த ஆயுதம் எப்பவும் அவர் படுக்கையின் அருகிலேயே இருந்தது. அடிக்கடி அதை எடுத்து, காற்றிலே வீசிப் பயிற்சி பண்ணிக்கொள்வார். அதைத் தடவுவார். அதற்கு ஆறுதல் சொல்வார். இப்படியாகச் சமர் புரிவதற்கு எப்பவும் ஒரு தயார் நிலையில் இருந்தார்.

அந்த வழவழப்பான தடியை அவர் இப்படி வெறும் ஆராதனை செய்ததில் எமிலிக்கு உடன்பாடு இருந்ததாகச் சொல்லமுடியாது. அவளுடைய இரண்டுவயசுக் குழந்தை அடிக்கடி அவள் கண்ணிலே படாமல் வெளியேபோய் விளையாடத் தொடங்கியிருந்தது. எங்கே அந்தப் பாம்பு கடித்துவிடுமோ என்று பயந்தபடியே இருந்தாள்.

ஆனால் நடுஇரவு நேரங்களில் ம்வாங்கி ஒரு கையில் ரோர்ச் சுடனும், மறு கையில் பீவர் மரத்துக் கம்புடனும் மூங்கில் கட்டிலை விட்டு மெதுவாக இறங்கிக் கள்ளன்போல் அடிமேல் அடிவைத்துப்

போய் பாம்பை யுத்தத்திற்கு அழைப்பது அவளுக்குப் பிடிக்கவில்லை. இருட்டிலே தவறிப்போய் பாம்பின் மேல் காலை வைத்துவிட்டால் என்ன ஆகும் என்ற பயம் அவளைப் பிடித்து வதைத்தது.

ம்வாங்கி அவள் சொல்லைக் கேட்கப்போவதில்லை. இப்ப வெல்லாம் அவருக்குக் கோழியின் மேல் உள்ள கவனம் போய்விட் டது; பாம்பைப் பற்றிய நினைப்பாகவே இருந்தார். அதை எப்படியும் கொன்றுவிட வேண்டும் என்ற ஆவேசம் அவருக்கு நாளுக்குநாள் அதிகரித்து வந்தது.

இவ்வளவுக்கும் அவர் தன் பரம விரோதியான பாம்பை ஒருமுறை கூடப் பார்த்ததில்லை. அந்தப் பாம்புக்குக்கூடத் தன் புரவலரை ஒருநாளாவது பார்க்கவேண்டும் என்ற எண்ணம் தோன்றியதில்லை. ம்வாங்கிக்குத் தெரிந்ததெல்லாம் அது வந்துபோகும் தடங்கள்தான். அத்துடன் முட்டைகளின் எண்ணிக்கையும் கணிசமாகக் குறைந்து கொண்டே வந்தது.

ஒருநாள் இந்த எதிரிகள் நேருக்குநேர் சந்தித்துக் கொண்டார்கள். எதிர்பாராமல்தான் இது நடந்தது.

முதலில் கண்டது பக்கத்து வீட்டு யோசப்தான். அவன்தான் ம்வாங்கியைச் சத்தம்போட்டு அழைத்தான். இப்படி ஒரு வேலையும் செய்யாமல், அன்றாடம் வேட்டைக்குப் போகாமல், தினம்தினம் கிடைக்கும் முட்டை வருவாயில் அந்தப் பாம்புக்கு அலுப்பு ஏற்பட்டி ருக்கலாம். மெதுவாக வெளியில் வந்து அந்த இளம் வெய்யிலை அனுபவித்துக்கொண்டிருந்தது. இலவசமென்றாலும் உண்ட களைப்பு அதற்கும் இருக்கத்தானே செய்யும்.

அதைக் கண்டதும் ம்வாங்கி சிறிது நேரம் மெய்சிலிர்த்துப்போய் நின்றார். என்ன அழகான காட்சி. என்ன அலட்சியமான பார்வை. நாளைக்குப் பேசிக்கொள்ளலாம் என்பதுபோல. விர்ரென்று வீட்டி னுள்ளே புகுந்து பீவர் மரத்துக் கம்பைத் தூக்கி மஸாய் வீரன்போல் தலைக்குமேல் பிடித்தபடி பாய்ந்து வந்தார்.

பாம்பு பார்த்துவிட்டது. இவருடைய எண்ணம் ஆரோக்கியமான தல்ல என்பது அதற்கு எப்படியோ தெரிந்துவிட்டது.

உஸ்ஸென்று நிமிர்ந்தது. அதனுடைய மணிக் கண்கள் பளபளத் தன. சிறிய தலையில் அவை பெரிதாகத் தெரிந்தன. செக்கச் சிவந்த பிளவு நாக்கை வெளியே விட்டு காற்றைச் சோதித்தது. படத்தை விரித்து தன் சுயரூபத்தைக் காட்டியது. பிறகு என்ன நினைத்ததோ, உடலைச் சுருக்கி செங்கல் குவியலுக்குள் புகுந்து கொண்டது. ஒரு சமமான எதிரிக்குக் கொடுக்கவேண்டிய மரியா தையை அது செய்யத் தவறியது.

ம்வாங்கியும் பெரிய தவறு செய்தார். அந்தப் பாம்பிடம் மிகவும் அநாகரிகமாக நடந்துகொண்டார். அது நிராயுதபாணியாக நின்றது. இவர் தடியைச் சுழற்றியபடி வெறிகொண்டவரைப் போல் செங்கல் குவியலைச் சுற்றி நாலுதரம் ஓடினார். பாம்பு அவசரமில்லாமல்

ஒரு பக்கத்தால் வழிந்து கத்தாளை புதர்களுக்குள் போய் மறுகணம் மறைந்துவிட்டது.

ம்வாங்கி இப்படி ஓடியதற்குக் காரணம் அந்தப் பிராந்தியத்தில் மலிந்திருக்கும் துப்பும் பாம்பாக அது இருக்குமோ என்று நினைத்தது தான். துப்பும் பாம்பை அடிப்பதற்குச் சாமர்த்தியம் வேண்டும். அது பத்தடி தூரம் வரைக்கும் கண்ணைக் குறிவைத்துத் துப்பும். விஷம் பட்டால் கண்பார்வை போய்விடும். அதுதான் வால்பக்கம் இருந்து அடிப்பதற்காக வசதி பார்த்தார். ஆனால் பிறகுதான் இது துப்பும் பாம்பு அல்ல என்று அவருக்குத் தெரிந்தது.

இப்படியாக முதல்நாள் போர் ம்வாங்கிக்கு முற்றிலும் தோல்வியில் முடிந்தது.

பாம்புக்கு இந்தச் சம்பவம் பிடிக்கவில்லை. அது தானும் தன்பாடு மாக இருந்த பாம்பு. தனக்கும் கோழிகளுக்கும் இடையில் இருக்கும் ஒப்பந்தத்தில் இன்னொருவர் அத்துமீறிப் புகுந்துவிட்டதாக அது நினைத்தது. தன் அதிருப்தியைக் காட்டுவதற்குத் தருணம் பார்த் திருந்தது.

அடுத்த நாள் காலை ம்வாங்கி வெளியே வந்து பார்த்தபோது அது முட்டையைக் குடித்துவிட்டு சக்கையை வாசலிலே உமிழ்ந்து விட்டிருந்தது. எத்தனை முட்டை களவுபோனது என்று அவர் இனிமேல் தன்னுடைய சுருட்டை மயிரைப் பிடித்து இழுத்துக் குழம்பத் தேவையில்லை. அவ்வப்போது அதிகாலையில் வந்து *attendance* கொடுப்பது போல முட்டைக் கோதைத் துப்பிக் கணக்குக் கொடுத்துவிட்டுப் போனது.

ம்வாங்கி தன் முயற்சியில் இன்னும் தீவிரமானார்.

அன்று அவருக்கு வெகு நேரமாகத் தூக்கம் வரவில்லை. பாம்பைப் பற்றிய சிந்தனையாகவே இருந்தது. காற்றுப் புக முடியாத அந்தச் சிறு அறையில் மாட்டுத் தோல் போர்த்திய கட்டிலில் அவர் படுத்துக்கிடந்தார்.

பக்கத்திலே எமிலி. அந்த இருட்டிலும் அவள் மார்புகள் சீராக ஏறி இறங்குவது தெரிந்தது. அவள் பக்கமிருந்து மெல்லியதாக வெப்பவாடை வீசியது.

ஒரு நாளைப்போல 'சுக்குமாவிக்கி' சாப்பிடுவோரிடம் வெளிப் படும் அந்த வாசனை வீச்சம் அவளிடம் கொஞ்சம் அதிகமாகவே இருந்தது. அது அவரை என்னவோ செய்தது. இருட்டிலே துளாவி னார். அவளுடைய லாஸாவின் நுனியைக் கைகளினால் தடவிக் கண்டுபிடித்து சுருக்கை இழுப்பதற்குக் கொஞ்ச நேரம் ஆனது.

'வாச்சா, வாச்சா' என்று முனகியபடி திரும்பி அவருக்கு வசதி யான நிலையில் படுத்துக்கொண்டாள். அவளுடைய கை யதேச்சை யாக அவர் தொடையின்மேல் வந்து விழுந்தது.

அவருக்குப் பிடித்தது இதுதான். மறுப்பு சொல்லமாட்டாள். அடிக்கடி 'தாராள மனசுப் பொம்பிளை எப்பவும் பிள்ளைத்தாய்ச்சி' என்று சொல்லிச் செல்லமாக அவரைக் கடிந்துகொள்வாள். ஆனால் மறுக்கமாட்டாள்.

எமிலியின் மகனுக்கு இப்போது இரண்டு வயதாகிறது. அவனுக்கு நாலு வயதாகும்போது தங்கள் திருமணத்தை நடத்த அவர்கள் திட்டமிட்டிருந்தார்கள். எமிலிக்கு ஆடம்பரமாக மணச்சடங்கு நடத்தவேண்டும் என்ற விருப்பம் இருந்தது. தேவதைபோல வெள்ளை ஆடை உடுத்தி, முகத்திரையிட்டு, நீண்ட சில்க் கையுறை அணிந்து இசைக்கேற்ப நடந்துவர வேண்டுமென்பது அவள் ஆசை. அவளுடைய மகன் மலர்ச்செண்டு ஏந்தி ஊர்வலத்தின்முன் நடப்பதை அடிக்கடிக் கற்பனை செய்து பார்ப்பாள்.

ஒரு கணிசமான அளவு சேமிப்பு எமிலியிடம் இருந்தது. ம்வாங்கியும் கொஞ்சம் சேமித்தால் விரைவில் திருமணத்தை நடத்திவிடலாம். ஆனால் இந்தப் பாம்பு அதற்குத் துணை புரிவதாகத் தெரியவில்லை.

அப்பொழுதுதான் ம்வாங்கியின் மூளையில் ஒரு மின்னலடித்தது. அந்தப் பாம்பு பதினாலு அடி நீளம் இருந்தது. என்ன வேகமாக மறைந்தது. கண்மணிகள் எவ்வளவு பெரிது. வழவழப்பான கறுப்பு. ஆப்பிரிக்காவின் கறுப்பு மம்பா அல்லவா அது!

இந்தப் பாம்பு மரம் ஏறக்கூடியது. மரத்தின் வழியாக ஏறி கூரை மூலமாக அல்லவா இது உள்ளே வருகிறது. கதவு ஓட்டைகளையும், வலைப் பின்னல்களையும் மாய்ந்து மாய்ந்து அடைத்து என்ன பிரயோசனம்!

மறுபடியும் ரோர்ச்சை எடுத்துக்கொண்டு போர் ஆயத்தங்களோடு நடு இரவில் புறப்பட்டார். அந்தப் பாம்பு அவருக்குப் பெரும் சவாலாகத்தான் இருந்தது.

தனக்குத் தெரிந்த பலவித சிகிச்சைகளையும் அவர் செய்து பார்த்துவிட்டார். வளைந்த மரக்கிளைகளை எல்லாம் வெட்டிச் சாய்த்தார். சுற்றிவர மண்ணெண்ணெய் ஊற்றி வைத்தார். தார் பூசினார். தகரத்தை அடித்தார். இரவிரவாக விளக்குகளை எரியவிட்டார். அவருடைய சீனியர் சேர்டிபிக்கட் செகண்ட் டிவிஷன் மூளைக்கு எட்டிய அற்புதமான யோசனைகள் எல்லாவற்றையும் செயல்படுத்தினார்.

பாம்பு மசியவில்லை. எல்லாவிதத் தந்திரோபாயங்களையும் அது கற்றுத் தேர்ந்திருந்தது. குதிரையைத் தொலைத்தவன் குட்டையிலும் தேடுவான்; கூரை முகட்டிலும் தேடுவான். அவனுக்குத் தெரியும் அவன் கஷ்டம். ம்வாங்கி எல்லா வித்தைகளையும் செய்து களைத்துவிட்டார்.

முள்ளம்பன்றியை மடியிலே கட்டிக்கொண்டு முதுகு சொறியப் பயணம்போன கதையாக யோசப்பை மறந்துவிட்டார் ம்வாங்கி. பக்கத்து வீட்டுக்காரர். பாம்புகளின் பூர்வீகம் அறிந்தவர். கடைசி

முயற்சியாக யோசப் சொன்ன யோசனையைச் செய்துபார்க்கலாம் என்ற முடிவுக்கு வந்தார்.

எமிலியிடம் அவருக்கு ஒரு வருடத்திற்குப் போதிய காதல் இருந்தது. ஆனால் அவருக்குப் பிடிக்காதது அவளுடைய பிடிவாதம்தான். சிறு குழந்தையைப்போல எவ்வளவு முரண்டுபிடிக்கிறாள்!

வீட்டிலே பிறந்த மேனியாகத் திரியக்கூடாது என்று வந்த நாளிலிருந்தே ஒரு சட்டம் போட்டுவிட்டாள். அதிலே அவருக்குப் பெரிய சங்கடம்தான். ஆனாலும் அவள் வீட்டிலே இருக்கும் நேரங்களில் எவ்வளவு கஷ்டத்திலும் அதைக் கடைப்பிடித்து வந்தார்.

மற்றது இன்னும் கொடூரமானது. அவர்கள் சமையலறையில் ஒரு சிறுமேடை இருக்கும். வசதியானது. இவர்களுக்காகவே கட்டியது போலிருந்தது. எவ்வளவுதான் அவசரமாக இருந்தாலும் அவளை அந்த மேடையிலே கூப்பிட்டால் வரவே மாட்டாள். அப்படி ஒரு பிடிவாதம். போகிறது.

திடீரென்று அவள் அந்த வீட்டிலிருக்கப் பயந்தாள். அவள் மிகவும் பயப்படுவது மகனைப் பற்றித்தான். கறுப்பு மம்பாவின் விஷம் பொல்லாதது. கடித்த சில விநாடிகளில் உயிர் பிரிந்துவிடும். ம்வாங்கி இந்தப் பாம்பு விஷயத்தில் மிகவும் மெத்தனமாக நடப்பது போல் அவளுக்குப்பட்டது.

எமிலியின் அவசரத்திற்கு ஏற்றபடி ம்வாங்கி வேகமாகச் செயல்படவில்லை. அதுதான் அவளுக்குக் கோபம். சமையலறையில் நிலம் அதிர்ந்தது. துக்கம் அநுட்டிக்கும் அரைக் கம்பத்துக் கொடிபோல அவள் கண்கள் பாதி மூடியிருந்தன. உதடுகள் துடித்தன. கால்களைக் கத்தரிக்கோல் போல விரித்துப் போட்டிருந்தாள். அவள் கைகள் மரெண்டாக் கீரையை மளமளவென்று நறுக்கியபடி இருந்தன.

ம்வாங்கி அவசரத்தில் அவளுடைய மரிந்தா அங்கியை அணிந்திருந்தார். அதிலே பெரிய பூக்கள் போட்டிருந்தன. நுனிக்காலில் நடந்துவந்து மெதுவாக அவள் பக்கத்தில் உட்கார்ந்தார். அவள் கையைப் பற்றினார். அவள் திமிறினாள்.

'விலைபோகாத பெண்ணே! என் வாசனைத் திரவியமே! உன் கண்களை என்மேல் திருப்பு. சூடாய் இருக்கும் தண்ணீர் ஆறித்தானே ஆகவேண்டும். ஒருநாள் இந்தப் பாம்பை நான் கொன்றுவிடுவேன். கொஞ்சம் பொறுமையாக இரு,' என்றார் ம்வாங்கி, மன்றாடும் குரலில்.

'என் மகன் தங்க வேண்டும் என்று விரும்புகிறேன். அவன் இரவு படுக்கப் போகும்போது நான் பார்க்கிறேன். அடுத்தநாள் காலை அவன் கண் விழிப்பதை நான் காணவேண்டுமே என என் மனம் பயந்து நடுங்குகிறது. வெள்ளம் கணுக்கால்வரை வந்ததும் வாரி இறைக்க வேண்டாமா? ஒரு பாம்பை அடிக்க இவ்வளவு நாடகமா? உலகத்து உடமைக்காரரிடம் என் மகனை ஒப்படைத்துவிட்டேன். என் சொற்கள் எல்லாம் தீர்ந்துவிட்டன. கபிஸா. என் வந்தனங்கள்'.

அவளுடைய வார்த்தைகள் வேகமாக வந்து விழுந்தன, நீதிபதியின் சுத்தியலைப் போல. ம்வாங்கி அவள் காதுகளை வருடினார். அவள் முனகும் சமயமாகப் பார்த்து பலவந்தமாக இழுத்து அணைத் தார். அவள் தோள்கள் விறைப்புடன் அடிபணிய மறுத்தன. அவள் மேல்உதடு தடிமனாகவும், யாமசோமா இறைச்சி போல சுவையாகவும் இருந்தது.

தலையை ஒரு பக்கம் சாய்த்து அவரைப் பார்த்தாள். மூக்கைச் சுருக்கி பிகு செய்தாள். திரும்பமுடியாத ஒரு எல்லைக்குத் தான் தள்ளப்பட்டதை உணர்ந்தாள். சாப்பாட்டின் கடைசி வாய்போல ம்வாங்கி அவளை ருசித்தார்.

யோசப் சொன்ன யோசனை சிக்கனமானது. இலகுவானது. நாலு 'பிங்பாங்' பந்துகளை வாங்கி முட்டைகளுடன் கலந்து வைத்து விடுவது. பிளாஸ்டிக்கில் செய்த அந்த பந்துகள் முட்டை போலவே இருக்கும். பாம்பு பந்தை விழுங்கி விடும். இது உத்திரவாதமானது. கிராமங்களில் இதுதான் பாம்பு பிடிக்கும் முறை என்றெல்லாம் யோசப் அளந்தான். பாம்பு ஏமாந்துவிடும் என்று அடித்துக் கூறினான்.

அன்று இரவு ம்வாங்கி மூன்று தடவை எழும்பி பாம்பு வேட்டைக்குப் போய் வந்திருந்தார். அதனால் நேரம் போனது அவருக்குத் தெரியவில்லை. பலபலவென்று விடிந்த பிறகே எழும்பி னார். எமிலி மகனையும் தூக்கிக்கொண்டு வேலைக்குப் போயிருந் தாள்.

கூதல் காற்று அடித்தது. ஜகரண்டா மரம் நிலம் தெரியாமல் பூக்களைச் சொரிந்திருந்தது. எங்கும் ஊதா மயம். வழக்கம்போல கோழிப்பண்ணையை சுற்றி வந்தார். ஏதோ வித்தியாசமாகத் தெரிந் தது. உள்ளே போய்ப் பார்த்தார். இரண்டு பந்துகள் குறைந்துபோய் காணப்பட்டன. அவருடைய நெஞ்சு வேகமாக அடிக்கத் தொடங்கியது.

பரபரப்புடன் வெளியே வந்து மண்ணிலே தேடினார். பாம்பின் தடம் என்று தான் ஊகித்த இடமெல்லாம் தொடர்ந்து போய்ப் பார்த்தார். அந்த பாம்பு அவ்வளவு சுலபமாக ஏமாந்திருக்கும் என்று அவருக்குத் தோன்றவில்லை.

பீவர் மரத்தைத் தாண்டி யானைப்புற்கள் தொடங்கும் இடத்தில் அதைக் கண்டார். அந்தப் பாம்பு செத்துப்போய்க் கிடந்தது. மிகவும் செத்துப்போனது. கறுப்பாக நீண்டுபோய் மினுமினுத்தது. அதன் மிகச் சிறிய வாய் பிரிந்துபோய் கிடந்தது. தலையை நிலத்தில் அடித்து அடித்து ரத்தம் கசிந்திருந்தது. எறும்புகள் மொய்த்திருந்தன. அதனுடைய தொண்டைக்குக் கீழ் இரண்டு பந்துகள் மாட்டிப்போய் பம்மிக் கொண்டு இருப்பது தெரிந்தது.

எவ்வளவு நீளம்! உடம்பில் ஒரு காயமும் இல்லை. தலை மாத்திரம் சிதைந்துபோய் கிடந்தது. வால் கொஞ்சமாக அசைந்து கொடுத்தது.

பாம்பைப் பார்க்க பக்கத்துக் குடிசைகளில் இருந்தெல்லாம் ஆட்கள் வந்துவிட்டார்கள். பாம்பின் வால் அசைந்ததைப் பார்த்து ஆளுக்கொரு போடு போட்டார்கள்.

சிறுவர்கள் பாடு கொண்டாட்டம்தான். ம்வாங்கியை மலரமலரப் பார்த்தார்கள். பிறகு பாடத்தொடங்கினார்கள்.

ம்வாங்கி அனயூவா நியோகா

சீயோ சீயோ முவாகா

(ம்வாங்கி பெரிய வீரர்தான்

பாம்பை அடித்த சூரர்தான்)

இதற்கிடையில் ஒக்கிலா எங்கிருந்தோ ஓடிவந்து சேர்ந்தான். மரண ஊர்வலங்கள் அவன் இல்லாமல் நடைபெறுவதில்லை. பாம்பைத் தூக்கி மாலையாகக் கழுத்திலே போட்டுக்கொண்டான். அப்படிப் போட்டும் பாம்பினுடைய தலையும் வாலும் நிலத்திலே அரைபட்டது. ஒக்கிலா கைகளை விரித்து முழங்கால்களை மடித்து மரண நடனம் ஆடியபடியே புறப்பட்டான். சிறுவர்கள் பின் தொடர்ந்தார்கள். பழைய பெட்டிகளிலும் டின்களிலும் மேளம் அடித்தபடியே அந்த ஊர்வலம் குடிசைகளைச் சுற்றிச்சுற்றி வந்தது.

பெரியவர்கள் ம்வாங்கியைப் பாராட்டிவிட்டு சென்றார்கள். சிலர் அவருடைய சாமர்த்தியத்தை அளவுக்கு மீறி மெச்சினார்கள். தன் இயல்புப்படி முட்டை குடிக்கவந்த பாம்பு சூழ்ச்சியில் அகப் பட்டு ஒக்கிலாவின் கழுத்தில் அப்படியும் இப்படியும் அசைந்து நிலத்தில் அசிங்கமாக இழுபட்டுக்கொண்டு போனது.

அந்தப் பாம்பின் நீள உடம்பு திருப்பித்திருப்பி நினைவில் வந்தது. இரு சமமான எதிரிகளுக்கிடையில் நடந்த இந்த தர்ம யுத்தத்தில் கபடமும் நயவஞ்சகமும் எப்படியோ புகுந்துவிட்டது. இந்த வெற்றியில் என்ன பெருமிதம்? தோல்வியில் கிடைக்கும் அமைதிகூட இல்லையே என்று பட்டது.

ம்வாங்கி வெளிவாசலில் அப்படியே குந்திப்போய் இருந்தார். வெகுநேரம் இருந்தார். எமிலியும் மகனும் திரும்பியபோதுகூட அப்படியேதான் இருந்தார். எமிலி தன் மகனைத் தொப்பென்று கீழே போட்டுவிட்டு வேகமாக அவரிடம் வந்தாள். சம வயதுடைய இரண்டு பப்பாளிப் பழங்கள்போல அவள் மார்புகள் குலுங்கின.

அவளுடைய முகத்தை அவரால் நேராகப் பார்க்க முடியவில்லை. அவசரமாக எழுந்து நின்றார். வலுவானதும் வளைந்து கொடுக்கக் கூடிதுமான பீவர் மரத்துக் கம்பைத் தூக்கித் தூர வீசி எறிந்தார். எறிந்துவிட்டு வீட்டுக்குள் போவதற்குத் தலையைக் குனிந்தார் ம்வாங்கி, சீனியர் சேர்டிபிக்கட் செகண்ட் கிளாஸ்.

ஐந்தாவது கதிரை

ஆந்தை பகலில் வெளியே வந்தால் அதிலே ஒரு விசேஷம் இருக்கும். அப்படித்தான் தங்கராசா இன்று வெளியே புறப்பட்டதும். பத்மாவதியைச் சமாதானப்படுத்துவதற்கான இன்னொரு முயற்சி. ஒரு சதுரமைல் பரப்பைக் கொண்ட அந்த மா அங்காடியில் கிடைக்காத பொருட்களே இல்லை. விநோதங்களுக்கும் களியாட்டங்களுக்கும் குறைவில்லை. ஒவ்வொரு தடவையும் பத்மாவதியை இங்கே கூட்டிவரும்போது அவள் சிறு பெண்ணாக மாறி பரவசமாகிவிடுவாள்.

எல்லாம் ஒரு கதிரையால் வந்த கஷ்டம்தான். உப்பு பெறாத சமாச்சாரம். இன்றைக்கு இவ்வளவு பெரியதாக வளர்ந்துவிட்டது. அவள் பிடித்த பிடி வாதமாக இருக்கிறாள். இதிலே விட்டுக்கொடுத்தால் அவ்வளவுதான். இனி அவரை ஒரு சதக்காசுக்கும் மதிக்க மாட்டாள்.

இந்தக் கதிரை காஷ்மீரத்தில் செய்யப்பட்டு, ஏற்று மதியாகி கனடாவில் விற்பனையானது. கம்பளத்துக்கு அடுத்தபடி காஷ்மீரில் பேர்போனது இந்த வால்நட் மரம்தான். பதப்படுத்தப்பட்ட மரத்தில் செய்த இந்தக் கதிரை சாதாரணமானதில்லை. ஒரு ராஜபரம்பரையை உத்தேசித்தும், அசௌகரியத்தை மனதில் கொண்டும் படைக்கப்பட்டது. நுணுக்கமான மரவேலைப்பாடுகள் கைப்பிடிகளிலும், கால்களிலும், முதுகு தாங்கியிலும் காணப்பட்டன. இளநீல வர்ண வெல்வெட்டில் மெத்தைகள் அலங்கரித்தன. ஏறியிருந்தால் கால்கள் கீழே தொங்கும். அந்தக் கதிரைதான் வாங்க வேண்டுமென்று அடம் பிடித்தாள் இந்த பத்மாவதி.

அவர்கள் வீட்டிலே நாலு சோபாக்கள்தான் இருந்தன. மெத்தை வைத்து, மண்புழு கலரில் ஊத்தை தெரியாமல் இருப்பதற்கும், நீண்டகால பாவனைக்குமாக வாங்கப்பட்டவை. ஒன்று இணை சோபா, மற்றவை துணை சோபாக்கள், இவர்கள் மனக்கணக்கு தாண்டி ஓர் உபரி விருந்தாளி வந்துவிட்டால், அவர் இருப்பதற்கு சமையல் கட்டிலிருந்து கதிரை எடுத்து வரவேண்டும்;

அவமானம். அதுதான் அவள் இந்தக் கதிரையில் மிகவும் ஆர்வமாய் இருந்தாள். அதனுடைய விலைகூட அவளுடைய ஒரு வாரச் சம்பளத்திலும் குறைவுதான் என்று குத்திக்காட்டினாள்.

தங்கராசாவும் பிடிவாதமாக இருந்தார். சண்டை என்று வந்தால் இறுதியில் சரணடையும் பெருமை அவருக்குத்தான். ஆனால் இம்முறை அவர் விட்டுக்கொடுப்பதாய் இல்லை. தன் கைவசமிருந்த யுக்திகள் சகலத்தையும் கையாண்டு தன் அதிகாரத்தை நிலைநாட்டவே தீர்மானித்திருந்தார்.

ஆனால் பத்மாவதி இவரைவிட பெரிய சூழ்ச்சிக்காரியாக இருந்தாள். அவள் தன்னிடமிருந்த மிகச்சிறந்த படைக்கலத்தைப் பிரயோகிப்பதற்குத் தருணம் பார்த்திருந்தாள். அதைச் செய்தால் அவர் நிர்மூலமாகிவிடுவார் என்பது அவளுக்குத் தெரியும். அவள் துணிச்சல்காரி. செய்தாலும் செய்வாள்.

அவளுக்கு அப்போது பதினாலு வயது இருக்கும். பள்ளிக்கூடத் துக்கு வெள்ளைச் சீருடையில் போய்விட்டுத் திரும்பிக்கொண்டி ருந்தாள். அவளோடு பல மாணவிகள் வந்துகொண்டிருந்தார்கள். எல்லோரும் ஒரே சைஸ் பெண்கள். அப்போது ஒரு வண்டிக்காரன் வண்டியில் சிமெண்ட் மூட்டை ஏற்றிவிட்டு ஓர் ஒடிசலான மாட்டை போட்டு அடித்துக்கொண்டிருந்தான். அது கால்களைப் பரப்பி வைத்து மூச்சிரைக்க நுரை தள்ளி நின்றது.

பேசிக்கொண்டு போனவள் திடீரென்று திரும்பி வண்டிக்காரனி டம் வந்து அவன் திகைத்தபடி பார்க்க அவனுடைய துவரங்கம்பைப் பிடுங்கினாள். நடுவீதியில் முறித்து எறிந்தாள். பிறகு வந்தமாதிரியே போய் சிநேகிதிகளுடன் கலந்துகொண்டாள். இவ்வளவும் செய்ய சரியாக அவளுக்கு இருபது விநாடிகள் எடுத்துக்கொண்டன. சிநேகிதி களுடன் சேர்ந்தபிறகு அவள் ஒருதரம் தானும் வண்டிக்காரனைத் திரும்பிப் பார்க்கவில்லை.

இது அவள் சுபாவம். தங்கராசா இவளிடம் மனதைப் பறிக் கொடுத்ததற்கும் இந்தத் துணிச்சல்தான் காரணம். அகதியாக கனடாவில் வந்து இறங்கிய பிறகு அவர் செய்த முதல் வேலை முகவர் மூலம் அவளையும் எடுப்பித்ததுதான்.

அவர்கள் கல்யாணம் கோயிலில் கோலாகலமாக நடந்தது. பிளாஸ்டிக் வாழைமரம், அசல் அம்மிக்கல், இருந்து வாசிக்கும் நாயனக்காரர், நின்று வாசிக்கும் நாயனக்காரர் (இவருக்கு சார்ஜ் கூட), யாளி வைத்த மணவறை, வானத்தில் பறந்து வந்த வாழையிலை, ஆழ்குளிரில் இருந்து எழுப்பிய மாவிலைகள், பால் ரொட்டி, பயத்தம் பணியாரம் போன்ற அபூர்வமான பலகாரங்கள் எல்லாம் தவறாமல் பங்கேற்றன. வீடியோ புகழ் ஜகன்னாத குருக்கள் கல்யாணத்தைச் சிறப்பாக நடத்திவைத்தார்.

சேலை கட்டுவதில் அவள் தேர்ச்சி பெற்றவள் அல்ல. சிரத்தையில் லாமல் உடுத்திக் கவனமின்றித் தாவணியை விசிறியிருப்பாள்.

இந்தச் சேலையில் சிலபேருக்கு உடல் அழகு பிரமாதமாக வெளிப் படும். இன்னும் சிலருக்கு அழகு அமுங்கி வெகு சாதாரணமாகிவிடும். இவள் இரண்டாவது வகை. மிகச் சாதாரணமான உடல்வாகு போன்ற தோற்றம். தவிட்டு நிறமாக இருந்தாள்.

கண்கள் ஏமாற்றும் என்பதை முதன்முதலில் தங்கராசா அனுபவித் தது அப்போதுதான். நாணம், பயம் என்பது அவளுக்குத் துளியும் கிடையாது. போலியில்லாமல் மிக இயல்பாக இருந்தாள். இதுதான் அவருக்குப் பிடித்தது. பிடிக்காததும் இதுதான்.

அன்று இரவு தங்கராசாவுக்குப் பல ஆச்சரியங்கள் காத்திருந்தன. அவள் புஜங்கள் ஒரு மல்யுத்த வீராங்கனையுடையதுபோல இறுக்க மாகவும், மினுமினுப்பாகவும் இருந்தன. திடீரென்று தோன்றிய மார்புகள் மிக உருண்டையாகவும், முதலையின் அடிப்பாகம்போல வெண்மையாகவும் காணப்பட்டன. ஒரு மரம் ஏறியின் வயிறுபோல அவள் வயிறு ஒட்டியிருந்தது. பெண்மையைப் பற்றி அவர் இரவிர வாகச் சிந்தித்து வைத்திருந்த சித்திரம் எல்லாம் உடைந்துவிட்டது. அது அவருக்கு மிகவும் உவகை தருவதாக இருந்தது.

அவள் முயங்கும்போது முழுமூச்சோடு முயங்குவாள். தன்னை மறந்த நிலை. உலகை மறந்த சுகம். கைகளும் கால்களும் மாறுபட்டு யாருடைய கால்கள், யாருடைய கைகள் என்று தெரியாத குழப்ப மான நிலை. கண்களை மூடி அனுபவிப்பாள்.

அந்த நேரங்களில் எல்லாம் இவருக்குத் தோன்றும் இந்த மனித உடம்பு பிணையலுக்கு ஏற்றது இல்லையென்று. இந்தக் கையும் காலும் வேண்டாத இடங்களில் வந்து இடைஞ்சல் கொடுத்தபடியே இருக்கும். பாம்பின் உடம்பு ஒன்றுதான் கூடலை மனதில் வைத்துப் படைத்த ஒரே உடம்பு. சுருண்டு, பிணைந்து, நெளிந்து தேக சம் பந்தம் கொள்ள இந்த அற்ப மானுட உடல் சாத்தியமற்றது என்று ஆதங்கப்படுவார்.

அநேக நாட்களில் இந்த வேகத்தில் ஒரு விபரீதம் நடந்துவிடும். அவளுடைய கால் சங்கிலிகள் இரண்டும் ஒன்றுடன் ஒன்று மாட்டிக் கொள்ளும். பாதி இரவில் இது அடிக்கடி நடந்துவிடுவது அவருக்கு வேடிக்கையாக இருக்கும். ஆனந்தமாகவும் இருக்கும். அவள் பரிதாப மாக 'ஐயோ, கொழுவிப் போச்சு! இதைக் கழட்டி விடுங்கோ' என்று மன்றாடுவாள். இவர் அந்த தவிப்பைக் கொஞ்சம் நீடிக்கவிட்டு ரசிப்பார். ஓரங்களில் வெளிறிப்போய் இருக்கும் அந்த பாதங்களைத் தடவியபடியே கால் சங்கிலிகளைக் கழற்றுவார். வெகுநேரம் கழற்றுவார்.

இதெல்லாம் ஆரம்ப காலங்களில். பிறகு பிறகு புத்தி வந்து இரவு வேலைகளை முடித்துவிட்டு சயனத்திற்கு வரும்போது கால் சங்கிலியைக் கழற்றி வைத்துவிடுவாள். அதற்குப் பிறகு அதுவே ஒரு சைகை ஆயிற்று. சில நாட்களில் அவளே கொலுசைக் கழற்றி வைத்துவிட்டு சிரித்துக்கொண்டு வருவாள். அவருக்குப் புரிந்துவிடும். தயாராக இருப்பார். இன்னும் சில நாட்களில் கொலுசைக் கழற்றாமல்

'சிலுங் சிலுங்' என்று நடந்து வந்து படுக்கையில் தொப்பென்று விழுந்துவிடுவாள். அன்று விடுமுறை.

மகள் பிறந்த பிறகும் இது தொடர்ந்தது. அதுவே ஒரு சங்கேத வார்த்தையாக உருவெடுத்தது.

அதுவும் பழைய கதை. இப்ப அவள் கால் கொலுசைக் கழற்றுவதே இல்லை. அவள் மனதில் என்ன நடக்கிறது என்று யாருக்குத் தெரியும். வெங்காயம் வெட்டுவதுபோல முகத்தை மறுபக்கம் திருப்பி வைத்துக்கொண்டுதான் பேசினாள். அவரை இப்பொழு தெல்லாம் அவள் அண்டுவதற்கே கூசுவதுபோலப் பட்டது.

இங்கு வந்த பிறகு அவள் குதிக்கால் வெடிப்பில் ஒட்டியிருந்த செம்பாட்டு மண் முற்றிலும் மறைவதற்குச் சரியாக ஆறுமாதம் எடுத்தது. ஆனால் அவள் அடியோடு மாறுவதற்கு ஆறுவாரம்கூட எடுக்கவில்லை. கனடா அவளுக்கு சொர்க்கலோகமாகப் பட்டது. மற்றவர்களைப் போல அல்லாமல் குளிரை அலட்சியப்படுத்தினாள். வாழ்நாள் முழுக்க அங்கேயே பிறந்து வளர்ந்ததுபோல ஒருவித தடங்கலும் இன்றி உற்சாகத்தோடு அந்த நீரோட்டத்தில் கலந்து ஐக்கியமானாள்.

தங்கராசா இன்னமும் பழக்க தோஷத்தில் உலர் சலவை சேட்டை உதறிப்போட்டும், காலணிகளை அதிகாலை வேளைகளில் கவிழ்த்துப் பார்த்தும் போட்டுக்கொண்டு இருக்கையில் பத்மாவதி லீவாய் ஜீன்ஸும், வாசகம் எழுதிய ரீ சேர்ட்டும் அணிந்து, சீராக வெட்டிய குட்டை மயிர் காதைத் தொட, தானாகவே சுவாசிக்கும் நைக்கி காலணியில் சுப்பர் மார்க்கட்டில் சாமான் வாங்கிவிட்டு கடன் அட்டையில் கணக்கு தீர்த்துக்கொண்டிருந்தாள்.

கனடா வந்து ஒரு வருட பயிற்சிக்குப் பிறகு இவருக்கு கம்புயூட்டர் நிரல் எழுதும் வேலை கிடைத்தது. இவர் திறமையான வேலைக்காரர். இவர் நிரல்களைப் பூச்சி அரிப்பதில்லை. ஒருக்கால் எழுதினால் எழுதினதுதான். அதைச் சரி பார்க்கவேண்டிய அவசியமேயிராது. ஆனாலும் இவர் மேசைக்கு வரும் கோப்புகள் நத்தை வேகத்தில்தான் நகர்ந்தன. அதனால் ஒருநாள் வேலை போய்விட்டது.

வேலை போனபின் வீட்டிலேயே சுவாசித்துக்கொண்டு இருந்தார். அதுவரையில் சாதாரண தவறுகளையே செய்து பழகியிருந்தவர் பத்மாவதி தந்த துணிச்சலில் ஒரு மாபெரும் தவறைச் செய்ய நேரிட்டது. ஒரு தொழிற்சாலையில் வேலை ஒன்று காலியாகவிருந்தது. அவளை அதில் சேர அனுமதித்தார். அப்பொழுது அவர் கையை விட்டுப்போன ஆட்சியை அவர் இன்னமும் திருப்பிக் கைப்பற்ற வில்லை. அவருக்கு வேலை கிடைத்தபிறகும் அது அவளிடமே தங்கிவிட்டது.

பத்மாவதி வேலை செய்யும் இடத்தில் பல தென் அமெரிக்க பெண்கள் வேலை பார்த்தார்கள். அவர்கள் எல்லோரும் இவளுடன் நல்ல சிநேகம். இவளுடைய உடை, கலர், தோற்றம், தலைமயிர்

இவற்றைப் பார்த்தவர்கள் இவளைக் கொலம்பியன் என்றோ, கொஸ்டா ரிக்கன் என்றோதான் நினைத்தார்கள். அவர்களைப் போல உடுக்கவும், நிற்கவும், நடக்கவும், பல் குத்தவும் பழகிக்கொண்டாள். பஸ் தரிப்பு நிலையங்களில் யாராவது அவளிடம் ஸ்பானிஷ் பாஷையில் பேசி விட்டால் பரவசமாகிவிடுவாள்.

பதினாலு வயதில் அவளுக்கு மகள் இருப்பதைச் சொன்னால் யாரும் நம்ப மறுக்கிறார்கள். ஒரு நாள் 'பாலே' வகுப்பில் சந்தித்த ஓர் அம்மா 'இது உங்கடை தங்கச்சியா?' என்று கேட்டு விட்டாள். பத்மாவதி அன்று முழுக்க மிதந்தபடியே இருந்தாள். கணவரிடம் இதைத் திருப்பித் திருப்பிச் சொன்னபோது அவருடைய பயம் இன்னும் அதிகரித்தது.

சங்கேத பாஷை நாட்களில் அவர்களுக்கிடையே எவ்வளவு புரிதல் இருந்தது. 'பத்மாவதி' என்று முழுப்பெயரும் கூறி அழைத்தால் அவர் கோபமாக இருக்கிறார் என்று அர்த்தமாகும். பிரியமாக இருக்கும்போது 'பத்து' என்று அழைப்பார். பிறர் முன்னிலையில் 'பத்மா' என்றே கூப்பிட்டு பழக்கம். ஆனால் படுக்கை அறையில் மாத்திரம் விஷயம் வேறு. 'பத்தூஉ', 'பத்தூஉ' என்று அளபெடைத் தொடரில் அழகு குறையாமல் அழைப்பார்.

அதெல்லாம் மறந்து இப்போது பல வருடங்கள் ஆகிவிட்டன.

கடைசியில் இந்த கதிரைப் போராட்டத்தில் வந்து நின்றது. இதில் அவர் வெகு தீவிரமாக இருந்தார். அவர் அறியாமல் அவள் கதிரை வாங்கினால் அதைத் துண்டுதுண்டாக உடைத்துவிடுவதாக சபதம் எடுத்திருந்தார். இது இறுதிப் போராட்டம். இதில் தோற்றால் அவள் அவரைச் சுத்தமாக மட்டம்தட்டி வீட்டின் நிலவறையில் பழைய தளபாடங்களுடன் போட்டுவிடுவாள் என்பது அவருக்கு நிச்சயமாயிருந்தது.

மகளும் இவளுடன் கூட்டுச் சேர்ந்துகொண்டாள். வாய்க்கு ருசியான உணவு சாப்பிட்டு வருடக்கணக்காகிறது. தோசை, இட்லி, வடை, அப்பம் போன்ற சமாச்சாரங்களுக்கு ஒரேயடியாக விடுதலை கொடுத்துவிட்டாள். பேர்கர் என்ற பேயும், பிஸா என்ற பிசாசும் வீட்டிலே தலை விரித்து ஆடின. தினம் இந்தச் சாப்பாடு சிவப்பு பூப்போட்ட பிளாஸ்டிக் மேசை விரிப்பில் பரப்பப்பட்டு, பழைய புதினப் பேப்பரால் மூடப்பட்டு கிடக்கும். அதன் மணம் வயிற்றைக் குமட்டும். ஒருநாள் இட்லி வேண்டுமென்று கேட்டதற்கு அவள் இப்படி வெடித்தாள் :

'புளித்த மாவில் அவித்த இட்லி சாப்பிட்டு, புளித்த மாவில் சுட்ட தோசை சாப்பிட்டு, புளித்த மாவில் சுட்ட வடை சாப்பிட்டு, புளித்த மாவில் செய்த அப்பம் சாப்பிட்டு பழகிய உங்களுக்குப் புளித்துப்போன சிந்தனைதான் இருக்கும். நான் சும்மாவா இருக்கிறன். நாலு மணிக்கு எழும்புறன். சமைச்சுப் போடுறன். வீட்டைப் பார்க்கி றன். உங்களைப் போல சமமாய் வேலைக்குப் போய் உழைச்சுக்

கொண்டு வாறன். ஒரு குமரைக் கட்டி வளர்க்கிறன். நீங்கள் பியர் குடித்துவிட்டு கால் விரியக் கிடக்கிறியள். ஆறுமாதமாய் குக்கர் வேலை செய்யவில்லை. நீங்கள் என்றால் போய் ரிமோட் கொன்ரோல் வாங்கிறியள். நான் ஒரு நாளைக்கு என்ன செய்வன் என்று எனக்கே தெரியாது.'

அவள் அப்படி அரற்றியதற்குக் காரணம் இருந்தது. சமையல றையில் பத்மாவதியின் சமையலடுப்பில் மூன்று எரிவாய்கள் எரிய வில்லை. ஆறுமாதமாக ஒரு எரிவாயை வைத்து சமாளித்து வந்தாள். எவ்வளவு சொல்லியும் அதை மாற்றவேண்டும் என்ற எண்ணம் தங்கராசாவுக்கு வரவில்லை. அவளுக்கு அதுதான் எரிச்சல் எரிச்ச லாக வந்தது.

அந்த எரிச்சலைச் சமாளிப்பதும் அன்றைய சுற்றுலாவின் பிரதான அம்சம். அவள் முன்னால் நடந்துகொண்டிருந்தாள். பின்னுக்கு இருந்து பார்க்கும்போது அசல் அப்படியே ஒரு கொஸ்டாரிக்கன் பெண்போலவே இருக்கிறாள். அவளிடம் எவ்வளவுக்குக் கவர்ச்சி இருந்ததோ அவ்வளவுக்கு இப்போதெல்லாம் கடுமையும் சேர்ந்து கொண்டது. வீடு அவர்கள் பெயரில் இருக்கிறது. வீட்டுக் கடனை இவர் அடைத்து வருகிறார். இந்த தேசத்து சட்டங்கள் மனைவிகளுக்கு அநுகூலம். இவளிடம் எச்சரிக்கையாக இருக்கவேண்டும் என்று மனது கட்டளையிட்டது.

எதிர் வருவோர் இவளை இரண்டுதரம் பார்த்துவிட்டு நகர்ந்தார் கள். ஜீன்ஸூம், முடிச்சுப்போட்ட மேற்சட்டையும் அணிந்திருந்தாள். வார் இழுத்துக்கட்டிய மத்தளம் போல வயிறு ஒடுங்கி இருந்தது. இவரை விட்டுப் போவதற்கு அவசரம் காட்டுவதுபோல அவள் நடந்துகொண்டிருந்தாள். ஒரு சோற்றுப் பிராணிபோல இவர் அவள் பின்னாலே விட்டுவிடுவாளோ என்ற அச்சத்துடன் வயிற்றைத் தூக்கிக்கொண்டு ஓடினார்.

ஒரு சைனாக்காரன் பச்சை குத்திக்கொண்டிருந்தான். வாட்ட சாட்டமான வெள்ளைக்காரன் ஒருத்தனுடைய முறுக்கேறிய புஜத்தில் டிராகன் ஒன்றை வரைந்தான். இந்த அதிசயத்தைக் கண் கொட்டாமல் இருவரும் நின்று பார்த்தார்கள். நீண்ட புடலங்காய்போல வலுவோடு இருக்கும் இவள் புஜங்களை மெள்ள கையினால் வருடி இறுக்கிக் கொண்டார். அது இரவுக்கான சமிக்ஞை என்பது அவளுக்குத் தெரியும்.

அழகு சாதனக் கடைக்கு அவளைக் கூட்டிப்போனபோது அவள் முகம் பிரகாசமானது. அவள் கேட்ட கண் மை, முகச் சாந்து, நக வர்ணங்கள் எல்லாம் வாங்கிக் கொடுத்தார். உதடுகளுக்கு, கடும் ஆராய்ச்சிக்குப் பிறகு அவள் தெரிவு செய்த பளபளக்கும் கபில நிறத்துக்கும் கறுப்புக்கும் இடைப்பட்ட பெயர் தெரியாத ஒரு வர்ணத்தை வாங்கித் தந்தார். உடனேயே அதைப் பூசிக்கொண் டாள். ஒரு சிறு பூச்சில் அவளுடைய உதடுகள் குவிந்து மிகக் கவர்ச்சிகரமாக மாறின.

இந்த சந்தோசத்தை அவர் கலையவிட விரும்பவில்லை. உணவகம் ஒன்றைக் கடந்தார்கள். அவளுக்கு 'சன்டே' மிகவும் பிரியமானது. வேண்டுமா என்று கேட்டார். அவள் சிணுக்கமாகித் தலையசைத்தாள். அவ்வளவுதான். இலச்சினை மோதிரம் கிடைத்த வந்தியத்தேவன் போல ஒருவித உற்சாகத்துடன் புறப்பட்டார். மூன்று குவியல் ஐஸ்கிரீம், உருகிய சொக்லட், பிஸ்கட், பாலாடை, மேலே மகுடமாக சிவந்த செர்ரி பழம் இவற்றுடன் திரும்பினார். ஓர் அரை ஆள் உயரத்துக்கு அது இருந்தது. தன் சொக்லட் நிற உதடுகளை நாக்கினால் தடவியபடி அவள் சாப்பிடத் தொடங்கினாள்.

திரும்பும்போது மெல்லிய குளிர் காற்றின் உராய்வுத் தன்மை அதிகமாயிருந்தது. எதிர்ச்சாரியில் கார்கள் விரைந்தன. சில படகு களை இழுத்துக்கொண்டும், வீடுகளைத் தொடுத்துக்கொண்டும் ஓடின. இன்னும் சில சைக்கிள்களைத் தாங்கிக்கொண்டு பறந்தன. இனிமையான விடுமுறையின் அதிர்வு எங்கும் சூழ்ந்திருந்தது. தங்கராசா மனதில் எதிர்பார்ப்புகள் அதிகரித்தன.

இவ்வளவு செய்தும் அன்றிரவு அவருக்குப் பெரிய ஏமாற்றமே காத்திருந்தது. வெறும் ஐஸ்கிரீமைக் காட்டி அவளை மயக்கமுடியாது என்று அப்போது கண்டுகொண்டார். ஒரு கிருமி நோய்க்காரர்போல அவரை ஒதுக்கினாள். திமிறியபடி தள்ளித்தள்ளிப் போனாள். சவுக்கால் அடிக்கப்பட்டதுபோல தங்கராசா டிவியின் முன்னால் விழுந்தார். படுக்கை அறைக்கு அன்று அவர் திரும்பவே இல்லை.

அடுத்தநாள் காலை பத்மாவதி பதினாலு காலி பியர் டின்களை வரவேற்பறை முழுக்கவும் தேடித்தேடிப் பொறுக்கினாள்.

கடந்த இரண்டு வாரமாக அந்த வீட்டில் ஒரு மௌனம் சூழ்ந்து போய் கிடந்தது. ரகஸ்யமானதும், சதித்திட்டம் கொண்டதுமான ஒரு யுத்தம் அங்கே உருவானது. புறங்கை வீச்சில் வீங்கின உதடுகளைச் சாமர்த்தியமாக உதட்டுச் சாயத்தினால் மறைத்திருந்தாள். தங்கராசா தன் வாழ்க்கையில் மறக்கமுடியாத ஒரு பாடத்தை, மற்றவர்களிடம் பகிரமுடியாத ஒரு அவமானத்தை, அவருக்குத் திருப்பி தருவதற்கு சமயம் பார்த்திருந்தாள்.

நாமகள் மகா வித்தியாலயத்தில் படித்த பெண், ஒரு சொட்டு ஆங்கில வாசனையும் அறியாதவள், சித்திரக்கதை புத்தகத்தைத் தாண்டி வராதவள், back space விசையை ஒடித்துவிட்டு கம்புயூட்டர் நிரல் எழுதும் வல்லமை படைத்த தங்கராசாவுக்கு இப்படி ஒரு சவாலாக வந்து வாய்த்திருந்தாள்.

தங்கராசா தான் பேராபத்தில் இருப்பதை உணர்ந்தார். போரின் விளைவுகள் அவருக்கு சாதகமில்லை என்பதும் தெரிந்தது. எப்பாடு பட்டும் அவளைக் கனியவைத்து வழிக்குக் கொண்டுவர வேண்டும் என்று நினைந்துக்கொண்டார். அதற்கான முயற்சிகளில் கம்புயூட்டர் நிரல் எழுதும் ஒரு தர்க்கத்துடனும் திட்டத்துடனும் அவர் இறங்கினார்.

அன்று இரவு உணவு சாப்பிடும்போது இது தொடங்கியது. காதல் நாட்களில் செய்த சைகைகள், சங்கேத பாஷைகள் எல்லாம் பரிமாறப்பட்டன. மகளுக்குப் புரியாதவாறு ஒரு முழு சம்பாஷணை அந்த உணவு மேசையில் நடந்து ஒப்பேறியது.

அவள் பாத்திரம் அலம்பும்போது இவர் பூனைபோல அடிவைத்துப் போய் பின்னே நின்றுகொண்டார். கைகள் கட்டிப்போட்ட நிலையில் பின்னாலிருந்து அவள் இடையை ஸ்பரிசித்தார். அவள் மறுப்பு சொல்ல முடியாமலும் தடுக்க இயலாமலும் நெளிந்தாள். இவருக்கு இருப்புக் கொள்ளவில்லை.

அவள் ஒருவித அவசரமுமில்லாமல் தன் வேலைகளை முடித்தாள். அது வேண்டுமென்றே நேரம் கடத்துவது போலத்தான் இருந்தது. ஈரப்பதன் எந்திரத்தை இசையவைத்தாள். பிறகு பூட்டுகள் சரிபார்க்கும் சத்தம். இப்பொழுது படிகள். அலாரம் சிஸ்டத்தில் ரகஸ்ய எண்கள் பதியும் ஒலி. விளக்குகள் அணைந்தன. இதோ வந்துவிட்டாள்.

மெதுவாகக் கதவு திறக்கிறது. இன்றும் கால் கொலுசைக் கழற்றி வைக்கவில்லை. சத்தம் வரக்கூடாதென்று வெகு பிரயத்தனம் நடக்கிறது. கால்களைப் பக்கவாட்டில் நுழைத்து நகர்த்தி நகர்த்தி வருகிறாள். இவர் துடிதுடிப்பானார்.

அவ்வளவு அவசரம் அவருக்கு. அவள் மேலங்கியை பிடித்து இழுத்தார். 'வேண்டாம், இன்றைக்கு வேண்டாம். நீங்கள் கோவிப்பியள்' என்று அவள் கத்தினாள். அவர் கேட்பதாயில்லை. ஓர் உத்வேகம் வந்துவிட்டது. அவசரத்தில் அவர் இழுத்தபோது பட்டன்கள் தெறித்தன. அப்படியும் அவள் ஒரு பொக்கிஷத்தை காப்பது போல சட்டை விளிம்புகளை இழுத்துப்பிடித்தபடி எதிர்ப்புக் காட்டினாள்.

இப்பொழுது அவர் எல்லை கடந்துவிட்டார். ஆவேசம் வந்து வலிந்து இழுத்தார். அது பிரிந்தது. தளும்பல் குறைவில்லாத மார்புகள்.

ஆனால் அவர் கண்ட காட்சி அவரைத் திடுக்கிட வைத்தது.

அவளுடைய இரண்டு மார்புகளிலும் பச்சை குத்தியிருந்தது. அந்த சைனாக்காரனின் டிராகன்கள் வாயை ஆவென்று விரித்துக் கொண்டு உறுமின. ஒரு பென்சில் கூட இடையில் புக முடியாத நெருக்கமான மார்புகள், தன்னுடைய சொந்தப் பாவனைக்காகப் படைக்கப்பட்டவை என்று நினைத்திருந்தவை, யாரோ ஊர் பேர் தெரியாத நடைபாதை சைத்திரீகன் வரைந்த ஓவியங்களின் கனம் தாங்காமல் ஆடின.

இருண்ட வனத்திலே பதுங்கியிருந்த மிருகம் ஒன்று தாக்கியது போல உணர்ந்தார். மெல்ல பலமிழந்து சரிந்தார்.

அவள் மறுபடியும் கைகளினால் சட்டையை இழுத்து மூடிக் கொண்டாள். கடைவாயில் ஒரு சிரிப்பு தோன்றி அதே கணத்தில் மறைந்தது. இவர் கவனிக்கவில்லை.

இதுதான் அவர்களுடைய கடைசி சமர். இந்த வெற்றிதான் அவளுடைய கடைசி வெற்றி. இதற்குப் பிறகு அந்த வீட்டில் கதிரை வாங்கும் கதை எழும்பவே இல்லை. அவர்தான் இப்ப ஐந்தாவது கதிரை.

தில்லை அம்பலப் பிள்ளையார் கோயில்

எங்கள் வேலைக்காரச் சிறுமி ஓடிவிட்டாள்.

நான் சிறுவனாயிருந்தபோது நடந்த மறக்க முடியாத சம்பவங்களில் இதுவும் ஒன்று. இப்படி அவள் அடிக்கடி ஓடினாள். அவளுக்கு அது பழகிவிட்டது. எங்களுக்கும் பழகிக்கொண்டே வந்தது.

எங்கள் தகப்பனார் எங்களிலும் பார்க்க ஏழ்மையான ஒரு கிராமத்துக்குப் போய், எங்களிலும் பார்க்க ஏழ்மை யான ஒரு வீட்டில் அவளைப் பிடித்து வந்திருந்தார். இங்கிலீஸ்காரன் எங்களை ஆண்டுகொண்டிருந்த அந்தக் காலத்திலேயே அவளுக்கு விலையாக ஆறாம் ஜோர்ஜ் மன்னர் படம் போட்ட ரூபாத் தாள்களில் அறுபது எண்ணிக் கொடுத்திருந்தார். மாதம் இரண்டு ரூபா வீதம் சம்பளம் பிடிப்பதாக ஏற்பாடு. இவள் மூன்றாவது தடவையாக இப்படி ஓடியபோது அந்தக் காசு அரை வாசிகூடக் கழிந்திருக்கவில்லை.

ஐயா வழக்கம்போல தனது படைகளை ஏவிவிட் டார். சின்ன மாமா பெரிய கடைப்பக்கம் புறப்பட்டார். அவரிடம் ஒரு மோட்டார் சைக்கிள் இருந்தது. இடி முழக்கத் துண்டுகளைக் கட்டியிழுப்பதுபோல சத்தம் போட்டுக்கொண்டே வருவார். இப்படியான ஒரு காரி யத்துக்காகவே காத்திருந்தவர்போல அதில் கம்பீரமாக ஏறி, தேவைக்கு அதிகமான வேகத்தில் வெளிக்கிட்டார். இன்னும் மற்றவர்கள் அவரவர் தகுதிக்கும் ஆற்றலுக்கும் ஏற்றவகையில் திசைமானியில் இருக்கும் அத்தனை திசைகளிலும் கிளம்பினார்கள். சீதையைத் தேடி வானர சேனை புறப்பட்டது மாதிரி இருந்தது.

அம்மாவின் கையிலே பிறந்து மூன்று மாதமேயான குழந்தை ஒரு ராட்சதத்தனமான கறுத்த புழு போல நெளிந்துகொண்டிருந்தது. பேர் என்னவோ தில்லை நாயகி என்று வைத்திருந்தார்கள். அதற்குக் காரணம் இருந்தது. தில்லை அம்பலப் பிள்ளையாருக்கு நேர்ந்து பிறந்த பிள்ளை. பிரசவம் சுகமாயிருந்தால் வெள்ளியில் தொட்டிலும் பிள்ளையும் செய்து தருவதாகப் பிரார்த்

தனை. அந்த நேர்த்திக் கடனைத்தான் இன்னும் இரண்டு நாளில் சென்று நாங்கள் நிறைவேற்றுவதாக இருந்தோம்.

அதற்கு, பதின்மூன்று வயதுகூட தாண்டாத இந்த வேலைக்காரியால் ஆபத்து வந்திருந்தது. அவளைச் சுற்றித்தான் எங்களுடைய வீடு சுழன்றுகொண்டிருந்தது. அம்மாவின் வேலைகள், ஐயாவின் ஆணைகள், சின்ன மாமியின் மேற்பார்வைகள், என்னுடைய ஆக்கினைகள் என்று பலதை அவள் சமாளித்தாள். அபார ஞாபக சக்தி அவளுக்கு. எது தொலைந்தாலும் அவள்தான் எடுத்துத் தந்தாள்; எடுத்ததைத் தொலையாமல் பாதுகாத்தாள். வீட்டைப் பெருக்கினாள்; தண்ணீர் இறைத்தாள்; உணவு சமைத்து, துணி துவைத்து, பாத்திரம் கழுவினாள். இன்னும் நேரம் எஞ்சியிருந்தால் அடுப்படியில், நெருப்புத் தணல் அணைந்துபோன விறகு அடுப்புக்குப் பக்கத்தில், படுத்துக் கொண்டாள்.

எனக்குப் பெரிய சங்கடம் இருந்தது. இவளை எப்படியாவது பிடித்து வராவிட்டால் எங்கள் கோயில் பயணம் தள்ளி வைக்கப் பட்டுவிடும். இந்தச் செய்தியை ஐயா ஏற்கனவே அறிவித்திருந்தார். இது எனக்குப் பெரிய அசௌகரியத்தை பள்ளிக்கூடத்தில் ஏற்படுத்தும்.

என்னுடைய தம்பி கவலைகளுக்கு அப்பாற்பட்டவன். இரண்டு மார்பிள்களை வைத்து விளையாடிக்கொண்டிருந்தான். அதில் ஒரு மார்பிள் அபூர்வமாக இருந்தது. ஆகாய நீலத்தில், வெள்ளைப் பூ வைத்து. அவற்றை உருட்டியும், எறிந்து பிடித்தும் விளையாடினான். அந்த மார்பிள்களை நான் அபகரிப்பதற்குப் பலமுறை முயன்று தோல்வியுற்றிருந்தேன். எனக்கு எரிச்சலாக வந்தது.

'அண்ணா வா, மார்பிள் விளையாடுவோம்' என்றான். இவனுக்கு அது விளையாட வராது. ஆனாலும் ஆசைப்படுவதை நிறுத்த மாட்டான்.

'நீ சின்னவன். உனக்கு மார்பிள் ஏன்? அண்ணாவுக்குத் தா, நல்ல பிள்ளை' என்றேன்.

அவன் காதுகளைப் பொத்தியபடி 'ஐயோ அண்ணா! அதை மட்டும் கேட்காதே, அதை மட்டும் கேட்காதே' என்று கெஞ்சினான். பரோபகார சிந்தை அந்தச் சமயம் என்னிடம் வழிந்து ஓடியபடியால் நான் அவனைப் போகட்டும் என்று விட்டுவிட்டேன்.

அம்மா காலை மடித்து, தலையிலே கை வைத்தபடி உட்கார்ந்திருந்தாள். பக்கத்திலே ஒரு தடுக்கில் கறுப்புப் புழு கிடந்தது. அதற்கு அருகில் போனால் வேப்பெண்ணெய் மணம் வரும். அம்மாவின் சமீபமாகப் போக இது நல்ல சமயம் அல்ல என்று எனக்குத் தோன்றியது. என் கவலை முழுக்க பொன்னியில் இருந்தது. ஒருவரும் அறியாமல் தில்லை அம்பலப் பிள்ளையாருக்கு அவள் விரைவில் பிடிபடவேண்டும் என்று என் கணக்கில் ஒரு நேர்த்திக்கடன் வைத்தேன்.

என் பிரார்த்தனைகள் தவறாமல் பலித்த காலம் அது. அன்றிரவே பொன்னியைப் பிடித்துவிட்டார்கள். சின்ன மாமாதான் இதைச் சாதித்தார். பெரிய கடை தெருக்களில் அலைந்துகொண்டிருந்தாளாம். கையிலே காசு இல்லாமல் அவள் அவ்வளவு தூரத்தையும் எப்படி நடந்து கடந்தாள் என்பதை வியந்து வியந்து பேசினார்கள்.

அம்மாவுக்கு உள்ளூர சரியான சந்தோசம். ஆனால் அதை வெளியே காட்டவில்லை. பொன்னியைத் திட்டியபடியே இருந்தாள். அவள் ஒரு வார்த்தை பேசவில்லை. சூடாக்கிய உலோகம்போல அவள் தேகத்திலிருந்து ஒரு விதமான நெடி வந்துகொண்டிருந்தது. தலை மயிர் அவிழ்ந்து குலைய, முழங்கால்கள் கண்களை மறைக்க, கைகளைக் கட்டி குறுகிப்போய் உட்கார்ந்திருந்தாள். அவளிடம் உயிர் இருப்பது இருபது விநாடிக்கு ஒருமுறை வந்த கேவலில் மட்டும் தெரிந்தது.

எப்படி ஓடினாள் "யார் சொல்லிப் போனாள்" எவர் ஆசை காட்டியது என்றெல்லாம் துருவினார்கள். அவள் வாய் திறக்கவில்லை.

"பசிக்குதா சாப்பிடுவியா?" என்று அம்மா கேட்டதற்கு மட்டும் தலையை ஆட்டினாள். அம்மா போட்டுக் கொடுக்க சாப்பிட்டாள். ஒரு பெரிய வெண்கல கும்பா நிறைய சோறும் கறியும் போட்டுப் பிசைந்து பிசைந்து உண்டாள். அவ்வளவு உணவையும் ஒரே அமர்வில், ஒரே தரத்தில் ஒருவர் சாப்பிட்டதைத் தன் சீவியத்தில் தான் பார்க்கவில்லை என்று அம்மா வாய்விட்டு சொன்னாள். நானும் அப்படித்தான் நினைத்தேன்.

ஐயா சாப்பிட்டபின் சுருட்டு புகைத்தபடி சின்ன மாமாவிடம் பேசினார். அடுத்து வரும் திங்கட்கிழமை தில்லை அம்பலப் பிளையார் கோவிலுக்குப் போவதாக முடிவு செய்யப்பட்டது. சின்னத்தம்பியின் காருக்குச் சொல்லும்படியும் ஐயா நினைவூட்டினார் திங்கட்கிழமை பள்ளிக்கு மட்டம் போடலாம் என்பதில் எனக்கு இரட்டிப்பு மகிழ்ச்சி. அதற்குப்பின் வந்த பல இரவுகள் எனக்குத் தூக்கமின்றிக் கழிந்தன.

எல்லோரும் இவ்வளவு சீக்கிரம் எழுந்துவிடுவார்கள் என்று எனக்குத் தெரியாது. நான் விழித்தபோது நடுச்சாமம்போல இருந்தது. தம்பியைப் பார்த்தால் அவன் எனக்கு முன்பாகவே எழுந்து, குளித்து வெளிக்கிட்டுத் தயாராக இருந்தான். இவனை விடக்கூடாது என்று பட்டது.

மெதுவாக அவனுடைய பழைய சட்டையில் தேடிப் பார்த்தேன். மார்பிள்களை ஞாபகமாக எடுத்துவிட்டான். அவனுடைய புதுச் சட்டையில் அவை கர்ண கடூரமாகக் கிலுங்கி ஒலிசெய்துகொண்டு இருந்தன.

அன்பொழுக 'தம்பீ!' என்று கூப்பிட்டேன். நான் கேட்கப் போவதை எப்படியோ முன்கூட்டியே உணர்ந்து, 'ஐயோ அண்ணா!' என்று அவன் காதுகளைப் பொத்தினான்.

அம்மாவிடம் ஒரு பிரயோசனமும் இல்லை. அங்கே கறுப்புப் புழுவுக்குப் பாலாபிஷேகம் நடந்துகொண்டிருந்தது. என்னைக் கண்டதும் ‘பழிகாரா, இன்னும் நீ உடுக்கவில்லையா? கார் வரப் போகுது. ஓடு, ஓடு’ என்றாள்.

பொன்னியைச் சுற்றி பல பாத்திரங்களும் சாமான்களும் இருந்தன. வெண்கல அண்டா, சருவச்சட்டி, புதுப்பானை, அரிசி, சர்க்கரை, பருப்பு என்று. ஓர் உலோபி காசு எண்ணுவதுபோல அவள் அவற்றைத் திருப்பித் திருப்பி எண்ணிக்கொண்டிருந்தாள். அவள்கூட பச்சைத் தாவணியும், வேறு யாருக்கோ அளவெடுத்து தைத்ததுபோல கைவேலை செய்யப்பட்ட மேலாடையும் அணிந்திருந்தாள். நாடா வைத்து இடையிலே இறுக்கிக் கட்டிய சீத்தைப் பாவாடை, கஞ்சி போட்டு மொடமொடவென்று, அவள் உதவி இல்லாமல் தனியாக நிற்கும் வல்லமை கொண்டதாகப் பட்டது. கரும்பழுப்பு நிறத்தில் அவள் முகம் இயல்பைவிட ஆழமாக மினுமினுத்தது. என்னைக் கண்டதும் அண்டரண்டப்பட்சி செட்டை விரிப்பதுபோல கைகளை அகட்டி வீசி வீசி துரத்தினாள். அவளுடைய கணக்கைப் பிறகு தீர்க்கலாம் என்று குறித்து வைத்துக்கொண்டேன்.

அந்தக் காலத்தில் எங்கள் ஊரில் வாடகைக்கு இரண்டு கார்கள் கிடைக்கும். சின்னத்தம்பியின் காருக்கு ஐயா சொன்னதில் எனக்குப் பரம சந்தோஷம். அது ஒஸ்டின் செவன் பெட்டி வடிவக் கார். பல மாதங்களாக அதன் மகிமைகளை எங்கள் ஊர் பேசிக் கொண்டிருந்தது. ஆனால் அதைப் பார்க்கும் பாக்கியம் எனக்கு முதன்முதல் அப்போதுதான் கிடைக்கப்போகிறது.

கார் வந்து நிற்கும் சத்தம் கேட்டு படலைக்கு ஓடினேன். எனக்கு முன்பாகவே அங்கே காரைச் சுற்றிக் கூட்டம் சேர்ந்துவிட்டது. சின்னத்தம்பி மிகுந்த மதிப்புக் கொடுக்கக்கூடிய ஒரு விளிம்பு வைத்த தொப்பியை அணிந்திருந்தார். என்னுடைய எதிர்பார்ப்புக்கு ஒத்துவராததாக ஒரு வேடிக்கைத்தன்மையுடன் அது இருந்தாலும், ஒரு ஒஸ்டின் செவன் பெட்டி வடிவக்கார் சாரதிக்கு அது பொருத்த மானதாகவே காணப்பட்டது. கழுத்திலே தலை இருக்கும்வரை அவர் அதைக் கழற்றுவதில்லை என்று பேசிக்கொண்டார்கள். அவர் குளிக்கும்போதும், சயனிக்கும்போதும் என்ன சாகசம் செய்து அதைக் காப்பாற்றுவாரோ தெரியாது. நான் பார்த்தபோது வெளியே நின்று காரிலே சாய்ந்து பீடி பிடித்துக்கொண்டிருந்தார். நான் எப்பொழுதாவது கார் ஓட்டினால் அப்படி ஒரு தொப்பி அணிந்து, சாய்ந்து நின்று பீடி குடிகக வேண்டும் என்று உடனேயே தீர்மானம் செய்தேன்.

காரைப் பார்த்ததும் எனக்கு மெய்சிலிர்த்தது. கோபத்துடன் உறுமியபடி ஆயத்தமாக எழுந்த ஒரு பெண் சிங்கம் போல அது நின்றது. முன்புறம் நிமிர்ந்து வளைந்த மட்கார்டுகளில் இரண்டு பெரிய லைட்டுகள் ஒளியைப் பாய்ச்சத் தயாராக இருந்தன. கால்

வைத்து ஏறுவதற்கு ஏதுவாக இரண்டு கரையிலும் வுட்போர்ட் இருந்தது. சுருட்டி விடும் எஞ்சின் மூடிகள். கவனக் குறைவாகப் படைத்ததுபோல ஹோர்ன் என்னும் ஒலிப்பான் பந்துபோல உருண்டை வடிவில் காருக்கு வெளியே இருந்தது, ஒரு தனி உறுப்பாக. மினுங்கும் கறுப்பு வர்ணத்தைப் புழுதி மூடியதால் வெண்சாம்பல் நிறமாக மாறிய கார், பெற்றோலும் புழுதியும் கலந்த ஒரு அபூர்வ மணம் சூழ நின்றது.

கால் பெருவிரல்களை ஊன்றி உள்ளுக்கு எட்டிப் பார்த்தேன். சாணிக் கலரில் அகலமான இருக்கைகள். மற்றவர்களும் அப்படியே பார்க்க முயற்சித்தபோது அவர்களை விரட்டினேன். கார் பின் கண்ணாடியில் படிந்திருந்த தூசியில் யாரோ 'வதனி' என்று சிறு விரலினால் எழுதியிருந்தார்கள். வதனி என்னுடன் ஒரே வகுப்பில் படிப்பவள். அவளுடனான என் சினேகிதத்தை மிகவும் ரகஸ்யமாக அதுவரைப் பாதுகாத்து வைத்திருந்தேன். அப்படியும் அது வெளியே தெரிந்துவிட்டது. எழுதியவன் யார் என்பதை அன்று முழுவதும் யோசித்தும் என்னால் கண்டுபிடிக்க முடியவில்லை.

சாரதியைத் தவிர்த்து அந்தக் காரில் ஒன்பது பேர் பிரயாணம் செய்வதாக இருந்தோம். முன்சீட்டில் மூன்று, பின்சீட்டில் ஐந்து, வுட்போர்ட்டில் சின்ன மாமா என்பது கணக்கு. நான் காருக்குள் ஏற வந்தபோது எல்லோரும் ஏற்கனவே இடம் பிடித்துவிட்டார்கள். பேராசைக்காரர்கள். அம்மா, சின்ன மாமி, மணி, பொன்னி, தம்பி.

அந்தக் காருக்கு சன்னல் கண்ணாடிகள் இல்லை; சுருட்டி விடும் கன்வஸ் திரைகள்தான். சன்னல் பக்கத்தில் பொன்னி இருந்தாள். அவளின் மடியில் தம்பி இருந்து குற்ற உணர்வோடு என்னைப் பார்த்தான். இவன் எப்படி என்னுடைய சன்னல் கரையை எடுக்கலாம். அப்பாவின் காதுக்குக் கேட்காமல் 'இறங்கடா' என்றேன். பொன்னி அவனை இறுக்கிப் பிடித்திருந்தாள். அண்ணா என்று விசும்ப ஆரம்பித்தான். 'இறங்கடா, படுவா!'

நீண்ட விவாதங்களுக்குப் பிறகு ஒரு ஒப்பந்தம் ஏற்பட்டது. 'அண்ணா, போகும்போது நீ இரு; திரும்பி வரும்போது என்னை விடு' என்றான். அப்படியே நான் ஏறிக்கொண்டேன். அப்பாவும் முன்சீட்டில் அமர்ந்தார்.

இதற்காகவே காத்திருந்ததுபோல சின்னத்தம்பி பானா வடிவத் துக்குக் கைப்பிடிகள் வைத்ததுபோல காணப்பட்ட ஒரு இரும்புத் தண்டை காரின் முன் துளையில் நுழைத்து இரு கைகளாலும் பிடித்துத் தன் பலம் கொண்ட மட்டும் சுழற்றினார். கார் இரண்டு பக்கமும் அசைந்து குலுங்கியது. பொன்னி வாயை அகலத் திறந்தாள். தம்பி கிக்கீ என்று சிரித்தான். மூன்றாவது குலுக்கலின்போது கார் தன் இயல்பான ரீங்கார ஒலியை எழுப்பிக்கொண்டு ஸ்டார்ட் ஆகியது. டிரைவர் கம்பியை வைத்துவிட்டு உள்ளே ஏறினார். சின்ன மாமாவும் வுட்போர்ட்டில் தொற்றினார். கார் புறப்பட்டது.

உலகம் எல்லாம் எனக்குப் பக்கத்தால் உருண்டு ஓடுவதை நான் கண்டேன். எனக்கும் பொன்னிக்கும் இடையில் தலையைக் கொடுத்து தம்பியும் எட்டிப்பார்த்தான். ஒப்பந்தத்தை மீறுகிறான். ஒரு குட்டு வைத்தேன். உலகம் நேரானது.

அப்பா முன் சீட்டில் இருந்து சுருட்டைப் பற்ற வைத்தார். வுட்போர்டில் நின்றபடி ஒரு கை உள்ளே பிடிக்க, மறுகை வெளியே தொங்க, சின்ன மாமா சிகை கலைய, அங்கவஸ்திரம் மிதக்க ஒரு தேவதூதன்போல பறந்து வந்தார். அந்தத் தருணத்தில் எனக்குச் சின்ன மாமாவிடம் இருந்த மதிப்பு பன்மடங்கு பெருகியது.

காரைக் கண்டதும் கட்டை வண்டிகள் எல்லாம் ஓரத்தில் நின்றன. சைக்கிள்காரர்கள் குதித்து இறங்கி வழி விட்டனர். மூட்டை சுமப்பவர்களும், பாதசாரிகளும் வேலிக்கரைகளில் மரியாதை செய்து ஒதுங்கினார்கள். இன்னும் பலர் வாயை ஆவென்று வைத்துக்கொண்டு, காரின் திசையை அது போய் பல நிமிடங்கள் சென்றபின்னும், பார்த்தபடி நின்றார்கள். டிரைவர் பல சமயங்களில் பாதசாரிகளின் வேகத்தை ஊக்குவிக்கும் முகமாக பந்துபோல உருண்டிருக்கும் ஒலிப்பானை அமுக்கி ஓசை உண்டாக்கினார்.

கோயில் வந்தபோது எனக்குப் பெரிய ஏமாற்றம் காத்திருந்தது. அது ஒரு சிறிய கோயில். ஒரு குருக்களும், ஒரு மாடும், ஒரு சொறி நாயும், இரண்டு பிச்சைக்காரர்களும்தான் அதன் சொந்தக்காரர்கள். பூஜை நேரம் இன்னும் ஆட்கள் வருவார்கள் என்று சொல்லி எங்களை உற்சாகப்படுத்தினார்கள்.

அம்மாவுக்குக் கறுப்புப் புழுவுடன் நேரம் போனது. அதனால் சின்ன மாமியும், பொன்னியும்தான் கோயில் வேலைகளைக் கவனித் தார்கள். பொங்கிப் படைத்து, வடை மாலை சாத்த மதியம் ஆகி விட்டது. பூஜை சமயம் இன்னும் சில கிராமத்து ஆட்கள் வந்து சேர்ந்துகொண்டார்கள். அந்த இடத்துக்கு முற்றிலும் பொருந்தாத வகையில் சரிகை வைத்த மஞ்சள் பட்டுப் பாவாடையும், அரக்கு கலர் மேற்சட்டையும் அணிந்தபடி ஒரு சிறுமியும் வந்தாள். கொலுசுக் கால்கள் சப்திக்க இங்குமங்கும் ஓடினாள். அவளுடைய அம்மா வைத்த அதே அளவு மல்லிகை பந்தலை அவளும் தலையிலே சூடியிருந்தாள்.

பெற்றோர் பார்க்காத சமயத்தில் அவள் கோயில் நாயிடம் விளையாட நெருங்கினாள். அது உர்ர் என்று அதிருப்தியாக உறுமியது. சிறிது பின்வாங்குவதும் அணுகுவதுமாக இருந்தாள். அவளுடைய கெண்டைக் கால்களை நாயினுடைய கூரிய பற்கள் சந்திக்கும் தருணத்துக்காக நான் ஆவலுடன் காத்திருந்தேன். அந்தக் குட்டி சந்தோஷமும் அவளுடைய தகப்பன் திடீரென்று நாயை விரட்டியதால் கெட்டுப்போனது. கோயில் தளிசையை மட்டுமே தின்று வளர்ந்த அது, தன்னுடைய விசுவாசத்தை நிலைநாட்ட

சிறிதுகூட பிரயாசை எடுக்காமல் மெதுவாக எழும்பிப் போனது எனக்கு மீளாத ஏமாற்றத்தைக் கொடுத்தது.

ஐயாவும் அம்மாவும் அர்ச்சனை தட்டில் வைத்து, சுத்த வெள்ளியில் ஆசாரியிடம் சொல்லி செய்த தொட்டிலையும் பிள்ளையையும் குருக்களிடம் கொடுத்தார்கள். நானும் தம்பியும் முறை வைத்துக் கொண்டு கோயில் மணியை அடித்தோம். பூஜை முடிந்ததும், மண்டபத்திலேயே வாழை இலை பரப்பி பொங்கல், வடை என்று பரிமாறினார்கள். பொங்கல் விழுந்ததும் வாழை இலையின் நிறம் கறுப்பாக மாறியது. ஓரத்தில் ஆரம்பித்துப் பொங்கலை ஊதி ஊதி திருப்தியாகச் சாப்பிட்டோம். வெய்யில் ஆறியவுடன் திரும்பலாம் என்று ஐயா யோசனை கூறினார்.

அம்மா முகத்தில் இப்போதுதான் பல நாட்களுக்குப் பிறகு சந்தோஷம் தெரிந்தது. மடத்தின் குளிர்ச்சியான திண்ணையில் காலை நீட்டி உட்கார்ந்து வெற்றிலை போட்டாள். சின்ன மாமி பக்கத்தில் இருந்தாள். வெற்றிலை போட்ட அம்மாவின் வாய் சிவப்பாக இருந்தது. என்னைப் பார்த்ததும் 'என்னடா பழிகாரா, வா' என்று அன்பாகக் கூப்பிட்டாள். ஆமை தலையை நீட்டுவது போல அம்மா ஒருவித தந்திரம் செய்து தன் கழுத்து நீளத்தைக் கூட்டவும், குறைக்கவும் செய்வாள். அன்று நீளமாகிய கழுத்து அலங்காரமாக ஆடியது. அவசரம் காட்டாத புன்னகை ஒன்று அவளிடம் அப்போது தோன்றியது. அது விரிந்து ஒரு முடிவை அடையமுன் நான் மடத்தை விட்டு கீழே இறங்கிவிட்டேன்.

ஆலமரத்தின் கீழே சின்ன மாமா ஒரு மூன்று பரிமாண தேசப் படம் போல கால்களை மடித்து, கைகளை விரித்துப் படுத்திருந்தார். அவருக்குப் பக்கத்தில் இருந்து ஐயா சுருட்டுப் பிடித்தார். அவருடைய கண்கள் மேலே போய் சொருகியிருந்தன. தேசிக்காய் துவாரங்கள் போல அவர் மூக்கில் பல சிறு துவாரங்கள் தென்பட்டன. ஒரு நாகத்தின் பிளவுபட்ட நாக்குபோல மூக்கிலிருந்து மெல்லிய நீலப் புகை இரு பக்கமும் பிரிந்து வந்துகொண்டிருந்தது.

முகத்தை அப்பாவித்தனமாக மாற்றிக்கொண்டு பொன்னியிடம் போனேன். அவள் பாவாடையைத் தொடை மட்டும் இழுத்துச் சுருக்கிக்கொண்டு குந்தியிருந்தாள். அவள் முகம் உப்பி அசைந்தது. தூரத்தில் இருந்து பார்த்தபோது ஒரு ராட்சத தவளை கால்களை அகட்டி வைத்து இளைப்பாறுவது போல காணப்பட்டாள். ஆனால் நெருங்கியபோது அவள் வாய் முணுமுணுப்பது தெரிந்தது. சத்தம் வந்தது. ஆனால் வார்த்தை தெரியவில்லை. இன்னும் உற்றுக் கேட்டால் அது அவள் அடிக்கடி பாடும் அந்தக் காலத்தில் பிர பலமான ஒரு நாடகத்தில் வரும் பாட்டு.

காதுமணி களவெடுத்தேன்.
காதுமணி களவெடுத்தேன்.

கருணை புரியும் எங்கள் மருதடி பிள்ளையாரே,
காதுமணி களவெடுத்தேன்.
முன்னையும் ஒருநாள் மூக்குத்தி எடுத்தேன்,
முத்தாம்பி பெண்டிலின்ரை மூக்கையும் கடித்தேன்.
காதுமணி களவெடுத்தேன்.

இதையே திருப்பித் திருப்பிப் பாடினாள். அலுக்காமல் வேலை முடியும்வரை பாடினாள்.

குழந்தைகளைக் குளிப்பாட்டுவதுபோல ஒருவித வாஞ்சையுடன் பாத்திரங்களை ஒவ்வொன்றாக அலம்பினாள். அவளுடைய நகங்கள் பிறைச்சந்திர வடிவமாக எதிர்த்திசையில் தேய்ந்துபோய் இருந்தன. என்னைக் கண்டதும் புதிதாக ஒரு கோபம் கிடைத்ததுபோல முகத்தை உம்மென்று நீட்டினாள். முழங்கால் மூட்டில் ஏற்பட்ட பாவாடை நீக்கலுக்குள் நான் பார்த்துவிடாமல் இருக்க தன்னுடைய பின்பக்கம் என்னுடைய முகத்துக்கு நேராக வரும்படி பிரயத்தன மாகத் திருப்பி வைத்தாள்.

'பொன்னி, இனி எப்ப நீ டவுனுக்கு ஓடப்போறாய்?'

அவள் திரும்பினாள். அந்தப் பார்வை சீறி என்னைத் தொடுமுன் நான் எங்கள் இடைவெளியை அகலமாக்கினேன்.

மகரந்தத் தூள்களைக் குவித்ததுபோல மணல் பரவிக் கிடந்தது. கால்களை வைத்தபோது விரல்கள் எல்லாம் புதைந்தன. சூரிய ஒளியில் மினுங்கி மினுங்கி ஒளிவிட்டன. வீரம் மீண்ட சொறிநாய் நீர்ப்பறவை ஒன்றைத் துரத்தியது. அது எம்பி உயர்ந்து வானத்தைத் துடைத்துத் துடைத்துப் பறந்தது. எலும்பிலிருந்து தசைகளைத் தொங்க விட்ட ஒரு பிச்சைக்காரன் இடது கையைத் தாமரை மலர்போல விரித்து, அதிலே வாழை இலையை வைத்து, தனது மதிய போசனத்தை வலது கையால் தின்றான்.

அந்த அருமையான பகல் பொழுது இப்படி வீணாவதை என்னால் பொறுக்க முடியவில்லை. கோயில் திண்ணையில் தம்பி மார்பிள் உருட்டி விளையாடிக்கொண்டிருந்தான். கிட்டப்போய், கைகளைப் பின்னே கட்டிக்கொண்டு 'வா' என்றேன். ஏதோ புதையல் எடுக்கக் கூப்பிட்டதுபோல சடாரென்று மார்பிள்களை எடுத்துப் பையிலே வைத்துக்கொண்டு புறப்பட்டான்.

அவன் கண்கள் ஆவலாகப் பரபரத்தன.

'அண்ணா, எங்கை போறம், சொல்லு அண்ணா?'

'அருமையான இடம்.'

'ஐயோ! அருமையான இடம்.'

கால் சட்டைக்குள் மார்பிள்கள் கிலுங் கிலுங் என்று சத்தம் போட அவசரமாக நடந்து வந்தான். அவன் அணிந்திருந்த நீல

வார்ச்சட்டை காற்றிலே பாய்மரம் போல விரிந்தது. சிவப்பான கொழுத்த கன்னங்கள். கறுத்த பெரிய பொட்டு. ஏதோ பெரிதாகச் சாதிக்கப் போவதுபோல விரைந்தான்.

திடீரென்று நான் நின்றேன். அதட்டும் குரலில் 'சொல்லுவியா ?' என்றேன்.

'மாட்டன்.'

'சொல்லுவியா ?'

'மாட்டன்.'

எதற்கும் பாதுகாப்பாக இருக்கட்டும் என்று அவனுடைய தலையிலே ஒரு குட்டு வைத்தேன். அவன் 'ஆஆ' என்று அழத் தொடங்கினான். 'சரி,சரி, சனியன், திரும்பிப் போ' என்றேன். 'இல்லை அண்ணா, இல்லை' என்று கெஞ்சினான். அவன் குரல் உருக்கமாக இருந்தது.

தலையைக் கீழே போட்டுக்கொண்டு கொஞ்ச தூரம் ஆழமாக யோசித்தபடி நடந்தான். பிறகு 'இஞ்சை பார்' என்று சிரித்தபடி நின்றான். விரித்த அவன் கைகளில் இரண்டு மார்பிள்கள் இருந்தன. அதை என்னிடம் முழுக்கையையும் நீட்டிக் கொடுத்தான். 'உண்மையாகவா ?' என்றேன்.

'மெய். மெய். உனக்குத்தான், வைத்திரு' என்றான்.

'பிறகு திருப்பிக் கேட்க மாட்டாயே ?'

'மாட்டன்' என்று உறுதி கூறினான்.

கர்ணன் போர் உக்கிரத்தில் கவச குண்டலங்களைக் கழற்றித் தானம் செய்ததுபோல இவனும் தந்தான். இன்னும் சரியாக ஒரு நிமிடத்தில் இவன் இறந்துவிடுவான் என்பது தெரியாமல் நான் அந்த மார்பிள்களை வாங்கி என்னுடைய பக்கட்டில் பத்திரமாக வைத்துக்கொண்டேன்.

குளம் வந்ததும் நான் கால்களை நனைத்தேன். அவன் எட்டியிருந்து பார்க்கலாம் என்று அனுமதித்தேன். அவனும் அப்படியே செய்தான்.

'கிட்ட வராதே.'

'வர மாட்டன்.'

'அண்ணா, நீ நீந்துவியா ?' என்றான் திடீரென்று. உலகத்தில் உள்ள சகல கலைகளிலும் நான் தேர்ச்சி பெற்றிருக்க வேண்டும் என்று அவன் நினைத்தான். அந்தக் கேள்விக்கு நான் நேராகப் பதில் சொல்லவில்லை. 'இந்தக் குளம் ஆழம் காணாது' என்றேன். 'கிட்ட வராதே.'

'கொஞ்சம் காலை வைக்கிறன், அண்ணா !'

அப்படித்தான் அவன் காலை நனைத்தான். சதித்தனமாகக் குளத்தில் இறங்கிவிட்ட பெருமை கண்களில் தெரிந்தது.

‘அண்ணா, என்னைப் பார். என்னைப் பார்’ என்றான்.

எனக்குக் கோபம் வந்தது. இவன் அளவுக்கு அதிகமாகக் குளத்தை அனுபவிப்பதை நான் விரும்பவில்லை. இவன் செய்வதிலும் பார்க்கக் கூடுதலான ஒரு யுக்தியை நான் செய்துகொண்டே இருக்கவேண்டும்.

‘இதோ!’ என்றேன்.

அப்போது என் கண்முன்னே கணுக்கால் வெள்ளத்தில் அவன் சரிந்துகொண்டிருந்தான். கனவிலே நடப்பதுபோல ஈர்க்கப்பட்டு அதையே பார்த்தேன். அவன் அப்படித் தத்தளித்தபோது எட்டிக் கைகளைக் கொடுத்திருந்தாலோ, சத்தம் எழுப்பியிருந்தாலோ போதும். நான் செய்யவில்லை. விறைத்துப்போய் ஒரு நிமிடம் வரைக்கும் அசையாமல் அங்கே தோன்றிய நீர்ச்சுழலைப் பார்த்தவாறு நின்றேன். ஒரு மந்திரம்போல அவன் சிரித்தபடி கைகொட்டி எழும்புவான் என்ற நினைப்பு எனக்குள் இருந்தது.

அதற்குப் பிறகுதான் ஓவென்று கத்திக்கொண்டு அம்மாவிடம் ஓடியதாக ஞாபகம். தம்பியை மல்லாக்காகத் தூக்கிக்கொண்டு ஐயாவும், அம்மாவும், சின்ன மாமியும் காரிலே ஏறி ஆஸ்பத்திரிக்கு ஓடினார்கள். சின்ன மாமா எங்களை எல்லாம் திரட்டி, சாமான்களை மூட்டை கட்டி தலையிலே சுமத்தி, பஸ்ஸிலே கூட்டிக்கொண்டு ஊர் திரும்பினார்.

நாங்கள் வீடு திரும்பி சில மணி நேரத்திலேயே காரும் வந்து சேர்ந்தது. ஊர் சனம் எல்லாம் எங்கள் வீட்டை எப்படியோ நிறைத்துவிட்டார்கள். முதலில் ஐயா இறங்கினார். பதப்படுத்திய பலா மரத்தில் கடைந்தெடுத்த வீணையைப் பக்குவமாக ஒருவர் தூக்குவதுபோலத் தம்பியைப் பக்கவாட்டில் இரண்டு கைகளிலும் ஏந்தியபடி அவர் நடந்து வந்து நடு அறையில், நடுக் கட்டிலில் கிடத்தினார். திடீரென்று அந்த அறையில் இருந்த காற்றை யாரோ அகற்றிவிட்டார்கள். நான் வெளியே ஓடிவந்து மூச்சு விட்டேன்.

என்னுடைய ஐயா, அம்மா நல்லவர்கள். கடைசி வரைக்கும் என்ன நடந்ததென்று என்னைக் கேட்டுத் துளைக்கவில்லை. அதனால் அந்த மரணத்துக்கான காரணத்தைச் சொல்லும் வாய்ப்பை நான் இழந்துவிட்டேன்.

தன்பாட்டுக்கு மார்பிள்களுடன் விளையாடிக்கொண்டிருந்தவனை ஆசைக் காட்டிக் குளத்துக்குக் கூட்டிக்கொண்டு போனதையோ, கணுக்கால் அளவு தண்ணீரில் அவன் அமிழ்ந்தபோது கைகளை எட்டி நீட்டாததையோ, வட்டவட்ட குமிழிகள் எழும்பியபோது புதினமாகப் பார்த்தவாறு நின்றதையோ நான் ஒருவருக்கும் கூறவில்லை.

சுருட்டி விடும் கன்வஸ் திரைகள் கொண்ட, ஒஸ்டின் செவன் பெட்டி வடிவக் கார் சன்னல் கரை இருக்கையை, திரும்பி வரும் போது தருவதாக அவனுக்குக் கொடுத்த வாக்கை நான் காப்பாற்ற முடியாததையும் சொல்லவில்லை.

கல்லறை

பிரான்ஸிஸ் தேவசகாயத்துக்கு இரவு மறுபடியும் அந்தக் கனவு வந்தது. அதனாலோ என்னவோ அவர் வெகு நேரம் தூங்கிவிட்டார். அன்று எப்படியும் காலை 7.30க்குக் கிளம்பிவிட வேண்டும் என்று திட்டம் போட்டிருந்தார். அப்படி புறப்பட்டால்தான் பொஸ்டன் நகரத்து வீதிகளின் ஒத்துழைப்போடு 8.00 மணிக்கு அலுவலகத்துக்குப் போய்ச் சேரலாம்; 7.35க்குப் புறப்பட்டால் 8.20 மட்டும் இழுத்துவிடும்; 7.40 என்றால் நிச்சயம் 9.00 மணிக்கு மேல்தான் போய்ச் சேரமுடியும்.

நேரத்துக்கு அலுவலகத்துக்கு போகக்கூடிய சாத்தியக் கூறுகள் அன்று தென்படவில்லை. அவருடைய மகள் மேசையின் முன்னால் உட்கார்ந்து தேநீர் கோப்பையையே வெறித்துப் பார்த்துக்கொண்டிருந்தாள். தேநீர் பையின் இரண்டு காதுகள் வெளியே தொங்கின. தேநீரின் நிறம்போல அவள் முகமும் கோபத்தில் சிவந்து கிடந்தது. ஒரு பதினாலு வயது பள்ளி மாணவிக்கு இவ்வளவு துக்க பாரங்கள் உண்டா என்பது அவரை வியக்க வைத்தது. பள்ளிக்கூட முதுகுப்பை கவனிப்பாரின்றி கீழே கிடந்தது. அவர் கேட்ட கேள்விகளுக்கு வெறுப்பாக ஒரு சொற்பதில்கள் சொன்னாள். அப்படிப் பேசுவதில் அவள் மிகவும் சாமர்த்தியம் வேறு காட்டினாள். ஒன்றுக்கு மேற்பட்ட வார்த்தைகளில் பதில்கள் வரக்கூடிய கேள்விகளைத் தயாரிப்பதில் அன்று அவர் பெரிதும் நேரம் செலவழிக்க வேண்டியிருந்தது.

பள்ளிக்கூட பஸ்ஸின் சத்தம் கேட்டதும் திடீரென்று பையை மாட்டிக்கொண்டு புறப்பட்டாள். அவளுடைய முகத்தைத் தூக்குவதற்கு வேறு யாரும் இல்லாததால் அவளாகவே அதைச் சிரமத்துடன் தூக்கிவைத்துக் கொண்டு போனாள். அப்படி தூக்கியதை இனி இறக்கி வைக்க அவளுக்கு இரண்டு நாளாவது பிடிக்கும்.

அவளுடைய நீண்ட கோபத்தின் காரணத்தை அவர் ஒருநாள் கண்டுபிடிப்பார்.

மனைவியிடம் பேச்சுக் கொடுக்க அவருக்குத் தயக்கமாக இருந்தது. பேப்பரில் முகத்தைப் புதைத்தார்.

இந்தப் பன்னிரண்டு வருடத்து அமெரிக்க வாழ்க்கையில் குளிர் தேசத்துக்கு வேண்டிய உடுப்புப் பழக்கம் அவளுக்கு இன்னும் ஏற்படவில்லை. கடல் அலை பாயும் நேரத்திலோ, குளம் வற்றாத நேரத்திலோ, பெரு வெள்ளம் சாலைகளில் ஓடும் நேரத்திலோ நடப்பதற்கு ஏதுவாக நிலத்திலிருந்து ஆறு அங்குலம் உயரத்தில் சேலையின் கரை இருக்கும் விதமாக அதை அணிந்துகொண்டு வீட்டிலே உலவினாள்.

காலையில் ஏதாவது ஒரு வியாதியைக் கற்பனை செய்வது அவள் வழக்கம். நேற்று மூச்சடைப்பு இருந்தது; அதற்கு முதல் நாள் கண் எரிச்சல் என்ற முறைப்பாடு. அன்று மூட்டுவலியாக இருக்கலாம். ஒரு பிளேட்டிலே வைக்கலாம் என்ற சிறு அறிவுகூட இல்லாமல் கைகளினால் தொட்டு பிரெட்டும் ஜாமும் எடுத்துக் கொண்டு, இரண்டு இடக்கால்களால் நடப்பதுபோல அரக்கி அரக்கி வந்தாள்.

காலை நேரங்களில் அவருக்கு உலகை வெறுக்க எடுக்கும் அவகாசம் வரவர சுருங்கிவிட்டது. அவசரமாக வெளியே வந்து காரில் ஏறி உட்கார்ந்து சீட் பெல்ட்டை மாட்டினார். அப்படி மாட்டியபோது தன் வாழ்நாளில் மறக்கமுடியாத ஒரு சம்பவம் அன்று நடக்கப் போவது அவருக்குத் தெரியாது.

தேவசகாயம் ஒரு மனநோய் மருத்துவர். கடந்த நாலு வருடங்களாக அவர் ஒரு தனி கிளினிக் நடத்தி வந்தார். ஆரம்பத்தில் அவரிடம் இந்திய, இலங்கை, பாகிஸ்தானிய நோயாளிகளே வந்தார்கள். இப்பொழுது அமெரிக்கர்களும் வரத் தொடங்கியிருந்தனர். மன நோயில் சாதிப் பிரிவோ, நாட்டுப் பிரிவோ இல்லாதது அவருக்கு வசதியாகப் போய்விட்டது.

ஆனாலும் இந்தக் கனவு அவருக்குப் பெரும் இம்சையாகிவிட்டது. யாரிடமாவது இந்தப் பிரச்சினையைச் சொன்னால் மனப் பாரம் இறங்கும். யாரிடம் சொல்வார்? அவரே ஒரு மனநோய் வைத்தியர்.

இரவிலே நித்திரை கொள்வதற்கே அவர் பயந்தார். திருப்பித் திருப்பி ஒரே கனவு வருகிறது. ஒரு நாளா, இரண்டு நாளா? ஒரு வார காலமாக. கனவின் முடிவு மட்டும் தெரிவதாயில்லை. அந்த நேரம் பார்த்து முழிப்பு வந்துவிடுகிறது.

சாலையிலே காரை எடுத்தபிறகு மனது கொஞ்சம் அமைதி அடைந்தது. கர்ப்பிணிப் பெண்ணில் காணும் கவர்ச்சிபோல இலை உதிர் காலத்து மரங்களுக்கு ஒரு விசேஷ அழகு இருக்கும். அப்படி அமைதியான சிறு குளிர் தரும் காலைப்போதுகளில் அவருக்குக் கவிதை பிய்த்துக்கொண்டு வரும். அன்றும் வந்தது. சொல்லிப் பார்த்தார்.

மொட்டை மரங்கள்
நிரையாக அணிவகுத்து
நின்றன.

குளிர் காலம்
வரப்போவதற்கான அறிகுறி
எங்கும் தென்பட்டது.
பறவைகள் தூரதேசம் பறந்தன.
துருவக் கரடிகள்
தங்கள் மயிர்களை நீளமாக வளர்த்து
ஆழ்நித்திரைக்குத் தயாராகின.
ஆடுகள்
கத்தையான ரோமத்தின் கதகதப்பில்
தங்களைப் பாதுகாக்க ஆயத்தப்படுத்தின.
மனிதர்கள்
காலுறையும் கையுறையும் தொப்பியும் அணிந்து
தங்கள் உடம்புகளை
நீண்ட அங்கிகளுக்குள்
மூடி
மறைத்துகொண்டார்கள்.
ஆனால்,
இந்த மரங்கள் மாத்திரம்
இருக்கும் இலைகளையும் உதிர்த்துவிட்டு
வெறும் மேலோடு குளிர் காலத்தை
எதிர்க்கத் தயாராகி விட்டன.
என்ன துணிச்சல்!

கவிதை நன்றாக வந்ததுபோல பட்டது. 'தைரியம்' என்ற தலைப்பு கொடுக்கலாம். இன்னும் சில கவிதைச் சொற்களைச் சொருகிவிட்டால் நல்லாயிருக்கும். மறக்க முன்பு எழுதி வைத்துவிட வேண்டும் என்று நினைத்துக்கொண்டார்.

சமிக்ஞை விளக்குகள் மறித்தன. ஒரு சிவப்புத் தலை அழகி தோல் ஓவர்கோட் அணிந்து தோள்களைச் சுருக்கிக்கொண்டு பாதையை அவசரமாகக் கடந்தாள்.

அவருடைய கனவில் வரும் பெண்ணுக்கும் இப்படிச் சிவப்புத் தலைதான்.

இருளும், பனிப்புகாரும் சூழ்ந்த ஒரு நீண்ட சாலை. இரண்டு பக்கமும் மரங்கள். வேறு நடமாட்டமே இல்லை. ஒரே அமைதி.

தலையிலிருந்து கால்வரை மூடிய ஒரு நீளமான கறுப்பு அங்கியை அவர் அணிந்திருந்தார். கண்களுக்குத் துளை வைத்த அங்கி. அவர் நடந்துகொண்டிருந்தார். எதையோ குறிவைத்துப் போவது போல கால்கள் பரபரப்பாக இயங்கின.

தூரத்தில் ஒரு உயரமான சர்ச் தென்பட்டது. பிரம்மாண்டமான கதவுகள். சர்ச் நுனியிலே சிலுவைக்குறி. அதிலே சிவப்பு விளக்கு.

அவர் கால்கள் அந்த சர்ச்சுக்குப் பின்னால் இருந்த மயானத்தை நோக்கிச் செல்லத் தொடங்கின.

இப்பொழுது வேறு பல கறுப்பு அங்கி உருவங்களும் சேர்ந்து விட்டன. அவை எல்லாம் ஒன்றையொன்று இடித்துக்கொண்டு ஒரு சவக்குழியை நோக்கி விரைந்தன. திடீரென்று அந்த இடத்தில் செங்கூந்தல் பெண் ஒருத்தி தோன்றினாள். வெள்ளை ஆடை உடுத்தி, தேவதை போல இருந்தவள், அனாயாசமாக கறுப்பு அங்கி உருவங்களை விலக்கியபடி, அவரைக் குறிவைத்து வந்து அவர் கையை எட்டிப் பற்றினாள்.

சவக்குழி இப்போது நன்றாகத் தெரிந்தது. அதன் ஆழத்திலே ஒரு சவப்பெட்டி மூடியபடியே கிடந்தது. பக்கத்திலே பளிங்கு கல்லில் கல்லறை வாசகம் எழுதித் தயாராகவிருந்தது. அந்தப் பெண் புன்னகை செய்தபடி அதைச் சுட்டிக் காட்டினாள். அதில் அவருடைய பெயர் 'பிரான்ஸிஸ் தேவசகாயம்' என்று எழுதியிருந்தது. பிறந்த தேதியைப் படித்தார். மிகச் சரியாக இருந்தது. 22 ஏப்ரல் 1955.

வெள்ளை உடைப் பெண் அவரை விட்டுக் கண்களை எடுக்கவில்லை. இறந்த தேதியைப் பார்த்தார். அதைப் படிப்பதற்கு முன்பு கறுப்பு அங்கிப் பட்டாளம் அவர்களை நெருக்கித் தள்ளியது. அவருக்கு முழிப்பு வந்துவிட்டது.

அந்த இடத்தில் ஒவ்வொரு நாளும் சரியாகக் கனவு முறிந்துவிடுகிறது. அவர் நெஞ்சு படபடவென்று அடிக்கும். அவருடைய உடம்பு வெள்ளமாக நனைந்திருக்கும்.

சில நாட்களில் அவருக்கு நித்திரையிலேயே இது கனவு என்ற உணர்வு வந்துவிடும். சினிமா போல அடுத்து என்ன சம்பவிக்கும் என்றும் தெரியும். அந்தக் கல்லறை வாசகம் வரும் சமயம் இந்தக் கனவை எப்படியும் நீடித்து அந்த தேதியைப் படித்துவிட வேண்டும் என்று மனம் அவாவும். ஆனால் நித்திரை கலைந்துவிடும்.

இந்தக் கனவு வருவதற்கு மனோதத்துவ ரீதியான காரணங்கள் இருக்கலாம் என்று யோசித்தார். ஆழ்மனது ஆசைகளின் சூசகமான வெளிப்பாடு என்று சிக்மண்ட் பிராய்டு சொல்லிவிட்டார். இந்த நாடு வந்து எல்லாமே மாறிவிட்டது. கடந்த பன்னிரண்டு வருடங்களில் மனைவியும் மகளும் அவரிடமிருந்து விலகி விலகி வந்தனர், ஒவ்வொரு நாள் காலையிலும் ஒரு இஞ்ச் என்ற விகிதத்தில்.

மாற்றம்தான் மனித குழப்பத்துக்குக் காரணம் என்று பட்டது. அன்றுமுதல் இன்றுவரை மாறாத குணம் கொண்டவை இந்த மருத்துவமனைக் கதவுகள் மாத்திரம்தான். அவர் வருவதை எப்படியோ மின்சாரக் கண்களால் முன்கூட்டியே தெரிந்து வைத்துக் கொண்டு, தயாராகக் காத்திருந்து, அவர் வாசலை அணுகியதும் இரண்டு கைகளாலும் வரவேற்பதுபோல படீரென்று இரு கதவுகளையும் திறந்து, அவர் உள்ளே நுழையுமட்டும் பொறுத்திருந்து,

பின் நுழைந்தவுடன் அவர் முற்றிலும் நுழைந்துவிட்டார் என்பதை நிச்சயித்துக்கொண்டு, மறுபடியும் இணைந்து வணக்கம் கூறி விடை பெறும். இந்தக் கதவுகளின் நடத்தையில் அவர் இதுவரை ஒரு வித மாற்றத்தையும் காணவில்லை.

இப்படி வித்தியாசமாக நினைத்தபோது அவர் உதட்டில் புன்சிரிப்புக்கு இரண்டு செகண்ட் முந்திய ஒரு முறுவல் தோன்றி மறைந்தது.

அலுவலகத்துக்கு வந்தபோது மணி ஒன்பது. வரவேற்பாளினி அவரைக் கண்டதும் எழுந்து பின்னாலே ஓடி வந்தாள். அதிக எடையும், குறைந்த இடையுமாக அவள் பெரிய கறுப்புப் பட்டையை இடுப்பிலே கட்டி இறுக்கி இருந்தாள். காதுகளை மறைத்த அவள் மயிர் கற்றைகள் கன்னத்தில் படபடவென்று அடித்தன. பென்சில் குதிக் காலணிகள் சப்திக்க சப்திக்க வந்தவள் மூச்சுக் காற்றை இரைச்சலுடன் விட்டுக்கொண்டு பேசினாள்.

'டாக்டர், கிறிஸ்டி என்ற பெண் நேற்றிலிருந்து நாலு தரம் போன் செய்துவிட்டாள். சரியான அவசரம்; உடனே பார்க்க வேண்டுமாம்.'

'டெபி, இது என்ன அவசரப் பிரிவு வார்டா? மன நோய்தானே! அடுத்த வாரத்தில் ஒரு நாள் வந்து பார்க்கச் சொல்லு.'

அவருக்கு அன்று உற்சாகமே இல்லை. இரவு வருவதற்கு இன்னும் எத்தனை மணி நேரம் இருக்குமென்று எண்ணிப் பார்த்தார். பிறகு டைரியைப் பிரித்து வாசித்தார். அவருடைய முதல் நோயாளி ஒரு நாற்பத்தைந்து வயதுக்காரர். இன்ஸூரன்ஸ் முகவர். மூளைக்கும் வாய்க்கும் தொடர்பு அறுந்தவர்; பேசவிட்டால் பேசிக்கொண்டே இருப்பார்.

தேவசகாயத்தின் வாயிலிருந்து ஸ்றோபரி ஜாமின் வாசனையுடன் ஒரு கொட்டாவி வெளிப்பட்டது. வரவேற்பாளினியை டெலிபோனில் அழைத்து அந்த இன்ஸூரன்ஸ்காரரை அனுப்பச் சொன்னார்.

அவர் வந்து சாய் கதிரையில் மிகவும் பழக்கப்பட்டவர்போல சாய்ந்துகொண்டு, 'டாக்டர், போனமுறை விட்ட இடத்தில் இருந்து ஆரம்பிக்கட்டுமா?' என்றார். 'சரி, சொல்லுங்கள்' என்றார் டாக்டர்.

'எனக்குக் களவு செய்வதென்றாலே பிடிக்காது. அது என்னவோ சிறு வயதில் இருந்தே எனக்கு அதில் ஒருவித ஈடுபாடும் கிடையாது. என் பெற்றோர்களும் அந்த வயதில் ஒருவித ஊக்கமும் எனக்குத் தரவில்லை. ஆனால் சமீபத்தில் நான் ஒரு திருட்டை செய்துவிட்டேன். சுவரேறிக் குதித்தோ, முகமூடி அணிந்தோ, வழிப்பறி செய்தோ நடத்திய களவு இல்லை. சொந்த வீட்டிலேயே திருடியதுதான். அதுவும் கட்டிய மனைவியிடம்.....'

ஒரு மாதிரியாக நாலு நோயாளிகளை அன்று பார்த்து முடித்துவிட்டார். மதிய உணவுக்குப் போகலாம் என்று அவர் நினைத்தபோது வரவேற்பாளினி இன்னொரு தடவை அரக்கப்பரக்க ஓடி வந்தாள்.

‘டாக்டர், அந்தப் பெண்மணி கிறிஸ்டி வந்திருக்கிறாள். மிகமிக அவசரமாம். It's a matter of life and death. பிளீஸ் டாக்டர், அனுப்பட்டுமா?’ என்றாள்.

தேவசகாயத்துக்குக் கோபம் வந்தது. ஆனால் இது வினோதமாகவும் பட்டது. இந்த எட்டு வருட அனுபவத்தில் இப்படி அவசரக் கோலத்தில் அவர் ஒரு நோயாளியையும் பார்த்ததில்லை.

‘ஒகே, வரச்சொல்லு’ என்றார்.

சிறிது நேரம் கழிந்தது.

வைத்த கண் வாங்காமல் அவள் வருவதை அவர் பார்த்துக்கொண்டிருந்தார்.

அவள் நிறமோ செம்மண். நீலக் கண்கள், மஞ்சள் ரப்பைகள், கறுப்பு உதடு, பச்சை நகம், சிவப்பு கூந்தல் இன்னும் வேறு வேறு அங்கங்களில் வேறு வேறு பூச்சு வேலைகளுக்கும் சாத்தியம் இருக்கிறது என்று சொல்வதுபோல அசைவென்று ஊகிக்க முடியாத ஒரு அசைவில் வந்துகொண்டிருந்தாள். உடம்பிலே கடவுள் படைத்த அத்தனை நிறங்களும் வந்துவிட்டதாலோ அல்லது அவற்றை எடுப்பாகக் காட்டவோ அவள் முற்றிலும் வெள்ளையாலான ஒரு தொளதொள உடையை அணிந்திருந்தாள். வெள்ளைக் கலருக்கு இவ்வளவு அழகிருப்பது அவருக்கு இதற்கு முன்பு தெரியவில்லை.

‘டாக்டர், நான் பெரிய இக்கட்டில் இருக்கிறேன். என்னால் தூங்கவே முடியவில்லை. கடந்த ஒரு வார காலமாக எனக்கு ஒரே கனவு தொடர்ந்து வந்துகொண்டிருக்கிறது. அந்தக் கனவில் ஒரு பொறுத்த கட்டம் வரும்போது நான் முழித்துவிடுகிறேன். எனக்குப் பயமாக இருக்கிறது’ என்றாள்.

டாக்டருக்கு திடுக்கென்றது. தன்னைப் போலவே இந்தப் பெண்ணுக்கும் கனவுகள் வருகின்றன. இது என்ன பொஸ்டனில் தொடர் கனவு வாரமா?

‘சரி, என்ன கனவு? சொல்லுங்கள் பார்ப்போம்.’

‘அது ஒரு நீண்ட சாலை. இரண்டு பக்கமும் மரங்கள். இருளும் பனிப்புகாரும் எங்கும் சூழ்ந்திருந்தது. ஒரே அமைதி.

‘நான் வேகமாக நடந்துகொண்டிருந்தேன்.

‘திடீரென்று ஒரு உயரமான சர்ச் தென்பட்டது. பிரம்மாண்டமான கதவுகள். சர்ச் நுனியிலே சிலுவைக்குறி...’

‘நில்லுங்கள். சிவப்பு விளக்கு இருந்ததா?’ என்றார் டாக்டர்.

‘ஆமாம், டாக்டர் எரிந்தது. உங்களுக்கு எப்படித் தெரியும்,’ என்று சொல்லிவிட்டுத் தொடர்ந்தாள்.

‘நான் சர்ச்சை நோக்கி நடக்கத் தொடங்கினேன். அதற்குப் பின்னால் ஒரு மயானம். அங்கே பல கறுப்பு அங்கி உருவங்கள் ஒரு சவக்குழியைச் சுற்றி அலைந்தன. ஒரு கறுப்பு அங்கி உருவத்தை

மாத்திரம் குறிவைத்து என் கால்கள் நகர்ந்தன. அந்த உருவத்தின் கைகளைப் பற்றி நான் இழுத்தேன்.

'சவக்குழியில் ஒரு சவப்பெட்டி மூடியபடியே கிடந்தது. பக்கத்திலே பளிங்கு கல்லில் கல்லறை வாசகம் எழுதித் தயாராகவிருந்தது. நான் அந்த உருவத்தைப் பார்த்து புன்னகைத்தபடியே அந்த வாசகத்தைச் சுட்டிக் காட்டினேன். அந்த சமயத்தில் கறுப்பு அங்கிப் பட்டாளம் எங்களை நெருக்கித் தள்ளியது. நான் முழித்துவிட்டேன்.'

கதையைச் சொன்ன ஆசுவாசத்தில் பெருமூச்சு விட்டாள். முகம் வியர்த்துப்போய் இருந்தது.

டாக்டரைப் பார்க்க சகிக்கவில்லை. முகத்தில் பயக்களை பூரண மாகக் கட்டிவிட்டது.

அவர் அவளைக் கூர்ந்து பார்த்தார். சந்தேகமே இல்லை. கனவிலே கண்ட அதே பெண்தான். வெள்ளை ஆடை, சிவப்புத் தலைமயிர், நீலக் கண்கள்.

'இந்தக் கனவு எவ்வளவு காலமாகத் தொடருகிறது?' என்றார். அவர் குரலில் சிறு நடுக்கம் சேர்ந்துவிட்டது.

'ஒரு வாரமாக.'

'இதற்கு முன்பு ஏன் என்னிடம் வரவில்லை?'

'கனவுதானே, போய்விடும் என்று நினத்தேன்.'

'இன்று வந்த காரணம்?'

'அந்தக் கல்லறையில் இருந்த வாசகம்தான்' என்றாள்.

'என்ன? நீங்கள் அந்த வாசகத்தைப் படித்தீர்களா?'

'ஒவ்வொரு தடவையும் படித்திருக்கிறேன்.'

'எல்லாம் ஞாபகமிருக்கிறதா?'

'சிலது மட்டும் ஞாபகமிருக்கிறது.'

'கல்லறையில் எழுதிய பெயர் ஞாபகம் இருக்கிறதா?'

'இல்லை.'

'பிறந்த தேதி?'

'ஞாபகம் இல்லை; ஆனால் இறந்த தேதி துல்லியமாக நினை விருக்கிறது.'

டாக்டர் பரபரப்பானார்.

'அப்படியா? சொல்லுங்கள், சொல்லுங்கள்.'

'செப்டம்பர் 12; அதாவது நாளை.'

கொம்புளானா

உலகத்து சிறுவர்களை எல்லாம் நடுங்க வைக்கும் திறமை கொண்ட ஒரு தமிழ் எழுத்து இருக்கிறது. அது வேறொன்றுமில்லை; கொம்புளானாதான். 'ழ' இருக்கிறது. 'ல' இருக்கிறது. அதற்கு நடுவில் இது என்ன பெரிசாகக் கொம்பு வைத்துக்கொண்டு என்று அவள் சிறுவயதில் யோசித்திருக்கிறாள். இலக்கணப் பெரியவர்களைத் திருப்திபடுத்தும் ஒரே நோக்கத்தோடு படைக்கப்பட்ட இந்த 'ளா'னா இன்று தன் சுயரூபத்தைக் காட்டிவிட்டது.

ஒன்பது வயதுகூட நிரம்பாத அவளுடைய மகன் சாந்தன் கோபத்தில் கொப்பியைத் தூக்கி எறிந்துவிட்டு வெளியே போய்விட்டான். பனி தூவிக்கொண்டு இருந்ததையும் கவனிக்காமல் மேலங்கியை அவசரமாக மாட்டி, தொப்பிகூட அணியாமல் சென்றுவிட்டான். பத்மாவதிக்குக் கோபமாக வந்தது. கண்ணீர் காவலர்கள் தடுமாறினர். கோபம் சாந்தன் மீதா அல்லது கொம்புளானா மீதா என்ற தீர்மானத்துக்கு அவளால் வர முடியவில்லை.

பத்மாவதிக்குக் கணவன் சொல்வது வேத மந்திரம். அவருடைய இரண்டு மந்திர வார்த்தை 'பாரம்பரியம்', 'கலாச்சாரம்' என்பவைதான். அகதியாக அந்நிய நாட்டுக்குத் தஞ்சம் கேட்டு வந்த பிறகு இந்த மந்திரச் சொற்களுக்கு வேகம் கூடியது. அதுதான் பத்மாவதி சனிக்கிழமை காலை நேரங்களில் சாந்தனுக்குத் தமிழ் சொல்லித் தரவேண்டும் என்ற ஏற்பாடு. ஒரு வருடப் பயிற்சியில் அவன் எழுத்துக்கூட்டி வாசிப்பான். ஆனால் இந்த கொம்புளானா கொடுமையில் இன்று மாட்டிவிட்டான். 'ல' எழுத வேண்டிய இடத்தில் 'ள' போட்டு பிரளயம வந்துவிட்டது. 'வட் இஸ் திஸ்? கொம்புளானா! கொம்புளானா! Who wants it?' என்று கத்தியபடி போய்விட்டான்.

அவள் சின்ன வயதில் பட்ட கஷ்டங்களில் பாதிக்கு மேல் இந்த கொம்புளானாவால் ஏற்பட்டதுதான். அவள் தகப்பனார் தமிழில் புலமை வாய்ந்த அளவுக்குப் பொறுமையில் புகழ் பெறாதவர். ஒவ்வொரு பிழைக்கும்

தலையில் குட்டு விழுந்தபடியே இருக்கும். சிறுவர் கொடுமை பிரபலமாகாத அந்தக் காலத்தில் சரி. இந்தக் காலத்தில் சாந்தனிடம் தான் இப்படி நடந்துகொண்டதற்காக வருத்தப்பட்டாள்.

பத்மாவதிக்கு ஆறாம் வகுப்பு மாணவிபோல முகம். ஒரு கூட்டத் திலே தொலைந்து போனால் கண்டுபிடிக்க முடியாது. எல்லோரு டைய முகமும் அவளுடையது போலவே இருக்கும். பார்த்தவுடன் அனுசரித்துப் போகவேண்டும் என்ற ஆசையை அது தூண்டிவிடும். பாரம்பரியம் மாறாமல் காலையிலிருந்து இரவு படுக்கும்வரை சமையலறையிலேயே வாசம் செய்தாள்.

அவள் பிறக்கும்போதே இப்படிப் பிறக்கவில்லை. இலக்கியத்தில் அவளுக்கு நல்ல ஆர்வம் இருந்தது; வார சஞ்சிகைகள் மாத நாவல் கள் அல்ல. தமிழில் மிகவும் குறைவாக வாசிக்கப்பட்ட சிறந்த படைப்பாளிகளுடைய கவிதைகள், கதைகள், கட்டுரைகள் எல்லாம் படித்திருந்தாள். அதன் தாக்கத்தில், தன் வீட்டில் நடந்த சம்பவங் களைக் கவிதையாக்கூட எழுதியிருக்கிறாள்.

அவர்கள் என் அண்ணனை
இழுத்துப் போனார்கள்.
பிணையில் விடுவதற்கு
பணம் கேட்டார்கள்,
கொடுத்தோம்.
பிறகு,
பிணத்தைத் தரவும்
பணம் கேட்டார்கள்.

இவற்றை எல்லாம் ரூல் போடாத அப்பியாசக் கொப்பியின் கடைசி ஒற்றையில் எழுதி வைத்திருந்தாள். இடம் பெயர்ந்தபோது அவையும் தொலைந்துவிட்டன.

அப்பொழுதெல்லாம் அவள் உடம்பு பாம்புபோல இருக்கும். பள்ளிக்கூட ஓட்டப் போட்டிகளில் எப்பவும் முதலாவதாக வருவாள். மணமான புதிதில் தானும் வெளியே போய் வேலை பார்க்கவேண்டும் என்ற ஆசையை ஒருநாள் சொன்னாள். அந்த வார்த்தை அவளை அறியாமலே வெளியே வந்து விழுந்துவிட்டது. சிறுமியாக இருந்த போது தவறாக விழுந்த ஒரு வார்த்தையை அழி ரப்பரால் திருப்பித் திருப்பி அழிப்பாள். அப்படியே தம்பிராசாவும் அவளுடைய அதரங்களில் எழுதப்பட்ட தவறான வார்த்தையைத் தன் தடித்த உதடுகளால் திருப்பித் திருப்பி அழித்தார். அந்தச் சமயம் தம்பிராசா சொன்னார். அவர்களுடைய பாரம்பரியத்துக்கு வீட்டைப் பார்த்துக் கொண்டிருந்தால் போதும் என்று. அவர் என்ன சொன்னாலும் அது சரியாய்தான் இருக்கும்.

அவள் 'ஏ' லெவல் படிக்கும்போது சயங்கொண்டாரின் கலிங் கத்துப்பரணி அவர்களுக்குப் பாடமாயிருந்தது. குலோத்துங்க

சோழனைக்காண இளம் மகளிர் வரும் கட்டம் அவளுக்கு மிகவும் பிடிக்கும். திருப்பித் திருப்பிப் படிப்பாள்.

எங்கும் உள மென்கதலி, எங்கும் உள
தண் கமுகம், எங்கும் உள பொங்கும் இளநீர்
எங்கும் உள பைங்குமிழ்கள், எங்கும் உள
செங்குமுதம், எங்கும் உள செங்கயல்களே.

வாழை, கமுகு, இளநீர், குமிழம்பூ, குமுதமலர் என்று பெண்ணின் அங்கங்களைத் தாவரங்களாகவே வர்ணித்த கவி, கண்களை ஒப்பிட மட்டும் கயல் மீனுக்குத் தாவியது ஏன் என்று அவள் கேட்டதற்கு ஆசிரியர் சொன்ன பதில் அவளை அசரவைத்தது. அதற்குப் பிறகுதான் இந்த பழங்கால இலக்கியங்களை மும்முரமாகக் கற்கத் தொடங்கினாள். ஆங்கிலத்தில் சார்ல்ஸ் டிக்கின்ஸ், ஒஸ்கார் வைல்டில் இருந்து கிரஹம் கிரீன் வரைக்கும் படித்திருக்கிறாள். தற்போதைக்கு கஷுவோ இஷிகுரோவைப் படிக்க மிகவும் ஆசை. கணவரிடம் பலமுறை கேட்டிருக்கிறாள். அவர் இந்தப் புத்தகங்களை வாங்கித் தருவதாகச் சொல்லியிருக்கிறார். அப்படிச் சொன்னால் அவர் கட்டாயம் செய்வார்.

தம்பிராசா அவளுக்குத் தூரத்து உறவுதான். கட்டுபெத்தவில் என்ஜினியரிங் படித்தவர் இங்கே வந்து இன்னொருவருடன் கூட்டு சேர்ந்து கார் கராஜ் வைத்திருந்தார். பழுதுபார்க்கும் கலை அவருக்கு இயற்கை தந்த நோய். மணமுடித்த நாளில் இருந்து இன்றுவரை பத்மாவதி புதுக் காரைக் கண்டதில்லை; எப்பவும் உடைந்த கார்தான். சனி, ஞாயிறு காலங்களில் அதன் கீழே படுத்துவிடுவார். கட்டையான மனிதர் என்றபடியால் காருக்குக் குறுக்காக அவர் படுத்து அதன் அடிப்பாகத்தை ஆராயும்போது அவருடைய கால்கள் வெளியே நீட்டிக்கொண்டு இருக்கும் அபாயம் இல்லை. அந்தக் கார் நிமிர்ந்து ஒரு தரத்துக்கு வரும்போது நல்ல விலை வந்ததென்று விற்றுவிடுவார். மீண்டும் லொட லொட சவாரிதான். அவருடன் போகும்போது கார் எந்தப் பனிப்பிரதேசத்தில், எப்போது நின்றுவிடுமோ என்ற பயம் அவளைக் கவ்வியபடியே இருக்கும்.

தம்பிராசா உருண்டையாக வருவதற்கு முன்பு வடிவாகத்தான் இருந்தார். அப்பொழுதெல்லாம் அவருடைய தலைமயிர் வழுக்கை விழாமல், உச்சி பிரிக்காமல் இழுத்து சிலுப்பிக்கொண்டு நிற்கும். அவர்களுடைய திருமணப் படங்களைப் பார்த்தவர்களுக்கு இது தெரியும். அவருககு இலக்கியத்தில் ஒரு ஆர்வமும் கிடையாது. நாலு பியருக்கு மேல் அவர் மூளை நாப்பது வாட்டில் வேலை செய்யும் தருணங்களில் கொஞ்சம் அரசியல் பேசுவார். அதிலும் கூடிய காலங்களில் ‘கலாச்சாரம்’, ‘பண்பாடு’ பற்றி நீண்ட பிரசங்கம் செய்வார். மற்றும்படி அவருடைய தற்போதைய லட்சியம் எப்பாடு பட்டாவது சீட்டுக்காசை எடுத்து மகளுடைய சாமத்தியச் சடங்கை விமரிசையாகக் கொண்டாட வேண்டும் என்பதுதான்.

வெளியே பனிப்புயல் அடித்து உயிரை உறையவைக்கும் அதி காலைக் குளிரில், பலவித படைக்கலங்களால் உடம்பை மறைத்து, ஏதோ எதிரிகளை வீழ்த்தக் கிளம்பிய ஒரு குறுநில மன்னர்போல அவர் புறப்படுவார். ஐந்து நிமிட தொடர் முயற்சியில் காரை ஸ்டார்ட் பண்ணி போனால் இரவு எட்டு அல்லது ஒன்பது மணிக்குத்தான் திரும்புவார். அப்படி வரும்போது, பத்மாவதி பிள்ளைகளுடைய ஹோம்வேர்க்கை முடித்து, உணவைப் பரிமாறி, அவருக்கான சாப்பாட்டை இன்னொருமுறை சூடாக்கக் காத்துக் கொண்டிருப்பாள்.

வாசல் மணி அடித்தது. திடுக்கென்றது. இன்னும் மைதிலி ரெடியாகவில்லை. இன்று மாறுவேடப் போட்டியில் கலந்துகொள்கி றாள். கணவர் அறிவுறுத்தியபடி பாரதியார் வேடம்தான் போட வேண்டும் என்று யோசித்திருந்தாள். என்னதான் நாடு மாறி பிழைப் புக்கு வந்தாலும் பாரம்பரியத்தை விடக்கூடாது என்ற கொள்கை இருந்தது.

'ஹூ இஸ் பறாதியா?' என்ற மைதிலியின் ஒரு கேள்வியில் இந்த கலாச்சாரம் அடிபட்டுப்போனது. 'துயில் அழகி' வேஷம் நல்லாயிருக்கும் என்று தீர்மானித்தார்கள். 'துயில் அழகி' என்றால் நித்திரையாக அல்லவோ இருக்கவேண்டும் என்ற சந்தேகம் ஒன்றை மைதிலி கிளப்பியதில் அந்த யோசனையும் கைவிடப்பட்டு சென்ற முறை போல தேவதை உடுப்பில் போவது என்றே முடிவானது.

பத்மாவதி இதை முன்பே எதிர்பார்த்திருந்தாள். நிலவறையில் மடித்து வைத்து மறந்துபோன, பாரதிராஜா பார்த்து பொறாமைப் படும்படியான நீண்ட வெள்ளைத் துகில் ஆடை இருந்தது. இடை சுருக்கி, மார்புகள் பெருக்கி, கரை மடிப்பு இரண்டு அங்குலம் அவிழ்த்து நீட்டி, உலர் சலவை செய்து புது நீல ரிப்பனில் அலங்கார வளைவுகள் பொருத்தி கவர்ச்சியாக இருந்தது. அதை மகளுக்கு அணிவித்துச் சரி பார்த்தாள்.

இறக்கைகள் சரிவர பொருந்தவில்லை. ஒரு இறக்கை வளைந்தும், சரிந்தும் எதிர்த்தது. பழுது பார்த்தும் மசியவில்லை. உண்மையில் பறக்கவா போகிறாள்? பிடரியில் மைதிலிக்குக் கண் இல்லாதது வசதியாகப் போய்விட்டது. உடைந்த செட்டை தேவதை தயாரா னாள்.

இந்த அவசரித்தல்களின் நடுவே டயான் வந்துவிட்டாள். மைதிலியுடன் படிக்கும் பக்கத்து வீட்டுப் பெண். ஒரே வயது என்றாலும் அங்கங்கள் நிறைந்து வளர்த்தியானவள். ரத்தச் சிவப்பு உடையில் அவளுடைய குஞ்சங்கள் நாலு திசையிலும் பறந்தன. முகமும், கழுத்தும், வெண்தோள்களும் தவிர்த்து எல்லாமே சிவப்பு மயம். தொடையில் இருந்து தொடங்கி நீண்டு உள்ளங்காலில் முடியும் மெல்லிய கருஞ்சிவப்பு காலுறைகள்; அதற்குப் பொருத்தமாக சிவப்பு காலணி. தலைமயிர் எல்லாம் முள்ளம்பன்றி போல நேராக்கப்

பட்டு, குத்திக்கொண்டு நின்று அவையும் பெரும் சிகப்பில் பிரகாசித்தன.

'இது என்ன வேஷம்?' என்று கேட்டதற்கு 'நெருப்புச் சுவாலை' என்று செவ்வாயைத் திறந்து பதில் சொல்லிவிட்டு மீண்டும் சூயிங்கத்தை அரைக்கத் தொடங்கிவிட்டாள். அப்படிச் சொன்ன போது உண்மையிலேயே அவள் தோற்றம் தீப்பிழம்பாக மாறியது. பக்கத்தில் நிற்கும்போது வெக்கையாகக்கூட இருந்தது. தொடை தெரிய கவுனை ஒரு சுழட்டு சுழட்டிக்கொண்டு எழுந்து நின்றாள். தேவதையும், நெருப்புச் சுவாலையும் டயானின் தகப்பனாருடைய காரில் ஏறியபோது 'கவனம், மகளே!' என்றாள் பத்மாவதி, ஒரு தாயின் பரிவுடன். 'Don't worry, Mum' என்றாள் அவள் எரிச்சலுடன்.

அப்பொழுதுதான் அவளுக்கு ஞாபகம் வந்தது. கேக் செய்யவேண் டும். இரவு இவருடைய நண்பர்கள் சாப்பிட வருவார்கள். அவளு டைய பிறந்த நாள் அது. 36 வயது ஆகிவிட்டது. வெளியே ஓடர் கொடுத்தால் வாழ்த்து எழுதி, பெயர் பொறித்து நல்ல கேக் வீட்டிலேயே கொண்டுவந்து தருவார்களாம். ஆனால் அவர் சொல்லிவிட்டார் அவளைச் செய்யும்படி. அவர் சொன்னால் அதில் ஞாயம் இருக்கும்.

சமையலறையைப் பார்த்தவளுக்குத் தலை சுற்றியது. நேற்றைய பாத்திரங்களும், பிளேட்களும், கிளாஸ்களும் நிறைந்து கிடந்தன. இதைக் கழுவி முடிக்க இரண்டு மணி நேரம் எடுக்கும். கேக் வேலையை முடித்த பிறகு இருபது பேருக்கு சமைக்கத் தொடங்க வேண்டும். உலர்ந்த உடுப்பை இன்னும் அயர்ன் பண்ணவில்லை. நாரியை நிமிர்த்தி வேலையைத் தொடங்கினாள்.

வெளியே பனிக்குமிழிகள் துள்ளிக்கொண்டு போட்டி போட்டன.

ஸ்னோ வைற் கதையில் வரும் அரசியிடம் ஒரு மந்திரக் கண்ணாடி இருந்தது. அது அவளுடைய அழகை எடைபோட்டுக் கூறிவிடுமாம். பத்மாவதி வீட்டிலும் எல்லோருக்கும் பொதுவான ஒரு கண்ணாடி இருந்தது. அதில் பார்ப்பதற்குத் தந்திரம் தேவை. இது கைக்கண்ணாடி யிலும் பெரியது; முகக்கண்ணாடியிலும் பெரியது; நிலைக்கண்ணாடி யிலும் சிறியது.

அவள் தமிழ் கலாச்சாரத்தை நிலைநாட்ட சேலை கட்டும் நாட்களில் தலைப்பு சரியா என்று பார்க்கும்போது கால்கள் தெரியாது. கால்களைப் பார்த்தால் தலை தெரியாது. பாதி பாதியாகப் பார்த்துத்தான் உடுத்தி முடிப்பாள்.

மகள், சேலைக் கரையெல்லாம் நிலத்துக்கு சமனாக இழுத்துவிட்டு, பொட்டு, முந்தானை, நாரி இடைவெளிகளை அட்ஜஸ்ட் செய்வாள். அப்படியும் தீராமல் கணவன் முன் போய் நின்று 'சரியா' என்று சிறு பிள்ளைபோல தலையைச் சரித்துக் கேட்பாள். அவனும் பியர்கானில் இருந்து வாயை எடுக்காமல் 'சோக்காயிருக்கு, இப்பதான்

தேவலோகத்தில் இருந்து சுடச்சுட இறக்கினதுபோல' என்பான். அவளும் அப்படியே புளகித்துப்போவாள்.

இன்றும் அப்படியே. இளம் சூட்டு நீர்க் குளியல் முகத்துக்குப் புதுப்பொலிவைக் கொடுத்தது. பிளாஸ்டிக் உறையில் இருந்து அப்போதுதான் பிரித்த அடர் தகடுபோல பளபளவென்று இருந்தாள். பத்து வருடங்களுக்கு முன்பே out of fashion ஆகிப்போன காஞ்சி புரம் பட்டுச்சேலையை உடுத்தி வந்தாள். பழம் பாடல்களில் புலவர்கள் வர்ணித்ததுபோல அவள் வயிற்று மடிப்புகள் ஆற்றின் அலைகளைப் போல சிறுத்து இருந்தன. தலை மயிர் கத்தையாகக் கவிழ்ந்து கன்னத்தில் பாதியை மறைத்தது. நீண்ட கழுத்து அவளை இன்னும் கூடுதலாகப் பார்க்க அனுமதித்தது. அவளுடைய பிறந்த நாளில் அவளாகவே கேக் செய்து, அவளாகவே சமைத்து, அவளாகவே உடுத்தி, அவளாகவே காத்திருந்தாள், தனியாக. கணவரும் பிள்ளைகளும் இன்னும் வரவில்லை.

சாந்தன் மெதுவாகக் கதவைத் திறந்து உள்ளே வந்தான். அவன் தலைகளிலும் கோட்டிலும் பனிப்பூக்கள் பூத்திருந்தன. நனைந்து, புதைந்து மாசுபட்ட காலணிகளை நடையிலேயே கழற்றி வைத்தான். கோட்டைக் கழற்றி மாட்டினான். தலையைக் குனிந்து, மேல் கண்களால் குற்றமாகப் பார்த்தான். உள்ளங்கையைத் தாயின் கன்னத்தில் அழுத்தமாகப் பதித்து அவள் முகத்தைத் தன் பக்கம் திருப்பினான். அவள் கண்ணிலே கண்ணீரைப் பார்த்ததும் கலங்கி விட்டான். அப்படியே தன் தாயின் இடைகளைக் கட்டியணைத்து 'சொறி' என்று சொன்னான்.

இனிமேல் சாந்தன் எந்த ளானாவும் போடட்டும். எங்கே வேண்டுமென்றாலும் போடட்டும். அவள் கோபிக்கப் போவதில்லை. இந்த கொம்புளானா சுயநலம் கருதாமல் தமிழுக்கு எவ்வளவு உழைக்கிறது. ஆனால் ஒருவருக்கும் அதன் மதிப்புத் தெரியவில்லை. அதன் உபயோகத்தையே சந்தேகிக்கிறார்கள். தேவையில்லாத எழுத்து என்ற எரிச்சல் வேறு. ஒரு வேளை அதற்கும் தன்னுடைய நிலைதானோ என்ற அச்சம் அவளுக்கு ஏற்பட்டது.

கணவனும் பிள்ளைகளும் அவசரப்படுத்தினார்கள். கேக்கின் மேல் மெழுகுவர்த்திகள் எரிந்தன. இவள் கேக்கை வெட்டிய பிறகு மிகவும் அலங்காரமாகச் சுற்றிய ஒரு பரிசுப் பொருளைக் கணவன் அவளிடம் கொடுத்தான். பிள்ளைகள் இருவரும் பக்கத்தில் நெருக்கி ஆவலோடு பார்த்துக்கொண்டு இருக்க, பத்மாவதி பார்சலை ஸ்பரிசித்தாள். தடவிப் பார்த்தாள்; குலுக்கினாள்; பாரம் தூக்கினாள்; பிறகு மணந்தாள். அப்படியும் என்னவென்று பிடிபடவில்லை.

ஒருவேளை அவள் கேட்ட நைக்கி நடக்கும் சப்பாத்தாக இருக்குமோ? அல்லது ஜிம் உடுப்பாகவும் இருக்கலாம். ஜிம் போகும் ஆசையைக் கணவனுக்குச் சாடைமாடையாக சொல்லியிருந்தாள்.

இவ்வளவு பெரிதாகவும், பாரமாகவும் இருக்கிறதே? புக்கர் பரிசு பெற்ற புத்தகம் ஒன்று கேட்டிருந்தாள். அதுவாகவும் இருக்கலாம். இவ்வளவு பெரிய புத்தகமா? அவளை ஆவல் பிடித்துத் தாக்கியது.

அவளுக்கு அவர் ஒரு பரிசு வாங்கியிருந்தால் அது சரியாய்தான் இருக்கும்.

பார்சலைப் பிரித்தாள். திகைப்பாகவும், அவமானமாகவும், ஏமாற்றமாகவும் இருந்தது. முகம் கறுத்து பேர்லின் சுவர் போல விழுந்துவிட்டது. ஆனால் ஒரு கணம்தான். 1/10000 ஸ்பீட் கமிரா கூட படம் எடுக்க முடியாதபடியான வேகத்தில் அவள் செயல்பட்டாள். உடம்பிலே இருக்கும் அவ்வளவு ரத்தத்தையும் முகத்துக்குப் பாய்ச்சி சிவப்பாக்கி, இன்பமாகச் சிரித்து பெரு மகிழ்ச்சியைக் காட்டினாள். கணவனை அணைத்து இரண்டு கன்னங்களிலும் சின்னச் சின்ன முத்தங்கள் தொடாமல் வைத்தாள். பின் 'தாங்யூ' என்று முனகினாள். ஏமாற்றத்தை மறைப்பதற்குக்கூட இவ்வளவு பாடுபட வேண்டியிருக்கிறதே என்று மனது வேதனைப்பட்டது.

அவளுக்குக் கிடைத்தது சைனிஸ் வொக்; சைனிஸ் நூடில்ஸ் போன்ற உணவு வகைகளைச் சமைப்பதற்கு ஏதுவான பாத்திரம். எட்டுப் பேருக்கு ஒரே சமயத்தில் நூடில்ஸ் சமைப்பதற்குத் தோதான, குண்டாளமான பெரிய பாத்திரம். ஒரு பக்கம் கைப்பிடியும், மறுபக்கம் காதும் கொண்ட இந்த வொக் அடிப்பாகத்தில் கறுப்பு மைபூசி ஒட்டாத தன்மையுடனும், வெளிப்புறம் செங்கல் நிறத்தில் பளபளப்பு கொண்டதாகவும் இருந்தது.

பத்மாவதியின் கண்களுக்குப் பின்னால் ஒரு சமுத்திரம் குடியிருந்தது. அவள் சாடை கொடுத்தால் போதும், அது பிரவகித்து வரத் தயாராக இருக்கும். இப்பொழுது அவள் கண்கள் காவல் வேலையைச் சரிவரச் செய்து சமுத்திரத்தைத் தடுத்து வைத்தன. அதற்கு அவள் மிகவும் பிரயாசைப்பட வேண்டியதாகிவிட்டது.

'சாளரம் 2000' வெளியீட்டு விழாவை பில்கேட்ஸ் மேற்பார்வை செய்வதுபோல, தம்பிராசா கொஞ்சம் தள்ளி நின்று நெஞ்சிலே கைகளைக் குறுக்காகக் கட்டி, தன் மனையாளைப் பெருமையோடு பார்த்தார். 'அம்மா, அம்மா இனிமேல் நூடில்ஸ் செய்யுங்கோ!' என்றாள் பெண். 'எனக்கும் நூடில்ஸ்' என்றான் மகன்.

இனிமேல் புட்டு, இடியப்பம், தோசை, இட்லி, அப்பம், உப்புமா, புளிச்சாதம் என்ற சமையல் சாகரத்தில் நூடில்ஸும் சேர்ந்துவிடும். அதிகாலைகளில் எழும்பி, கணவனையும், பிள்ளைகளையும் திருப்திப்படுத்த, அவள் இனிமேல் பெரிய நூடில்ஸ், சிறிய நூடில்ஸ் என்று மாறிமாறி அவளுடைய புதிய சைனிஸ் வொக்கில் செய்வாள். அவர்கள் வீட்டு ரசனைக்கு ஏற்ப நூடில்ஸில் கறிவேப்பிலையும், பச்சை மிளகாயும், பெருங்காயமும் போட்டு ஒரு புதிப்பிக்கப்பட்ட

சுவை மணக்கக் கிளறுவாள்; அவர்கள் ரசித்துச் சாப்பிடுவார்கள். சாப்பிட்ட பிறகு நன்றிகூட கூறாமல், உண்ட பிளேட்டை அப்படியே விட்டுவிட்டு எழுந்து போவார்கள். தண்ணீர் போக்கியில் கைகளைக் கழுவி, வாய்களைக் கொப்பளிப்பார்கள்.

அடுத்த பிறந்த தினத்துக்கு இன்னும் 364 நாட்கள் இருந்தன. அதன் வரவை நினைத்தால் அவளுக்குக் கிலி பிடித்தது. அந்த தினத்தில், பிறந்த நாள் பரிசாக பீட்ஸா பாத்திரம் கிடைத்துவிடக் கூடும் என்ற பீதி இப்பொழுதே அவளைப் பிடித்து ஆட்டத் தொடங்கியது.

ராகு காலம்

திங்கட்கிழமைகளை எனக்குப் பிடிக்காதென்று சிலர் நினைக்கிறார்கள். உண்மையைச் சொல்லப் போனால் திங்கட்கிழமைகளில் எனக்கு ஒருவித மனஸ்தாபமும் இல்லை. இவை வரும்போது பின்னால் இன்னும் நாலு நாட்களை இழுத்துக்கொண்டு வருவதுதான் எனக்குப் பிடிக்காது. அடுத்த சனி, ஞாயிறு நாட்கள் வெகு தூரத்தில் இருந்தன. அதுதான் வில்லங்கம். இதைத்தவிர எனக்குத் திங்கட்கிழமைகளில் தனிப்பட்ட விரோதம் எதுவும் கிடையாது.

இப்படிப்பட்ட ஒரு திங்கட்கிழமை காலை நான் அலுவலகத்திற்கு விரைந்துகொண்டு இருந்தேன். விரைந்து என்பது தவறு. நைரோபியில் எட்டு வீதிகள் கொண்ட பிரதானமான கிரோமா ரோட்டில் காலைச் சந்தடியில் கார்கள் ஊர்ந்தன. ரேடியோவில் அப்போது பிரபலமான ஆப்பிரிக்கப் பாடல் ஒன்று ஒலித்துக் கொண்டிருந்தது.

என்னுடைய மார்புகளைத் தொடாதே,
புதியவனே!
அவை இன்னும் இளசாகவே இருக்கின்றன.
கொஞ்சம் பொறுத்திரு,
காட்டு கத்தாளைபோல உடம்பு வலுவாகட்டும்,
அதன் பிறகு உன் கைகள் சொல்வது
எனக்குப் புரியும்.
அதுவரைக்கும் என் மார்புகளைத் தொடாதே,
புதியவனே!

இந்தப் பாடலுக்கு ஏற்ப ஒரு காரியம் என் அலுவலகத்தில் அந்தச் சமயம் நடபபது தெரியாமல் நான் சாவகாசமாக சவாரித்துக் கொண்டிருந்தேன்.

நைரோபியில் வேலை செய்வதென்றால் ஒன்றில் ஒரு ஷாவிடம் அல்லது ஒரு பட்டேலிடம் வேலை செய்யவேண்டும். அது தவிர மிக நுட்பமாக bio data (தகைமைத் தரவு) எழுதவும் தெரிந்திருக்க வேண்டும். இங்கே வேலைகள் கிடைப்பது இந்த தகைமைத் தரவு

தயாரிப்பவரின் கெட்டித்தனத்தில்தான் தங்கியிருக்கிறது. அதனாலே இங்கு எல்லோரும் வெகு சகஜமாக வில்லை வளைப்பார்கள்; மற்சயத்தை அறுப்பார்கள்; மலையைத் தூக்குவார்கள். நானும் பெரிதாக ஒன்றும் செய்யாமல் சப்த சமுத்திரத்தையும் உருட்டிக் குடித்ததாகப் புனைந்து இந்த வேலையைச் சம்பாதித்திருந்தேன்.

என்னுடைய முதலாளி ஒரு பட்டேல்; பல தொடர்வீடுகளுக்கு சொந்தக்காரர். இவரிடம் நான் மேலாளராக வேலை பார்த்தேன். வீடுகளை மேற்பார்வை செய்வது, ஒப்பந்தங்களைச் செயல்படுத்துவது, கணக்குகளைக் காப்பது இவைதான் என்னுடைய வேலை. தோல்வி வெற்றிக்கு முதல்படி என்ற முதுமொழியில் எனக்கு இருந்த பற்றுக் காரணமாக இந்த வேலை தொடர்ந்தது. ஒரு விளையாட்டு அரங்கம் கட்டப் போதுமான படிகள் என்னிடம் சேர்ந்திருந்தன.

அலுவலகம் திறந்து ஓர் அரைமணி நேரம் பிந்தித்தான் நான் தினமும் வருவேன். அன்று எப்படியோ சீக்கிரமாக வந்துவிட்டேன். நான் முயற்சி பண்ணாமலேயே நடந்த காரியம் அது. இப்படி தப்பிதங்கள் சிலசமயம் நடப்பதுண்டு.

எங்கள் தொடர் வீடுகளை உயரமான மின்சார வேலியும், இரட்டை கேட்டில் நின்ற காவலர்களும் பாதுகாத்தனர். மிமோசா விருட்சங்களின் உச்சியில் இருந்து அடாடா பட்சிகள் காலை ஒலிபரப்பை நிகழ்த்தின. அறுத்துக்கொண்டு ஓடிவிடுமோ என்று ஐயப்பட்டதுபோல மோட்டார் சைக்கிள்கள் சங்கிலிகளால் பிணைக்கப்பட்டு வேலி ஓரத்தில் நின்றன.

நான் வேகமாக என் அறையை நோக்கி நடந்தபோது இன்னும் வேகமாகக் காவலாளிகள் என்னைப் பின்தொடர்ந்தனர். அவர் களுடைய முகங்கள் கலவரமாகக் காணப்பட்டன. என்னுடைய அறைக்கதவு சிறிது திறந்து ஆடியபடி நின்றது. என்னுடைய லேட்டாக வரும் பழக்கத்தில் மகத்தான நம்பிக்கை வைத்து அங்கே ஒரு காரியம் நடந்துகொண்டிருந்தது. கதவைத் திறந்தபோது நான் அப்படியான காட்சியை எதிர்பார்க்கவில்லை.

அவன் முகம் பழக்கமானதாக இல்லை. முப்பத்தைந்து வயது மதிக்கக்கூடிய நல்ல உடல்வாகு இருந்தது. தசைகள் முறுகிக் கிடந்தன. முதுகில் வியர்வை துளிர்த்து நீராக வழுக்கிக்கொண்டிருந்தது. முன்னறிவிப்பின்றி வந்த என்னை மிகவும் குற்றமாகப் பார்த்தான். அந்தப் பெண் ஒரு கையால் தன் உடைகளை எடுத்துக்கொண்டு மறுகையால் ஒரு மார்பை மறைத்துக்கொண்டு ஓடினாள். பின்பு இன்னொருமுறை வந்து தன் காலணிகளை மீட்டுக்கொண்டு திரும்பினாள்.

இவள் துப்புரவுப் பணிப்பெண். தினமும் அதிகாலை வேளைகளில் கைக்காசு கொடுத்துக் கோடுபோட்டு அழகு படுத்திய கேசத்துடன் வருவாள். சுத்தமாக வெளுத்த உடையோடு ஒவ்வொரு நாளும் புதுப்பிக்கப்பட்டுக் காட்சியளிப்பாள். போறணையில் இருந்து இறக்கிய

பாண்போல மொரமொரவென்றும், இளஞ்சூட்டோடும் ஒருவித மணத்தோடும் இருக்கும் இவளைத்தான் அவன் வந்து இரண்டு நாட்களுக்கிடையில் வளம் பண்ணிவிட்டான்.

சிலநாட்கள் முன்பு புதிதாக குடிவந்த டொன்னின் டிரைவர்தான் இந்த மாரியோ ங்கோமா. சாரத்தியம் தவிர வேறு வேலைகளும் பார்த்தான் என்பது அன்று காலைதான் எனக்குப் புரிந்தது. ஒரு காலத்தில் ஹறாம்பி உதை பந்தாட்டக்குழுவில் பிரபலமாக இருந்த வன் என்று பின்னால் தெரிந்துகொண்டேன். தொடைகள் அரைய, என்னைத் திரும்பிப் பார்த்தபடியே மிக மெதுவாக அவன் அசைந்து போனான். நான் இவனிடம் மன்னிப்பு கேட்கவேண்டும் என்று எதிர்பார்த்தான் போலத் தெரிந்தது.

இப்படித்தான் எனக்கு மாரியோவிடம் முதன்முதலில் பரிச்சயம் ஏற்பட்டது.

ஒரு வாரம் முன்பு மிஸ்டர் டொன் என் அலுவலகத்திற்கு வந்திருந்தார். வீடு பிடித்திருப்பதாகச் சொன்னார். இவர் ஒரு மொரிஸியஸ்காரர். கட்டையான மனிதர். எந்த விதமான வீட்டிலும், எப்படிப்பட்ட வாசலிலும் குனியும் சிரமம் இல்லாமல் போகும் வசதி பெற்றவர். சர்வதேச நாணய நிதியத்தின் பிரதிநிதியாக நைரோபியில் பதவியேற்று இருந்தார். இவரிடம் அசிரத்தையாக பழகமுடியாது என்பது எனக்கு உடனேயே புரிந்துவிட்டது. சொற்களுக்குக் காவல் போட்டுக்கொண்டு பேசினார்.

வீட்டுப் பத்திரம் கையொப்பம் இடுவதற்கு ரெடியாக இருந்தது. தன் தொழில் பழக்கத்தால் நான் தயாரித்து வைத்திருந்த ஒப்பந்தத்தை இவர் வாசிக்க முற்பட்டார். ஒருதலைப் பட்சமான ஒப்பந்தங்கள் இங்கு வெகு பிரசித்தம். இது எல்லோருக்கும் தெரியும்; புதிதாக வந்திருக்கும் இவருக்குத் தெரிய நியாயமில்லை.

எறும்பின் கண்களுக்கு மாத்திரம் சாத்தியமான சிறிய எழுத்துக்களில் நாங்கள் ஒப்பந்தத்தில் அடிக்குறிப்புகள் இடுவோம். மிக அபூர்வமான சரத்துக்களை எல்லாம் இப்படித்தான் நுழைத்து விடுவோம். இவர் அவற்றை எல்லாம் படிக்க மிகவும் ஆசைப்பட்டார். தலையைச் சொறிந்துகொண்டு வெகுநேரம் யோசித்தார். ஓர் IMF பத்திரத்தில் கையெழுத்து வைக்கச் சொன்னதுபோல மனதை மிகவும் குழப்பிக்கொண்டார்.

''ஐயா, இது இரும்புப் பட்டறையில் தயாரித்த பத்திரம். இதில் ஒரு வரி, ஒரு வார்த்தை, ஓர் எழுத்து, ஏன் ஓர் இடைவெளியைக் கூட உங்களால் மாற்ற முடியாது. வேண்டுமானால் இன்னொரு நாளைக்கு வந்து பாருங்கள்'' என்றேன். மிகவும் யோசித்தபின் பேனையை கையிலெடுத்து Velay Don என்று தன் பெயரை வரைந்தார்.

இவருடைய மனைவியைக் கண்ட பிறகுதான் இவர் தமிழராக இருக்கக்கூடும் என்ற சந்தேகம் எனக்கு உதித்தது. மோசமான

பல தமிழ் வார்த்தைகளுக்கு இவர் சொந்தக்காரராக இருந்தார். இவருடைய உச்சரிப்பு அச்சுறுத்தலாக இருக்கும். வேலாயுதன் என்ற பெயர்தான் இன்னும் சுத்திகரிக்கப்பட்டு Velay Don என்று மாறியிருந்தது.

மாரியோ முதல் தடவையாக ஒரு வெளிநாட்டுக்காரரிடம் வேலை பார்த்தான். அதனால் அவனுக்கு அடிக்கடி சம்சயங்கள் வந்தன. டொன்னுடைய பழக்க வழக்கங்கள், விருப்பு வெறுப்புகள் ஒன்றுமே அவனுக்கு முதலில் புரிபடவில்லை. அவர் என்ன எதிர் பார்க்கிறார் என்றும் தெரியவில்லை. அவன் படித்த முதல் பாடம் காலையில் காரை எடுக்கும்போது பின்னோக்கி எடுக்கக்கூடாது என்பதுதான்.

புதிய கார் ஒன்றை வாங்கிய டொன் செய்த புதிய காரியம் இவனைப் பிரமிக்க வைத்தது. பூசணிக்காய் ஒன்றைக் கார் சில்லின் கீழ் வைத்து நசித்து கார் ஓட்டியதைக் கூறி அதற்குக் காரணம் கேட்டான். நான் எனக்குத் தோன்றிய மாதிரி அர்த்தம் சொன்னதும் மிகவும் கலவரப்பட்டு யோசனையில் ஆழ்ந்தான்.

அந்த அம்மா இரண்டு அடையாளம் (பொட்டு) வைத்திருக்கிறாளே! ஒன்று நெற்றியிலே, மற்றது உச்சியிலே. அவர்களுடைய மகளுக்கு மட்டும் ஓர் அடையாளம். அது ஏன் என்ற கேள்வியுடன் இன்னொரு நாள் வந்தான். அதற்கும் பதில் தயாராக வைத்திருந்தேன். இப்படித்தான் மாரியோ, சுவரைத் தொட்டு கரியாக்கியபடி, அடிக்கடி என்னிடம் வரத்தொடங்கினான்.

அந்த அம்மா மிகவும் ஆசாரமானவள். சேலை கட்டி குளிரைத் தடுக்க ஒரு வேலைப்பாடு செய்த போர்வையும் போர்த்தியிருப்பாள். வான்கோழி போல கழுத்திலே சுருக்கங்கள் விழுந்து கிடக்கும். ஒரு காலத்தில் செழித்திருந்த கேசத்திற்குப் போதிய சான்று இருந்தது. தலையில் வெள்ளைக் கோடுகள் படர்ந்து முகத்திற்கு ஓர் அழகையும் கண்ணியத்தையும் கொடுத்தன.

மாரியோ அந்த அம்மாமீது மிகவும் மரியாதை வைத்திருந்தான். அவள் சொல்வதுதான் அவனுக்கு வேத வாக்கு. நவராத்திரி, தீபாவளி போன்ற மங்கல நாட்களில் உற்சாகத்தோடு கலந்துகொள்வான். அவற்றின் விபரங்களை ஆச்சரியத்தோடு கேட்டுக் கிரகிப்பதில் ஆர்வம் காட்டுவான். அவர்கள் பழக்க வழக்கங்கள், உணவு வகைகள்கூட அவனுக்குச் சீக்கிரத்தில் அத்துப்படியாகிவிட்டன.

போகப்போக அவர்களுடைய சம்பிரதாயம், பழக்க வழக்கங்கள் பற்றி மாரியோ என்னிடம் அர்த்தம் கேட்பது குறைந்துவிட்டது. மாறாக, சுமங்கலி பூசைபற்றி எனக்கு ஏதாவது சந்தேகம் இருந்தால் அதை அவனே தீர்த்து வைப்பான் போல இருந்தது. அந்த அம்மா கடுமையான விரதங்களைப் பிடிக்கும்போது இவனும் பிடித்தான். அவற்றினுடைய பலாபலன்களையும் அவன் தெரிந்து வைத்திருந்தான்.

ஆனால் வெகு காலமாகியும் மாரியோவுக்குப் பிடிபடாத விஷயம் ஒன்று இருந்தது. அதுதான் ராகு காலம்.

ஒரு நாள் பதட்டமாக வந்து சேர்ந்தான். டொன் அவனைக் கடுமை யாகத் திட்டிவிட்டதாகச் சொன்னான். காரணம் அவன் பத்து நிமிடகாலம் தாமதமாக வந்ததுதான். அன்று அவர் வெளிநாட்டுப் பயணத்திற்காக விமான நிலையம் செல்வதற்கு இருந்தார். அது ஒரு வெள்ளிக்கிழமை. பிளேன் பின்னேரம் இரண்டு மணிக்குத்தான் புறப்படுவதாக இருந்ததாம். டொன் என்றால் காலை பத்து மணிக்கு முன்பே வீட்டை விட்டுக் கிளம்புவதற்குத் தயாராய் இருந்தார். அன்று பார்த்து மாரியோ லேட்டாக வந்ததால், ராகு காலம் தொடங்கி விட்டதாக அவனைக் கண்டித்து, பயணத்தையே கான்ஸல் பண்ணி விட்டார்.

ஓர் ஆபிரிக்க டிரைவருக்கு ராகு காலத்தின் சூட்சுமம்பற்றி விளக்குவது எவ்வளவு கடினம் என்பதைக் கற்பனை திறன் உள்ளவர் களிடம் விட்டுவிடுகிறேன். மாரியோவின் முகத்தைப் பார்த்த பிறகு எப்படியும் இந்த ராகு கால மர்மத்தை இவனுக்குத் தெளிவுபடுத்த வேண்டுமென்று தீர்மானித்தேன்.

விஷ்ணு எப்படி மோகினியாக மாறி அமிர்தம் பங்கிட்டா ரென்றும், அதை ராகு, தேவ உருவத்தில் பெற முயற்சித்ததையும், சூரிய சந்திரர் இதை அறிந்து விஷ்ணுவுக்குக் கோள் சொல்லியதால் ராகுவுக்கும் சூரிய சந்திரருக்கும் தீராப் பகை ஏற்பட்டதையும் விவரித்தேன். ராகுவின் பழி தீர்க்கும் படலம் இன்றும் தொடர்கிறது. சூரிய சந்திரர் இயக்கத்தில் பிறக்கும் ஒவ்வொரு நாளிலும் ஒரு சில மணி நேரங்களை ராகு பீடித்துக் கொள்கிறான். அதுதான் ராகு காலம், அந்தக் காலங்களில் என்ன செய்தாலும் அது உருப்படாது என்று விளக்கினேன்.

ஒரு சிறு பிள்ளையின் குதூகலம் அப்போது மாரியோவுக்கு ஏற்பட்டது. விளக்கம் இவ்வளவு சுலபமாக இருக்கும் என்று அவன் எதிர்பார்க்கவில்லை போலும். எந்த நாட்களில் எவ்வளவு மணி நேரங்களை ராகு பாதிப்பான் என்று அவன் கேட்டதற்கும் என்னிடம் ஒரு சூத்திரம் தயாராக இருந்தது.

Mother Saw Father Wearing The Turban Surely. இந்த வசனத்தை அவனை மனப்பாடம் செய்ய வைத்தேன். இந்த ஏழு வார்த்தைகளும் ஏழு நாட்களைக் குறிக்கும். முதலாவது வார்த்தை Monday என்றால் இரண்டாவது வார்த்தை Saturday, மூன்றாவது Friday. இப்படியே கடைசி வார்த்தை Sunday ஐ குறிக்கும். இந்த முறைப்படி முதலாம் நாள் ராகு காலம் காலை ஏழரை முதல் ஒன்பது வரை நீடிக்கும், இரண்டாம் நாள் ஒன்பது முதல் பத்தரை, மூன்றாம் நாள் பத்தரை முதல் பன்னிரெண்டு இப்படியே விரியும் என்று விளக்கினேன். அவனும் புரிந்ததுபோல பெரிதாகத் தலையை ஆட்டினான்.

அவனுக்கு எவ்வளவு தூரம் இது அர்த்தமாகியது என்பது தெரிய நான் வெகுகாலம் காத்திருக்க வேண்டியிருக்கும். ஆனால் அப்போது அது எனக்குத் தெரியவில்லை.

டொன் தம்பதியருக்கு ஒரு மகள். பதின்மூன்று, பதினாலு வயதிருக்கும். மிக அழகான ஒரு பெண்ணாக வருவதற்குத் திட்டம் போட்டிருந்தாள். தலைமயிர் அடர்ந்து உச்சி பிரிக்காமல் இருக்கும். எப்படி வரிந்து இழுத்தாலும் அவளால் அந்த முகத்து வசீகரத் தன்மையைக் குறைக்க முடியாது. எப்பொழுது பார்த்தாலும் நீச்சல் தடாகத்தில் இரு பாதி குளியல் உடையில், சம வயது ஆப்பிரிக்கப் பெண்களுடன் விளையாடிக்கொண்டு இருப்பாள். ஒரு நாள் பார்த்த போது யாமா சோமா இறைச்சியை அவர்களுடன் பகிர்ந்து உண்டு கொண்டிருந்தாள். எனக்குத் திகைப்பாயிருந்தது.

நான் மாரியோவைக் கேட்டேன். "என்ன மாரியோ, இந்தப் பெண் இப்படிப்போய் சுட்ட இறைச்சியைச் சாப்பிடுகிறாளே. அவர்கள் சுத்த சைவம் அல்லவா?" என்றேன்.

"ம்பவானா, அதை ஏன் கேட்கிறீர்கள்? பள்ளிக்கூடம் போகும் வழியில் யாயா சென்டரில் மட்டன் கட்லட் வாங்கிச் சாப்பிடுகிறாள், வீட்டுக்குத் தெரியாமல். இலையான் அடித்தால் ஓணான் ரத்தம் வருகிறது," என்றான்.

"சின்னப் பெண்தானே! செய்துவிட்டு போகட்டும்."

"இல்லை, ம்பவானா, மாமிசம் சாப்பிடுவதை நான் சொல்ல வில்லை. பெற்றோருக்குத் தெரியாமல் கள்ளமாகச் சாப்பிடுவதைச் சொல்கிறேன்."

டொன்னின் உலகம் தனி உலகம். அளவுக்கு அதிகமான பட்டன்கள் வைத்த கோட்டை அணிந்துகொண்டு அடிக்கடி என் அலுவலகத்துக்கு முறைப்பாடுகளைக் கொண்டுவருவார். வீட்டிலே சாயமடித்து வளர்த்த தலைமயிர் என்றபடியால் கீழ்பாதி ஒரு நிறமாகவும் மேல்பாதி இன்னொரு நிறமாகவும் இருக்கும். உலகத்தைப் பார்க்கும் கண்களால் இவருக்குப் பக்கத்தில் இருக்கும் காதைப் பார்க்க முடியவில்லை. இவரிடம் மகளைப் பற்றிச் சொல்லுவோமா என்று நான் பலதடவை யோசித்தது உண்டு.

அந்தச் சிறுமி ஆப்பிரிக்கச் சிநேகிதிகளின் சகவாசத்தால் முற்றிலும் மாறி வர, மாரியோவோ தன்னுடைய இயல்பான குணத்தையும், பழக்க வழக்கங்களையும் துறந்துவிட்டான். அந்த அம்மாவின் மேல் அவனுக்குப் பற்றுதல் அதிகமானது. சிறிது சிறிதாக மாமிசம் சாப்பிடுவதையே விட்டுவிட்டு அவர்களுடைய இட்லி, சாம்பார் தோசைக்கு அடிமையானான். அது மாத்திரமல்ல; சிவராத்திரி, கந்தசஷ்டி பற்றியெல்லாம் தீவிரமாகச் சிந்திக்க ஆரம்பித்திருந்தான்.

மகளைப் பற்றித் தாயாரிடம் சொல்வதா விடுவதா என்ற மனப் போராட்டம் மாரியோவுக்கும் இருந்தது. நல்ல காலமாக

முடிவெடுக்க வேண்டிய நிர்ப்பந்தம் அவனுக்கு நேரவில்லை. விதி வேறு விதமாகத் தீர்மானித்தது போலும்.

சதுர்த்தி விரதத்தில் இவர்கள் தீவிரமாக இருந்தபோது டொன்னுக்கு திடீர் என்று மாற்றல் உத்தரவு வந்தது. வழக்கமான நாலு வருடங்கள் அவருக்குக் கிடைக்கவில்லை. டொன்னுக்கு ஏற்பட்ட அதிர்ச்சியிலும் பார்க்க மாரியோவுக்கு அதிகமான ஏமாற்றம். அவர்களை மிகவும் பிடித்துப்போய் அவனுடைய வாழ்க்கை ஓர் ஒழுங்குக்கு வரும்போது இப்படி நடந்துவிட்டதே என்று புலம்பினான்.

டொன் போகுமுன் பல பரிந்துரை கடிதங்களைக் கொடுத்திருந் தார். அப்படியும் மாரியோவுக்கு ஒரு வேலையும் கிடைக்கவில்லை. அவன் மனம் உடைந்து இருக்கும் போது ஸ்வீடன் தூதரகத்தில் ஒரு சாரதி அவசரமாகத் தேவைப்படுவதாகக் கேட்டிருந்தார்கள். மாரியோவை அடுத்த நாளே போய் அவர்களைப் பார்க்கும்படி கடிதம் கொடுத்து அனுப்பினேன். அத்துடன் மாரியோ என் வாழ்வில் இருந்து மறைந்துவிட்டான்.

பல மாதங்கள் கழித்து ஒரு சனிக்கிழமை யாயா சென்டருக்குச் சென்றிருந்தேன். இரட்டைப் பின்னல் கட்டிக்கொண்டு என்னுடைய சிறிய மகளும் வந்திருந்தாள். அது பசி வியாபித்திருக்கிற ஒரு மத்தியான நேரம். எங்கேயும் பசி தெரிந்தது. இருந்தபடி சிலர் சாப்பிட்டார்கள். நின்றபடி சிலர். இன்னும் சிலர் நடைபாதையி லேயே நடந்தபடி சாப்பிட்டார்கள்.

வழக்கம் போல ஐஸ்கிரீம் கடையைக் கண்டவுடன் என் மகளு டைய நடை தளர்ந்தது. வெட்டுக்கிளியை முகர்ந்த நாய்க்குட்டி போல கால்களைப் பரப்பிக்கொண்டு அசைய மறுத்துவிட்டாள். எத்தனை நூறு புதிய சுவைகள் வந்தாலும் வனில்லா போல் வருமா? அந்த மணம் அங்கே பரவியிருந்தது.

தூரத்தில் மாரியோ வந்துகொண்டிருந்தான். ஓர் ஒட்டைச்சிவிங்கி போல கால்களை அகட்டி வைத்து நடந்து வந்தான். அளவுக்கு அதிகமாக தொங்கிய கோட்டின் பகுதிகள் செட்டை போல இரண்டு பக்கமும் விசிறி அடித்தன. மெலிந்துபோய் இருந்தான். நூலிலே கோத்து வைத்ததுபோல அவன் உடம்பின் அங்கங்கள் தனித்தனியாக ஆடின. நெற்றியிலே திருநீறு பூசி அதிலே குங்குமப் பொட்டு.

அவனை இந்தக் கோலத்தில் பார்த்தது எனக்கு அதிர்ச்சியாக இருந்தது. என் மகள் பின்னால் நகர்ந்து என் கைகளை இறுக்கிப் பிடித்துக்கொண்டாள்..

‘மிஸ்ரரி.'

‘மிஸ்ரரி சான்.'

“எங்கே மாரியோ இந்தப் பக்கம்?”

"கோவிலுக்குப் போயிருந்தேன். ம்பவானா, புரட்டாசி சனியில்லையா"

"இன்று வேலைக்குப் போகவில்லையா?"

"வேலையா? இப்ப ஆறு மாசமாக அதைத்தானே தேடிக்கொண்டிருக்கிறேன்."

"ஆறு மாசமா? ஏன் அந்த ஸ்வீடன் தூதரக வேலைக்கு என்ன நடந்தது?"

"அதை விடுங்க, ம்பவானா? நாணல் புல் குழலை ஊதினாலும் கொஞ்சம் ஆறத்தானே வேண்டும், முகத்தைச் சொறிய" என்றான்.

"ஏன், என்ன நடந்தது?"

"நேர்முகத் தேர்வுக்கு புதன் கிழமை பன்னிரெண்டு மணிக்குக் கூப்பிட்டிருந்தார்கள். எப்படி போக முடியும்?"

"நீ போகவில்லையா?"

"சரியான ராகுகாலம்; வேலை கிடைக்கவா போகிறது?"

முழங்கால்கள் தனித்தனியாக ஆட, வேகம் குறையாமல் மாரியோ தன் பாட்டுக்குப் போய்க்கொண்டிருந்தான்.

நான் அவனையே பார்த்துக் கொண்டிருந்தேன், வெகு நேரம்.

"ம்பவானா, இதோ இரண்டு வனில்லா" என்றான் கடைக்காரன்.

ஸ்ட்ரோபரி ஜாம் போத்தலும், அபிஸீனியன் பூனையும்

குதிரையே, கேள்!

ஆசை பெரும் கேடு விளைக்கும். இது எனக்குச் சிறு வயதிலேயே அடித்தடித்து போதிக்கப்பட்ட பாடம். ஆனபடியால் வாரா வாரம் ஸ்ட்ரோபரி ஜாமில் ஏற்படும் ஆசையைக் கட்டி வைக்க முயன்றேன். ஆனாலும் முடிய வில்லை. சுப்பர் மார்க்கட்டில், கடுமையான கத்தரிக் கலரில் ஜொலித்துக்கொண்டு, நிரையாக அடுக்கி வைக்கப் பட்டிருக்கும் போத்தல்களைப் பார்க்கும்போதெல்லாம் ஆசை பொங்கும். செய்த சங்கல் பங்களை மறந்து வாங்கி விடுவேன்.

ஆனால் அத்துடன் பிரச்சினை தீராது. இந்த ஜாம் போத்தல்களைச் செய்யும் Sun Fresh கம்பனிக்கு ஒரு கவலை இருந்தது. இரவிலோ, அல்லது மனிதக் கண்கள் கண்காணிக்காத நேரத்திலோ, யாராவது இந்த மூடியைத் திறந்து ஜாமை அபகரித்துவிடுவார்கள் என்று பயந்தது. ஆனபடியால் மிக உயர்ந்த மெசின்களைக் கொண்டு அந்தப் போத்தல்களின் மூடிகளை இறுக்கித் தயாரித்தி ருந்தார்கள். அதனால் என் அறையில் நிரையாக ஜாம் போத்தல்கள் இருந்தன, திறக்கப்படாமல். இவற்றை நான் எவ்வளவு முக்கியும் திறக்க முடியவில்லை.

டோல்ரஸ் நீளமான பெண். ஒல்லி என்றாலும் அவள் கைகள் முறுகி, இறுகி இருக்கும். அவள் உடம்பில் இடைக்கு மேலேயும் சரி, கீழேயும் சரி, ஒரு சதைத் துண்டையும் பிடிக்க முடியாது. அவளுக்கு நீண்ட கண்கள், நீண்ட மூக்கு, நீண்ட விரல்கள். இந்த விரல்கள் போத்தல்கள் திறப்பதற்காக, அதிலும் Sun Fresh கம்பனி யின் ஜாம் போத்தல் மூடிகளைத் தளர்த்துவதற்காகவே, படைக்கப்பட்டவை. என் அறைக்கு அவள் வரும் போதெல்லாம் சர்வ சாதாரணமாக அந்த நீண்ட விரல் களை ஒரு சிலந்தியின் கால்களைப் போல பரப்பி, மூடியைக் கவ்வி ஒரு திருகிலேயே திறந்துவிடுவாள்.

இப்படித்தான், ஒரு பெண் போத்தல் மூடி திறக்கும் லாவகத்திலே லயித்துக் காதல் வயப்பட்டது இந்த உலகத்திலேயே நான் ஒருவனாகத்தான் இருக்க முடியும்.

டோல்ரஸ் என்னைப் போல sophomore என்று அழைக்கப்படும் இரண்டாம் வருட மாணவி. சிவந்து நீண்ட அலகுடைய ஒரு பறவையின் முகத்தைப்போல அவளுடைய முகம் கூரானதாக இருக்கும். அந்தக் குருவியைப் பழிப்பதுபோல ஒரு பக்கம் தலையைச் சாய்த்தபடி பேசுவாள். Resistors பற்றிய ஆய்வுக்குழுவில் என்னுடன் இருந்தாள். ஒரு அமெரிக்க கப்பல் மாலுமிபோல கால்களை அகட்டிவைத்து, கைகளைப் பின்னுக்குக் கட்டிக்கொண்டு, 200 B.C.ல் சீனாவில் கண்டுபிடிக்கப்பட்ட அபூர்வ உலோகக்கலவை பற்றி பேராசிரியரிடம் எங்களுக்காகப் போராடியவள். கோபாவேசமான இவளுடைய கணங்கள் அதிகமானது என்று நான் உணர்ந்தது அப்போதுதான்.

இந்தப் பேராசிரியர் சொல்வார், உலகத்திலேயே முழு மூடன் ஒருவன் இருந்தால் அவனால் பெரும் உபயோகம் என்று. அவனிடம் ஒரு காரியத்தைச் செய்யக் கொடுக்கவேண்டும். அவன் எப்படி அதைச் செய்கிறானோ அதற்கு எதிர் திசையில் நாம் அந்தக் காரியத்தைச் செய்தால் வெற்றியாகும்.

டோல்ரஸ் இதைக் கேட்டு வயிற்றை அமுக்கிப் பிடித்துக்கொண்டு சிரித்தாள். நான் பரீட்சைகள் எழுதுவதிலும், எழுதிய பரீட்சைகளின் முடிவுகளுக்கு காத்திருப்பதிலும் காலத்தைக் கழித்துக்கொண்டிருக்கும் போது இவள் பாடப் புத்தகங்களைத் தொடுவதேயில்லை. நான் செய்வதற்கு எதிராகத் தான் செய்யப் போவதாகவும், தனக்கு வெற்றி நிச்சயம் என்றும் கூறிவந்தாள்.

போட்டரிக்காவில், காற்றுப் புயல் அடிக்கும் ஒரு கிராமத்தில் தான் பிறந்ததாகச் சொல்லுவாள். ஒரு தகரம் போட்ட வீட்டில், அப்பா பாரில் குடித்துக்கொண்டிருக்கும்போது, பக்கத்து வீட்டுப் பெண் மருத்துவம் பார்க்க, பிறந்தாளாம். இழுப்பதற்கு வசதியாக கால்கள் முதலில் தோன்றியபடியால் அதைப் பிடித்து இழுக்க வெளியே வந்து விழுந்ததாகச் சொல்லுவாள். அவளுடைய கால்கள் இன்று வரை நீளமாக இருப்பதற்கு இதுதான் காரணம் என்று அவளுடைய அம்மா தீவிரமாக நம்புகிறாளாம்.

டோல்ரஸ் கல்லூரி வகுப்புகளுக்கு அடிக்கடி மட்டம் போட்டு விட்டு நூலக மூலையிலிருந்து ஏதாவது படித்தபடி இருப்பாள். ஒருமுறை என்ன படிக்கிறாள் என்று எட்டிப் பார்த்தேன். Don Quixote என்று பெரிய எழுத்தில் தலைப்பு போட்டிருந்தது. அவள் படிப்பதற்கும் எங்கள் பாடங்களுக்கும் ஏதாவது சம்பந்தம் இருக்குமோ என்று எனக்கு அடிக்கடி பயம் பிடித்துவிடும். வகுப்பில் நான் சிரத்தையாக எடுக்கும் குறிப்புகளை என்னிடம் வந்து கடன் வாங்குவாள். நான் போய் எடுக்கும்வரை அவை திரும்பி வராது.

அஸ்வமே, இன்னும் இருக்கிறது, கேள்.

ஒருநாள் அவளுடைய அறைக்குப் போனபோது அங்கே ஒரு மூன்று வயது பெண்குழந்தை விளையாடிக்கொண்டிருந்தது.

'இதோ என்னுடைய மகள், எலினா' என்று அறிமுகப்படுத்தினாள். எலினா, போட்டரிக்காவில் இருந்து வந்திருந்தாள். இரண்டு வாரம் தங்கிவிட்டு திரும்பிப் போய்விடுவாளாம்.

ஒரு முழு நிமிடம் என் வாயில் பேச்சு வரவில்லை.

'உனக்கு மணமாகிவிட்டது என்பதை எனக்குச் சொல்லவில்லையே?' என்றேன்.

'மணமாவதற்கும் பிள்ளை பெறுவதற்கும் என்ன சம்பந்தம்?' என்றாள்.

'என்ன, உனக்கும் நட்சத்திரம் வந்து வயிற்றிலே உதித்ததோ?'

'எனக்கு விருப்பமான ஒருவன், ஆமை இறைச்சி சாப்பிடாதவன், அவனுடைய உதவியில் பிறந்தவள்தான் எலினா.'

'நீ எனக்கு ஏன் முன்பே சொல்லவில்லை?' என்றேன்.

'நீ யார்? என்னுடைய சுயசரிதை எழுத நியமிக்கப்பட்டவனா?'

எனக்கு வந்த கோபத்தை அடக்கிக்கொண்டேன். ஆனால் அவள் சொண்டுக்குள் 'சுத்தமான மூடன், சுத்தமான மூடன்' என்று முணுமுணுத்தது மட்டும் கேட்டது.

அந்தக் கோபத்தை நீடிக்கும் சந்தோசம் எனக்குக் கிடைக்கவில்லை. அடுத்த நாள் அதிகாலை டோல்ரஸ் என் அறைக் கதவைத் தட்டினாள். இது அதிசயமான விஷயம். ஏனென்றால் டோல்ரஸ் காலை பத்து மணிக்கு முன் எழும்புவது கிடையாது. எலினாவைக் கூட்டி வந்திருந்தாள். டோல்ரஸ்ஸுக்கு கல்லூரியில் முக்கியமான பாடம் ஒன்று இருக்கிறபடியால் நான் ஒரு மணி நேரம் அந்தப் பெண் குழந்தையைப் பார்த்துக்கொள்ள வேண்டுமாம்.

எலினா மிகவும் ஆயத்தமான குழந்தை. தன் புத்தகங்களையும், விளையாட்டு சாமான்களையும் மூட்டையாகக் கட்டி எடுத்து வந்திருந்தாள். மிகவும் பழகியவள் போல அங்கே தங்கியிருந்த மற்ற அறைவாசிகளுக்கு 'ஹலோ, ஹலோ' சொல்லிவிட்டு வந்தாள். 'அங்கிள், இந்த ஷுவைப் பாருங்கள்' என்றாள். அப்பொழுதுதான் பார்த்தேன். முகப்பிலே லைட் பொருத்திய சப்பாத்து. அவளுடைய சிறிய பாதங்களுக்கு அது ஒரு சைஸ் கூடியதாக இருந்தது. அவற்றை அணிந்து இறுக்கக் கட்டியும், கழற்றியும் மாறிமாறிப்போட்டு விளையாடினாள். ஒன்றிரண்டு முறை அதை அணிந்து தொப்பு தொப்பென்று நடந்தபோது அந்த ஒளியும் அவளுடன் ஆடியது.

திடீரென்று 'அங்கிள் ஒரு கதை சொல்லுங்கள்' என்றாள். முழுக் கையையும் நீட்டி ஒரு புத்தகத்தைக் கொடுத்தாள். 'அண்ணன் பெயர் ஹன்ஸல்; தங்கை பெயர் கிரேட்டல். இருவரும் காட்டுக்குப் போகும் வழியில் ரொட்டித் துண்டுகளைப் போட்டபடியே சென்றார்கள். அந்தத் துண்டுகளைப் பறவைகள் கொத்தித் தின்றுவிட்டபடியால் திரும்பும்போது வழி தவறிவிட்டது. ஒரு சூனியக்காரியிடம் மாட்டிக் கொண்டார்கள். அவர்களைக் கொழுக்க வைத்து சாப்பிடுவதற்கு

அவள் சமயம் பார்த்திருந்தாள். ஒருநாள் அவளிடமிருந்து சாமர்த்திய மாக அவர்கள் தப்பி நேராக வீடு வந்து சேர்ந்தார்கள்.

'ஆகவே இதிலிருந்து தெரியும் படிப்பினை என்ன? சூனியக்காரியி டம் பிடிபட்டால் வீட்டுக்குத் திரும்பும் வழி எப்படியும் தெரிந்துவிடும்.'

அந்தப் பெண் குழந்தை வாய் விட்டு சிரித்தது. அவளுடைய முகம் தாயினுடையதுபோல கூம்பியிருந்தது. ஆனால் அந்தக் கண்கள் மட்டும் நீலமாக ஆமை இறைச்சி சாப்பிடாதவனுடைய கண்கள் போல இருப்பதாக எனக்குத் தோன்றியது.

வாய்நீர் இருபக்கமும் ஒழுக, புல்லை சாப்பிடும் துரகமே, இதையும் கேட்டுவிடு.

பல நாட்கள் காக்க வைத்தபிறகு ஒருநாள் மாலை டோல்ரஸ் என்னுடன் வருவதற்கு சம்மதித்தாள். அபூர்வமாகக் குறித்த நேரத்துக்கு வந்துவிட்டாள். பயிற்சிக்காலம் முடிவடையாத ஒரு சிகை அலங்காரியிடம் அவள் முடி திருத்தியிருந்தது அப்பட்டமாகத் தெரிந்தது. இறைச்சி பிளந்ததுபோல சிவந்த அதரங்கள். இடது கையிலே மட்டும் பழுப்பு நிறத்திலான ஒரு ஜேட் காப்பு. அவள் கை நிறத்துக்குப் பொருத்தமாக இருந்தது.

மிகவும் சாதாரண உணவகத்தில் தயாரித்த மலிவு விலை சாப்பாட்டை உண்டுவிட்டு 'பாறைக்குப் போகலாம்' என்றாள். இந்தப் பாறை எங்கள் கல்லூரியில் மிகவும் பிரசித்தமானது. ஒரு ஒதுக்குப்புறத்தில் ஆயிரமாயிரம் கால்கள் பட்டு தட்டையாகவும் வழவழப்பாகவும் இருந்தது. இரண்டு பாய்ச்சலில் ஒருவர் உதவியும் இல்லாமல் டோல்ரஸ் பாறையின் உச்சிக்கு ஏறிவிட்டாள்.

சூரியன் முற்றிலும் மறைந்த பிறகு மிச்சமாயிருக்கும் வெளிச்சத்தில் அவள் முகம் ஒரு பூனையினுடையது போலத் தோன்றியது. இதமான குளிர் காற்று தொட்டு வீசியது. வெகு நேரம் ஒன்றும் பேசாமல் அவள் சுவாசக் காற்று கொடுக்கும் சத்தத்தையே கேட்டுக்கொண் டிருந்தேன்.

'உன் உடம்பு முழுக்க என் காதலால் தோய்க்கப்பட்டு இருக்கிறது. உனக்குத் தெரியவில்லையா? உன் பதிலைச் சொல்லு. அவசரமே இல்லை. வேண்டிய நேரம் நீ எடுக்கலாம். வேண்டுமானால் பத்து செக்கண்ட் கூட எடுக்கலாம்' என்றேன்.

என்ன நினைத்தாளோ, அவள் மௌனமாக இருந்தாள். அது அவளுடைய இயல்புக்கு மாறானது. தடவித் தெரிந்துகொள்ள வேண்டிய இருட்டு கவிந்துவிட்டது. நாலைந்து மூச்சுக்களை சேமித்து ஒரே மூச்சாக விட்டாள். மனிதனால் படைக்கப்பட்ட உலகத்து கார்கள் எல்லாம் கீழே அதிவேக சக்தியோடு நெடுஞ்சாலையில் ஒன்றன்பின் ஒன்றாக ஒளி வெள்ளத்தை முகத்தில் விட்டு விட்டு அடித்தபடி உருண்டு போக, எனக்குப் பக்கத்தில் அவள் நின்றாள்.

ஒரு ஒளி வெள்ளம்போய் மற்ற ஒளி வெள்ளம் வருமுன் ஏற்பட்ட இடைவெளியில் என்னை அணைத்து நீண்ட முத்தம் ஒன்று தந்தாள்.

இதற்குப் பிறகு, என் ஆசையை நான் அளவு மீறி வளர்த்து விடக்கூடாது என்பதை ஞாபகமூட்டும்படி ஒரு சம்பவம் நடந்தது.

இடைப் பரீட்சை நடந்து முடிந்த ஒரு மாலைப்பொழுது. நண்பர்கள் பலர் சேர்ந்துவிட்டார்கள். இப்படியான சமயங்களில் டோல்ரஸ் ஒரு பியருக்கு மேலே குடிப்பதில்லை. அன்றும் அப்படியே இருக்கலாம். நான் எண்ணத் தவறிவிட்டேன். மேசையின்மீது தாவிக் குதித்தாள். 'நான் உங்களுக்கெல்லாம் ஒரு சந்தோசமான செய்தி சொல்லப் போகிறேன்' என்று சொன்னபடி என்னைச் சுட்டிக்காட்டினாள். 'நண்பரும் நானும் விரைவில் மணமுடிக்கப்போகிறோம்.' எல்லோரும் ஆரவாரம் செய்தார்கள். சீட்டி அடித்தார்கள். அடிக்கத் தெரியாதவர் கள் அன்று பழகிக்கொண்டார்கள். கையமர்த்திவிட்டுத் தொடர்ந்தாள். 'என்னுடைய நண்பரைப் பாருங்கள். அவருடைய உயரமின்மையை நான் பொருட்படுத்துவதில்லை. என் கழுத்தை அவருடைய நாக்கு தொடும்படிக்கு அவர் வளர்ந்த அன்று அவரை மணப்பதற்கு நான் சித்தமாக இருக்கிறேன்' என்றாள். சிலர் 'ஹாஹா' என்று சிரித்தார்கள்; சிலர் கை தட்டினார்கள். எல்லோரும் என் முதுகிலே குத்தினார்கள். முதுகுத்தண்டை வளர்ப்பதற்குக் கொடுத்த அச்சாரமாக அதை ஏற்றுக்கொண்டேன்.

அன்று கல்லூரியில் *Integral Calculus*ல் ஓர் அபூர்வமான கணித நுட்பம் பற்றிய விவாதம் நடந்தது. டோல்ரஸ் வரவில்லை. அவளைத் தேடிப்போனேன்.

அறைக்கதவை நான் திறந்ததும் நல்ல காட்சி ஒன்று கிடைத்தது. நிலத்திலே ஒரு கும்பல் உடுப்பு. ஜீன்ஸ், நிக்கர், ஸ்வெட்டர், பிளவுஸ், பிரா என்ற ஒடரில் துகில் நீக்கியிருப்பதற்கான அறிகுறியுடன் அவை ஒன்றன் மேல் ஒன்றாகக் கிடந்தன. இனி அவள் அதைத் திருப்பி அணியும்போதும் அதே முறையில் அணிவாள் என்று எதிர் பார்க்கலாம்.

ஒரு வெல்வெட் மாதிரியான பசுந்துணியில் தயாரித்து மெத்தென இருக்கும் மயில் நீல பிளவுஸ் ஒன்று அவளிடம் இருந்தது. கடந்த இரவு அதைத்தான் அணிந்திருந்தாள் போலும். கடந்த வாரமும் அதைத்தான் உடுத்தினாள்; கடந்த மாதமும் அதுதான்; கடந்த வருடமும் அதையேதான் அணிந்திருக்கலாம்.

நாலு தடித்த கால் சோபா ஒன்றில் ஒரு முரட்டு கம்பளிப் போர்வையால் மூடிக்கொண்டு முழங்கால் நாடியைத் தொட, படுத்திருந்தாள். அவளுடைய படுக்கையில், நட்ட நடுவில் ஒரு அழகான பூனை தூங்கியது. சொக்லட்டுக்குக் கொஞ்சம் தகுதி குறைந்த நிறத்தில், தொட வேண்டும் என்ற ஆசையைத் தூண்டும்படி, கத்தை கத்தையாக மெத்தென்ற ரோமம் கொண்ட பூனை. கால் களிலும் வாலிலும் ஒரு சொட்டோ சொட்டு கறுப்பு. மஞ்சள்

கண்கள். அதனுடைய இமைகளை அவசரமின்றி மூடி அவசரமின்றி திறந்தது. சோம்பலாக என்னைப் பார்த்துவிட்டு மறுபடியும் சயனமாகி விட்டது.

'இது என்ன பூனை, சொல்லு பார்ப்போம்?' என்றாள். வான சாஸ்திரம், அர்த்த சாஸ்திரம், பூனை சாஸ்திரம் ஒன்றிலும் பரிச்சயம் இல்லாத நான் என் புத்தி போகும் தூரத்துக்கு யோசித்து 'சயாமிஸ் பூனை' என்றேன்.

'இல்லையே. அபிஸீனியன் பூனை! பூனைகளின் மூதாதை. எகிப்தில் ஐயாயிரம் வருடங்களுக்கு முன்பு வழிபாடு செய்யப்பட்டது' என்றாள்.

'அவ்வளவு வயதா?' என்றேன் நான்.

'சுத்த மூடன், சுத்த மூடன்' என்றாள் அவள்.

இந்தப் பூனை வந்த பிறகு அவளிடம் ஒரு பெரிய மாற்றம் தென்பட்டது. அவள் கையிலே *Don Quixote* புத்தகம் இருக்கும். மடியிலே பூனையை வைத்துத் தடவிக்கொண்டு இருப்பாள். நீண்ட விரல்களில் அரைவாசி அந்தப் பூனையின் செழித்த மயிர் பிரதேசத்துக்குள் மறைந்துவிடும். அந்தப் பூனையும் அவளுடைய உருண்டையான தொடைகளில் நீளவாக்காகப் படுக்கப் பழகிக்கொண்டது. பூனை தொக்கையாக வரவர அவளுடைய புத்தகத்தின் படிக்காத பக்கங்களின் தொக்கைத்தன்மை குறைந்துகொண்டு வந்தது.

இரண்டு பெரிய மூக்குத் துவாரங்கள் இருந்தும், மேலுதட்டினால் மூச்சுவிடும் கந்தகமே, மீதியையும் சொல்லிவிடுகிறேன்.

என்னுடைய *Integral Calculus* குறிப்புகளை ஒருநாள் அவள் கொண்டு போய்விட்டாள். இரவு முழுவதும் கண்விழித்துத் தயாரித்த குறிப்புகள் அவை. அவற்றை மீட்பதற்காகப் போயிருந்தேன். என் நோட்ஸை கேட்டபோது எரிச்சல்பட்டாள். தவழ்ந்து தவழ்ந்து அவற்றைச் சேகரிக்கத் தொடங்கினாள். சில அவளது சோபாவின் அடியிலும், சில படுக்கையிலும் கிடந்தன. சில தாள்களின் மூலையில் பூனையின் ஏதோவொன்று ஒட்டிக்கொண்டிருந்தது போலப் பட்டது. நான் மூன்று விரல்களை நீட்டி, இரண்டு விரல்களால் ஒற்றைகளைப் பிடித்து, பக்கங்களை எண்ணி சரிபார்த்தபடி ஒரு கேள்வியைக் கேட்டேன்.

உலகத்திலே சண்டையை உண்டாக்கும் கேள்விகள் சில இருக்கின்றன. அந்தக் கேள்விகளை ஊகிப்பதும் அவ்வளவு கஷ்டமானதல்ல. அவளுடைய பூனைக்கு என்ன பேர் என்று கேட்பது அப்படிப்பட்ட கேள்வியா? நான் கேட்டுவிட்டேன். அதிலிருந்துதான் மிகப் பெரிய போர் ஒன்று ஆரம்பமாகியது.

அந்தப் பூனையின் பெயர் கஸில்டா என்றாள். 'கஸில்டா யார்?' என்று கேட்டேன். அவளுக்குக் கோபம் வந்துவிட்டது.

'நீ என்ன இலக்கியம் படிக்கிறாய். உலகத்தின் தலைசிறந்த ஆர்ஜண்டீனிய படைப்பாளி தந்த கதாநாயகி அல்லவா! தெரியாதா?' என்றாள்.

தோல்வியை ஒப்புக்கொள்ள மனது வரவில்லை. சமாளிக்கப் போய் இன்னும் சேற்றுக்குள் மாட்டிக்கொண்டேன்.

'கஸில்டாவின் குணாதிசயம் இதற்கு எப்படி பொருந்தும்?'

'இது என்ன கேள்வி? எவ்வளவு காதலைக் கொட்டினாலும் திருப்பிக் காதலிக்காத பெண்.'

'அதைத்தான் சொல்கிறேன். பொருந்தாதே?'

'அதுதான் நாய்க்கும் பூனைக்கும் உள்ள வித்தியாசம். இந்தப் பூனையில் நான் எவ்வளவுதான் அன்பைக் கொட்டினாலும் அது என்னை ஒரு நண்பியாக ஏற்பதே கிடையாது. தன்னுடைய இயல்பை அது மாற்றுவதே இல்லை. எப்பொழுதும் பூனையாகவே இருக்கும்.'

'நீ இதைப் பூனைக்குச் சொல்கிறாயா? அல்லது எனக்குச் சொல்கி றாயா?'

'பூனைக்குச் சொல்லத் தேவை இல்லை. அது மதியூகம் படைத்தது.'

> **மிகவும் பாரதூரமான ஒரு கதையை உனக்கு நான் சொல்கிறேன். அதற்குரிய மரியாதை தந்து கேட்பாயாக, பரியே.**

அன்றிலிருந்து நான் முகம் கொடுக்கவில்லை. அவள் வரக்கூடிய இடங்களை முன்கூட்டியே அனுமானித்து அவற்றைத் தவிர்த்தேன். டெலிபோனை எடுப்பதில்லை. அதில் அவள் விடும் தகவல்களையும் சட்டை செய்வதில்லை.

ஒருநாள் அவள் டெலிபோனில் இப்படி ஒரு செய்தியை விட்டிருந்தாள்: 'உன்னுடைய குரலுடன் பேசியது எனக்கு மிகவும் சந்தோசம். இந்த ஒரு வாரத்தில் உன் குரலுடன் பலமுறை பேசியிருக்கிறேன். ஆனால் நீ விடும் தகவல் ஒரே மாதிரியாக இருக்கிறது. கல்லூரி விடுமுறை தொடங்க முதல் உன்னுடைய உடம்புடன் கூடிய குரலுடன் பேச ஆசைப்படுகிறேன்.'

முழுவதும் பசப்பல்.

பனி பெய்து சேறாகிய ஒரு நாள் அவளைப் பார்க்கவேண்டும் என்ற எண்ணம் வேகமாக என்னைத் தாக்கியது. அவசரத்தில் கையுறைகூட அணியாமல் வெகுநேரம் நடந்து அவளுடைய அறைக்குப் போனால் அவள் அங்கே இல்லை. ஜோசெப் ஹெல்லர் எழுதிய *Catch 22* புத்தகம் பாதி படித்தபடி தலைகுப்புறக் கிடந்தது. விஸ்காஸ் என்ற பூனை உலர் உணவு பெட்டிகள் பன்னிரெண்டு ஒன்றன்மேல் ஒன்றாக அடுக்கி வைக்கப்பட்டிருந்தன. 25 வீதம் தள்ளுபடி என்பதால் வாங்கப்பட்டவை. அந்த வாரம் *cafeteria*வில்

அவள் வேலை செய்து சம்பாதித்த அவ்வளவு பணமும் இப்படி பூனை உணவு வாங்குவதில் செலவழிந்துவிட்டதாகப் பின்னால் அறிந்தேன்.

அந்தப் பூனை, கவனயீனமாகத் திறந்துவிட்ட உள்ளறையின் கதவில் தொற்றிக்கொண்டு என்னைச் சம்சயத்தோடு பார்த்தது. நான் நண்பனா எதிரியா என்பதை அது இன்னும் தீர்மானிக்கவில்லை. பிறகு ஒரு கொட்டாவி விட்டு தன் அசிரத்தையைக் காட்டியது.

காசை மிச்சப்படுத்துவதற்காக மிகக் குறைந்த வெப்பநிலையில் அறையின் உஷ்ண முள்ளைத் திருப்பி வைத்திருந்தாள். என்னுடைய மேலங்கியைக்கூட கழற்றாமல், முழங்கால்கள் ஒட்ட, அவளுடைய சோபாவில் நெடுங்காலமாக வசித்த ஒரு லேஸ் வைத்த உள்ளாடையைத் தள்ளிவிட்டு, உட்கார்ந்து என்னுடைய காத்திருக்கும் வேலையைத் தொடங்கினேன். நல்லகாலமாக எனக்குப் பிடித்த அவளின் மெல்லிய வியர்வை நெடி அவளுடன் போகாமல் அங்கேயே தங்கியிருந்தது.

இரவு இரண்டு மணி வரை அவளுக்காகக் காத்திருந்ததை அடுத்த நாள் கூறினேன். அவள் ஆச்சரியப்படவில்லை. நூற்றுக்கணக்கான வாலிபர்கள் இப்படி அவளுக்காகக் காத்திருப்பது வழக்கம் என்பது போல நடந்துகொண்டாள்.

எவ்வளவு சோம்பேறித்தனம் இருந்தாலும் கல்லூரிக்குக் கட்டுரை கொடுக்கும் நாளை அவள் தவறவிட்டதில்லை. மூன்று பக்கக் கட்டுரை ஒன்று தேவையென்றால் சரியாக மூன்று தாள்களை எடுத்துக்கொண்டு அச்சடிக்கச் செல்வாள். அவளுடைய கட்டுரையும் சரியாக மூன்று தாள்களில் அச்சடித்து முடியும். ஒருமுறைகூட அச்சடித்ததைத் திருப்பி சரிபார்க்க மாட்டாள். ஒருநாளாவது அவளுடைய மதிப்பெண் A+க்கு குறைவாகக் கிடைத்து நான் பார்க்கவில்லை.

பாடம் நடந்துகொண்டிருந்தது. முழங்கையால் என்னை இடித்தாள். ‘ஏய், உன் நகங்களைப் பார்! இந்த அரைச் சந்திர வடிவங்கள் அபூர்வமானவை. எப்படி வெள்ளை வெளேரென்று இருக்கின்றன, பார்த்தாயா? உனக்கு ஒரு பெண்ணினால் அதிர்ஷ்டம் கிட்டும்’ என்றாள்.

‘இது என்ன, போட்டரிக்கா சாஸ்திரமா? எனக்குத் தெரிந்தது ஓர் உயரமான பெண்தான். அவளுடைய காதுகள் வெகு தூரத்தில் இருக்கிறபடியால் நான் சொல்லும் வாசகங்கள் அவளுக்கு எட்டுவதில்லை. இதில் எப்படி எனக்கு அதிர்ஷ்டம் வரும்?’ என்றேன்.

‘இவ்வளவு சீக்கிரம் தைரியம் இழக்கக்கூடாது. யார் கண்டது, நீ அவளுக்குக் கடன் கொடுத்த *thermodynamics* குறிப்புகள் உனக்கு திரும்பக் கிடைத்தாலும் கிடைக்கும்.’

அவள் கால்களை எட்டி வைத்துப் போகும்போது திரும்பி என்னைப் பார்த்து, பற்கள் தெரிய சிரித்து, பறக்கும் முத்தம் ஒன்றை அனுப்பினாள். அது என்னிடம் வந்து சேர்வதற்கிடையில் ஒரு வாயிலோன் குறுக்கிட்டுவிட்டான்.

உன் முன்னங்கால்களில் எது வலது கால், எது இடது கால் என்று நீ அறியாவிட்டாலும் வலது காலை மட்டும் தூக்கி கதவு தட்டுவதுபோல நிலத்தை தட்டுகிறாயே, முடிவையும் சொல்கிறேன் கேள், புரவியே.

அன்று எப்படியும் அவளை மடக்கிவிட வேண்டும். அவளறியாமல் அவளைத் தொடருவதென்று முடிவெடுத்தேன். வெகு நேரம் அவள் செய்கைகளைக் கவனித்தபடி அவளைப் பின் தொடர்ந்தேன். காத்திருந்தேன். தொடர்ந்தேன். காத்திருந்தேன்.

நாளின் நிறம் மாறிவிட்டது. நீளமான தோல்வார் கொண்ட அந்த மொசமொசவென்ற சிவப்புப் பையைத் தூக்கிக்கொண்டு, அதனுடைய தபால் தலை அளவு பக்கிள் அந்த மங்கிய வெளிச்சத்திலும் ஜொலிக்க, அபிஸீனியன் பூனையைத் தோற்கடிக்கும் பழுப்பு நிறக் கண்களை வீசிக்கொண்டு எதிர்த் திசையில் நடக்கத் தொடங்கினாள்.

நான் என் வாழ்க்கையின் மிக முக்கியமான முடிவை எடுப்பதற்கு இரண்டே இரண்டு செகண்டுகள் இருந்தன.

பேராசிரியர் சொன்ன 'சுத்த மூடன்' கதை ஞாபகத்துக்கு வந்தது. ஒரு சுத்த மூடன் எடுக்கும் முடிவுக்கு நேர் எதிரான முடிவை ஒருவன் எடுத்தால் எல்லாம் சரியாகி விடும். அப்படியே செய்வதென்று தீர்மானித்தேன்.

அவசரப்பட்ட காற்றுப்போல சிகை கலைய, நீண்ட கறுப்பு காலுறைகள் பளபளக்க, அவள் சாலையைக் கடந்தாள்.

அவளைத் தின்னவேண்டும்போலப் பட்டது.

ஆசிரியரின் பிற நூல்கள்

- அக்கா (1964)
- திகடசக்கரம் (1995)
- வம்சவிருத்தி (1996)
- வடக்கு வீதி (1998)
- மகாராஜாவின் ரயில் வண்டி (2001)
- அ. முத்துலிங்கம் கதைகள் (2004)
- அங்கே இப்ப என்ன நேரம்? (2005)
- வியத்தலும் இலமே (2006)
- கடிகாரம் அமைதியாக எண்ணிக்கொண்டிருக்கிறது (2006)
- பூமியின் பாதி வயது (2007)
- உண்மை கலந்த நாட்குறிப்புகள் (2008)
- அ. முத்துலிங்கம் சிறுகதைகள் – ஒலிப்புத்தகம் (2008)
- Inauspicious Times (2008)
- அமெரிக்கக்காரி (2009)
- அமெரிக்க உளவாளி (2010)
- ஒன்றுக்கும் உதவாதவன் (2011)
- குதிரைக்காரன் (2012)
- தமிழ் மொழிக்கு ஒரு நாடில்லை (2013)
- கொழுத்தாடு பிடிப்பேன் (2014)
- பிள்ளை கடத்தல்காரன் (2015)
- நாடற்றவன் (2015)